TẠP CHÍ VIÊN GIÁC
SỐ 264 - THÁNG 12/2024

Viên Giác

TẠP CHÍ CỦA NGƯỜI VIỆT TỴ NẠN VÀ PHẬT TỬ VIỆT NAM TẠI CỘNG HÒA LIÊN BANG ĐỨC

Zeitschrift der vietnamesischen Flüchtlinge und Buddhisten in der Bundesrepublik Deutschland

CHỦ TRƯƠNG (HERAUSGEBER)
Congregation d. Vereinigten
Vietn. Buddh. Kirche (gem.) e. V.
Karlsruher Str.6 - 30519
Hannover - Deutschland

QUẢN LÝ TÒA SOẠN
Thị Tâm Ngô Văn Phát

CHỦ NHIỆM SÁNG LẬP
Hòa Thượng Thích Như Điển

CHỦ BÚT
Nguyên Đạo

KỸ THUẬT
Nguyên Đạo – Quảng Hạnh Tuệ

BAN BIÊN TẬP & CỘNG TÁC VIÊN
* **Đức:** HT. Thích Như Điển - Tích Cốc Ngô Văn Phát - Nguyên Đạo - Từ Hùng Trần Phong Lưu - Dr. Trương Ngọc Thanh - Trần Đan Hà - Đỗ Trường - Lương Nguyên Hiền - Nguyễn Quý Đại - Nguyên Hạnh HTD – Hương Cau – Hoa Lan Thiện Giới - Thi Thi Hồng Ngọc – Phương Quỳnh - Tịnh Ý – Quỳnh Hoa – Trần Thế Thi – Hoàng Quân – Đại Nguyên Nguyễn Quý Đại.
* **Pháp:** Dr. Hoang Phong Nguyễn Đức Tiến – Chúc Thanh
* **Thụy Sĩ:** TT. Thích Như Tú - Trần Thị Nhật Hưng – Song Thư LTH – Lưu An Vũ Ngọc Ruẩn.
* **Bỉ:** Nguyên Trí Hồ Thanh Trước.
* **Ý:** Huỳnh Ngọc Nga – TS. Elena Pucillo Trương & Trương Văn Dân.
* **Hoa Kỳ:** Tuệ Nga – Họa Sĩ ViVi Võ Hùng Kiệt & Cát Đơn Sa – Diễm Châu – Lâm Minh Anh – thylanthao – Nguyên Minh Nguyễn Minh Tiến – Dr. Bạch Xuân Phẻ.
* **Canada:** Dr. Thái Công Tụng – GS. Trần Gia Phụng – DVM Nguyễn Thượng Chánh.
* **Úc Châu:** TT. Thích Nguyên Tạng – Dr. Lâm Như Tạng – Quảng Trực Trần Viết Dung.
* Và chư Tôn đức Tăng Ni, Cư sĩ Phật tử cũng như văn, thi, họa sĩ… tán đồng chủ trương của Viên Giác.

CÙNG SỰ CỘNG TÁC CỦA (Mitwirkung von)
Hội Phật Tử VNTN tại Cộng Hòa Liên Bang Đức
Vereinigung der Buddhistische-Vietnamflüchtlinge i. d. BRD

TÒA SOẠN
Chùa/Pagode Viên Giác
Karlsruher Str. 6 - 30519 Hannover
Tel. 0511 - 87 96 30 . Fax : 0511 - 87 941 200
Website: https://www.viengiac.info
Email Chùa: todinh@viengiac.info
Email văn phòng: pagodevg2020@gmail.com
Email kỹ thuật: baoviengiac@yahoo.de
Email bài vở: chubut.viengiac@gmail.com

* Tạp chí Viên Giác phát hành mỗi hai tháng vào những tháng chẵn. Viên Giác bảo tồn và phát huy truyền thống Văn Hóa Phật Giáo và Dân Tộc Việt Nam ở hải ngoại, không có tính thương mại. Mọi hỷ cúng và ủng hộ để phụ giúp trang trải các chi phí ấn loát, điều hành, bưu phí… chúng tôi xin đón nhận và chân thành cảm tạ.
* Ngoài số ấn bản in trên giấy mỗi kỳ, Tạp chí Viên Giác còn phát hành trên mạng toàn cầu Amazon và phổ biến rộng rãi trên các trang mạng Phật Giáo lớn trên thế giới.
* Ủng hộ hiện kim cho Tạp chí Viên Giác, khi có yêu cầu chúng tôi sẽ gởi đến quý vị biên nhận để làm đơn xin quân bình thuế lương bổng, lợi tức hằng năm ở sở thuế.
* Nội dung bài viết hay quảng cáo thuê đăng trên Tạp chí Viên Giác không nhất thiết là quan điểm hay chủ trương của Ban Biên Tập. Các tác giả hay những cơ sở thuê đăng quảng cáo chịu trách nhiệm về nội dung hay bản quyền trích dẫn theo quy định tác quyền (copyright).

Trương mục ngân hàng:
Congr. d. Verein Vietn. Buddh. Kirche Abteilung i.d. Sparkasse
Hannover Konto Nr. 910 4030 66
BIC: SPKHDE2HXXX   IBAN: DE40 2505 0180 0910 4030 66

MỤC LỤC số 264

3 Thư Tòa Soạn

• Phật Giáo & Đời Sống
4 Hãy Làm Một Cuộc Cách Mạng (Dalai Lama, Hoang Phong)
10 Ẩn Dụ Một Đóa Mai (Thích Đức Thắng)
13 Năm Mới & Chuyện Cũ-Mới (Minh Đức Triều Tâm Ảnh)
17 Vật Đổi Sao Dời (Thích Như Điển)
19 Đạo Làm Anh Trong Dịp Xuân Về (Thích Thái Hòa)

• Phật Giáo & Tuổi trẻ - Song ngữ Việt-Đức/ VN-DE
21 Một Ngày Kia… Đến Bờ - Eines Tages… das andere Ufer erreichen (Bs. Đỗ Hồng Ngọc)
24 Truyện Cổ Phật Giáo: Vợ Chồng Người Hàng Dầu - Die Geschichte des Ölhändler-Ehepaars (Tịnh Ý giới thiệu)
28 Gia Đình Mình Là Con Phật - Unsere Familie sind Buddhisten (Thi Thi Hồng Ngọc)

• Mừng Xuân Ất Tỵ
31 Năm Tỵ Kể Các Câu Chuyện về Rắn (Trần Phong Lưu)
36 Quang Trung Nguyễn Huệ … (Chúc Thanh)
38 Đón Xuân Ất Tỵ 2025 Nói Chuyện Rắn (Nguyễn Quý Đại)
45 Hương Tết (Hà Bạch Trúc)
48 Tết Nơi Xứ Lạnh (Đỗ Trường)
50 Đêm Giáng Sinh Trong Tù (Huỳnh Ngọc Nga)

• Văn: Biên khảo - Truyện ngắn – Phiếm Luận
55 Quân Tử Hảo Cầu (Lâm Minh Anh)
59 Đọc „Độc Tiểu Thanh Ký" của Nguyễn Du (Vương Thanh)
61 Ngỡ Lòng Mình Là Rừng (Thái Công Tụng)
67 Sống Lâu Nhờ Học Phật (Ngô Văn Phát)
69 Về Già Nói Chuyện Duyên Nợ & Phận (Lương Nguyên Hiền)
72 Ngày Khai Trường (Hoàng Quân)
74 Ne Me Quitte Pas - Đừng Xa Em (Thu Hoài)
75 Rừng Mai (Nguyễn Hoàn Nguyên)
81 Trang Y Học & Đời Sống (Bs. Trương Ngọc Thanh phụ trách)

• Thơ
12 Xa Vang Tiếng Cười - Tưởng Niệm Ôn Tuệ Sỹ (Tuệ Nguyên)
16 Mùa Xuân, Mưa Hoa Bát Nhã (Diệu Minh Tuệ Nga)
19 Lắng Đọng Tiếng Chuông Chùa (Nguyễn An Bình)
47 Đánh Rơi Chiều (Lê Hứa Huyền Trân)
54 Nhà Anh (Nguyễn Sĩ Long)
58 Về Đâu Gió Bão (Nguyễn Chí Trung)
82 Ước Nguyện Đầu Xuân (Trần Đan Hà)
86 Như Hạt Sương Mai (Tôn Nữ Mỹ Hạnh)
86 Hương Tết (Tịnh Bình)

• Thông Tin – Thông Báo
82 Tin Cộng Đồng – Tin Phật Sự (Đại Nguyên & Nguyên Đạo)
86 Bản Tin Thế Giới – Bản Tin Việt Nam (Quảng Trực)
90 Hộp thư Viên Giác
91 Phương danh cúng dường

Bìa: Họa sĩ Đình Khải | Hình minh họa: Cát Đơn Sa, Lương Nguyên Hiền, U. Ostlaender
Ấn loát: Gutenberg Beuys Feindruckerei GmbH

* VG số 265 kỳ tới, chủ đề: Tân Niên Ất Tỵ 2025 & Viên Giác năm thứ 46 sẽ phát hành vào 02.2025. Hạn chót nhận bài là 10.01.2025.
* Vì số trang báo có giới hạn nên một số bài viết cũng như Phương danh Cúng dường… không thể đăng hết trong một kỳ. Chúng tôi sẽ lần lượt đăng trong các số báo tới. Xin quý vị thông cảm.

Thư Tòa Soạn

Báo Viên Giác số 264 tháng 12 năm 2024

Nhiều độc giả cho rằng năm nào báo Xuân Viên Giác cũng ra vào tháng 12 dương lịch, còn quá sớm với Tết âm lịch; nhất là những năm nhuận. Đúng là như vậy. Nếu chúng ta ở Đức hay Âu Châu thì sẽ nhận được báo từ trung tuần tháng 12 đến cuối tháng 12 gửi qua đường bưu điện. Nếu ở các nước ngoài Âu Châu như Hoa Kỳ, Úc Châu hay các nước Á Châu khác, gửi báo bằng đường thủy thì trong tháng 1 hay đầu tháng 2 dương lịch báo mới tới. Như vậy báo sẽ đáp ứng được nhu cầu ở những địa phương này mà khó có thể trùng hợp ngày Tết với địa phương kia là vậy. Kính mong Quý độc giả hiểu và thông cảm cho việc này.

Dẫu cho sớm hay muộn thì cũng là Tết. Khi Tết đến Xuân về, ai ai trong chúng ta cũng muốn *Tống Cựu Nghinh Tân*, đưa cái cũ đi và đón cái mới về. Đó là phong tục của người châu Á. Ngày Tết cũng là ngày đoàn tụ người còn sống cũng như người đã quá vãng; nên ngày 30 Tết là lễ rước Ông Bà và ngày mùng ba Tết là lễ tiễn đưa Ông Bà. Như vậy người Á Châu chúng ta vẫn quan niệm rằng: chết không phải là hết, mà là mới bắt đầu cho một kiếp sống khác. Kiếp sống ấy lệ thuộc vào cách sống của người đã mất; họ để lại cho con cháu đời sau không phải tài sản kếch xù, mà là đạo đức của tiền nhân. Do vậy Ông Bà chúng ta thường bảo rằng: "Ăn ở có đức, mặc sức mà ăn". Cái đức ấy sáng tỏa khắp trong ngoài, trên dưới; ở quá khứ và vị lai. Đây là sợi dây vô hình kết nối dòng tộc, người còn sống cũng như kẻ đã ra đi trong nhiều vạn dặm.

Mỗi dân tộc có nhiều tục lệ đón Tết khác nhau và ngày Tết cũng xảy ra không đồng đều. Ngoài Tết Âm lịch và Dương lịch ra, những người Phật Tử Thái Lan, Lào, Cao Miên v.v… đón Tết theo ngày lễ của Phật Giáo. Ấn Độ giáo đón Tết khác và Phi Châu đón Tết cũng không giống chúng ta. Tựu chung ngày Tết vẫn là ngày linh thiêng nhất trong năm để gợi nhớ cho những người còn tiếp nối sự sống từ muôn đời truyền lại, nhằm nêu cao tinh thần hiếu dưỡng của một dân tộc.

Bây giờ nhìn quanh đâu đâu cũng thấy thiên tai, lụt lội, hỏa hoạn, động đất, chiến tranh, đói khát, loạn lạc, chết chóc v.v… Nếu ai đó có thời giờ cứ nhìn vào bảng thống kê để xem mỗi ngày, mỗi phút, mỗi giây trên thế giới này đã đương và sẽ xảy ra việc gì thì cũng sẽ tự hỏi rằng: Thế giới này rồi sẽ ra sao đây? Chúng ta sẽ trụ lại trên hành tinh này còn bao lâu nữa? Ai sẽ cứu nhân loại này? Và chúng ta sẽ phải làm gì ngoài những đức tin của tôn giáo đã chỉ bày cho chúng ta? Có hàng trăm, hàng ngàn câu hỏi như vậy, nhưng câu trả lời hầu như bị bỏ ngỏ. Con người khi gây nhân hầu như chưa bao giờ sợ hãi. Chỉ khi kết quả đến, lúc ấy mới than trời trách đất là không công bằng. Nếu ai trong chúng ta cũng tin và thực hành theo công hạnh của cố Hòa Thượng Thích Thiện Hoa, Viện Trưởng Viện Hóa Đạo Giáo Hội Phật Giáo Việt Nam Thống Nhất từ năm 1966 đến năm 1973 qua quyển sách *Bài Học Ngàn Vàng* là: "Phàm làm việc gì phải nghĩ đến hậu quả của nó" thì chắc chắn rằng chúng ta sẽ không bị gặp những thảm họa như ngày hôm nay trên quê hương Việt Nam cũng như khắp nơi trên thế giới.

Sau dịch bệnh Corona, có đến hơn bảy triệu người chết. Thế nhưng cái chết ấy không dừng lại ở đó, mà qua việc động đất ở Thổ Nhĩ Kỳ, Đài Loan, Nhật Bản, Việt Nam, Syrien… Rồi thiên tai xảy ra tại Florida, Mỹ quốc, Nam Mỹ, Phi Châu, hay làng Nú tại miền Bắc Việt Nam vừa rồi v.v… tất cả đều tang thương và đổ nát. Chiến tranh tại Ukraine-Nga và bây giờ Iran cùng Israel đang đọ súng với nhau… như vậy mà thế giới vẫn chưa bừng tỉnh. Cái mộng bá chủ về đất đai không còn giá trị nữa, con người lại tìm cách làm bá chủ kinh tế, chính trị; nhưng dẫu là ở lĩnh vực nào đi chăng nữa mà con người sống quên phẩm giá đạo đức của chính mình thì có giàu đến bao nhiêu, danh vọng có đạt đến đỉnh cao quyền lực bao nhiêu đi chăng nữa, thì đó cũng chỉ là những ảo vọng bên bờ vực thẳm mà thôi. Chính ngay bây giờ đây nhân loại phải biết tự quay lại nơi chính mình, hãy nhìn những hành vi của chính mình đã, đang và sẽ gây ra cho bản thân, gia đình cùng những người chung quanh, thì hãy biết dừng lại. Nếu không, ngày tàn của một dân tộc sẽ đến sớm hơn như chúng ta nghĩ.

Những nhà tiên tri lớn trên thế giới đều báo động rằng cuối năm 2024 và trong suốt năm 2025 sắp tới đây, nhân loại sẽ bị nhấn chìm trong nhiều trận đại hồng thủy, chiến tranh, động đất v.v… Chỉ có những người biết tu tập cho bản thân mình, mới có thể cải thiện thế giới này được và chỉ những người biết tu tập tránh ác, hành thiện mới có năng lực để chuyển hóa thế giới này.

Vào trung tuần tháng 11 dương lịch vừa qua, tại quốc nội cũng như hải ngoại, đại diện cho Giáo Hội Phật Giáo Việt Nam Thống Nhất đã làm lễ Tiểu Tường, kỷ niệm một năm cố Hòa Thượng Thích Tuệ Sỹ đã ra đi, để lại một gia tài văn hóa Phật

Giáo đồ sộ cho hậu thế. Thanh Văn Tạng đợt 1 gồm 24 tập cùng với 5 Tổng Lục đã được xuất bản và được gửi đến khắp năm châu. Năm nay Ủy Ban Phiên Dịch Trung Ương của Giáo Hội Phật Giáo Việt Nam Thống Nhất cho ấn hành tiếp 8 tập thuộc Thanh Văn Tạng đợt 2 để tưởng niệm một năm Hòa Thượng Thích Tuệ Sỹ không còn hiện hữu trên cõi đời này nữa. Những ai muốn nghiên tầm giáo điển, cả Tăng lẫn tục thì nên dựa vào những Thánh điển này để đọc tụng, giảng dạy và nghiên cứu v.v... thì chắc rằng chúng ta sẽ nắm vững được giáo lý nguyên thủy của Đức Phật đã truyền dạy cách đây hơn 2.500 năm về trước.

Cầu Phật gia hộ cho tất cả chúng ta sớm rõ đường lành, thực hành theo lời dạy của chư Phật và chư vị Bồ Tát để cứu mình và cứu người thoát khỏi những khổ đau tục lụy đang xảy ra khắp nơi trên thế giới ngày nay.

Xin niệm ân tất cả văn thi hữu cũng như độc giả của báo Viên Giác, suốt trong hơn 45 năm qua, quý Ngài và quý vị đã vì sự tồn tại và phát triển của văn hóa Phật Giáo, đã đóng góp bài vở giá trị và độc giả đã ủng hộ tịnh tài để tờ báo vẫn còn tiếp tục đến với các độc giả tận ngày hôm nay và mong rằng năm 2025, Tạp chí Viên Giác bước vào năm thứ 46 cũng được như vậy. Kính nguyện quý Ngài pháp thể khinh an và kính chúc quý độc giả báo Viên Giác một năm mới điều gì cũng sẽ mới; nhất là sức khỏe dồi dào và thân tâm an lạc.

Nam Mô Long Hoa Giáo chủ Di Lặc Tôn Vương Phật.

Ban Biên Tập Báo Viên Giác.

ĐỨC ĐẠT LAI LẠT MA
SOFIA STRIL-REVER

HOANG PHONG chuyển ngữ

HÃY LÀM MỘT CUỘC CÁCH MẠNG!
LỜI KÊU GỌI TUỔI TRẺ CỦA ĐỨC ĐẠT LAI LẠT MA

(Tiếp theo VG263)

Ananda Viet Foundation
2018

Chương 1: Tôi đặt hết lòng tin nơi các bạn.
Chương 2: Hãy biến mình thành những con người bất khuất vì hòa bình.
Chương 3: Cuộc cách mạng từ bi.
Chương 4: Các bạn có thể làm được gì cho thế giới.
Chương 5: Thế giới từ bi là có thật.
Tuyên Ngôn Về Trách Nhiệm Toàn Cầu.

LỜI GIỚI THIỆU CỦA NGƯỜI CHUYỂN NGỮ

Phật giáo không phải là chỉ để dành riêng cho những người lớn tuổi chuẩn bị cho cái chết của mình, mà còn mở ra một chân trời mới cho tuổi trẻ. Giáo Huấn của Đức Phật không phải là những lời cầu khẩn và van xin mà là lý tưởng, bổn phận và hành động, giúp con người và nhất là tuổi trẻ biến cải cuộc đời mình, bảo vệ sự sống và sự tồn vong của cả hành tinh này.

Bà Sofia Stril-Rever, văn sĩ, chuyên gia tiếng Phạn, Tây Tạng học..., là đệ tử của Đức Đạt-lai Lạt-ma, đã góp nhặt những lời ghi chép trong một cuộc phỏng vấn mà Ngài đã dành riêng cho mình, thành một quyển sách nhỏ mang tựa: "HÃY LÀM MỘT CUỘC CÁCH MẠNG! Lời kêu gọi tuổi trẻ của Đức Đạt-lai Lạt-ma". Quyển sách bắt đầu thành hình ngay sau buổi phỏng vấn diễn ra tại Bodhgaya (Bồ-đề Đạo tràng) ngày 3 tháng giêng năm 2017, hoàn tất ngày 2 tháng 10 tại Dharamsala trên miền Bắc Ấn Độ, nơi lưu vong của Đức Đạt-lai Lạt-ma và sau cùng đã được xuất bản tại Pháp ngày 26 tháng 1 năm 2017 vừa qua.

Quyển sách thật trong sáng, ngập tràn lòng từ bi này của một người tu hành lớn tuổi viết là để dành riêng cho thế hệ trẻ, thế nhưng cũng có thể làm xúc động cả những con tim chai đá và khô cằn của những người kém trẻ trung hơn. Quyển sách gồm năm chương, và trong mỗi chương bà Sofia Stril-Rever trích ra một đoạn ngắn để đưa lên trang mạng của bà.

Bures-Sur-Yvette, 24.12.17
Hoang Phong

Chương 5
THẾ GIỚI TỪ BI LÀ CÓ THẬT

Lời kết của bà Sofia Stril-Rever

Sáng ngày 19 tháng 4, 2017, bốn YouTubeurs *(là những người đưa các phim vidéo lên trang web YouTube để cùng chia sẻ với người khác)* trẻ tuổi từ Pháp đến đây chợt cảm thấy mình vừa được trải qua những giây phút thật bất ngờ. Họ được đưa đến gặp vị hướng dẫn tinh thần của người dân Tây Tạng trong lúc quyển sách này đang được soạn thảo. Dù trước đây chưa từng có một ý niệm thật sự nào về Đức Đạt-lai Lạt-ma, thế nhưng trước sự hiện diện của Ngài họ vô cùng sửng sốt: trước mặt mình đang hiển hiện một biểu tượng nhân từ của cả nhân loại. Sở dĩ họ lặn lội đến đây là vì họ từng được nghe những lời kêu gọi của Ngài trong bản Tuyên ngôn về trách nhiệm toàn cầu *(trong quyển sách Nouvelle Réalité, Thời đại của trách nhiệm toàn cầu, nhà xuất bản Les Arène, 2016 - ghi chú trong sách)*. Những người trẻ tuổi ấy đã tìm thấy trong Bản tuyên ngôn này những ý tưởng hoàn toàn mới lạ và các phương pháp thật độc đáo giúp mình có thể trở thành những người kiến tạo một thế giới tốt đẹp hơn. Lời nhắn nhủ cuối cùng của Đức Đạt-lai Lạt-ma với những người trẻ này vào ngày hôm ấy là hãy làm một cuộc cách mạng! Là những người Pháp thì tại sao cuộc cách mạng này lại không khởi xướng trên đất Pháp? Đức Đạt-lai Lạt-ma thốt lên những lời này với họ thế nhưng Ngài lại quay nhìn vào tôi. Thay cho lời tạm biệt, Ngài nắm lấy tay tôi và đặt lên phía trái tim Ngài: "Hỡi người bạn từ lâu đời của tôi!", Ngài thốt lên những lời ấy với tất cả sự trìu mến!

Tinh thần của cuộc Cách mạng Pháp đã đưa tôi ngược về trước đó vài tháng. Hôm ấy là ngày 13 tháng 9, 2016, luật sư đoàn Paris cùng với tôi tổ chức một buổi họp, quy tụ 350 luật sư và các chuyên gia quốc tế về môi trường *(hội nghị "Trách nhiệm toàn cầu, Luật pháp và Môi trường".* Trong buổi hội này có mặt ông Robert Badinter và các vị khác như Frédéric Sicard, trưởng luật sư đoàn, Dominique Arrias, phó trưởng luật sư đoàn, các luật sư: Patricia Savin, Corinne Lepage, Yann Aguila, Yvon AUTHOR Martinet là vị chủ tịch và cũng là sáng lập viên của tổ chức Universal Responsability Europe/PURE, và Khoa Nguyen, www.responsabilite-universelle.org - ghi chú trong sách. Nói chung là các nhân vật nổi tiếng trong các giới luật, chính trị và trí thức hiện nay ở Pháp, chẳng hạn như luật gia Robert Badinter là người đã tranh đấu chính thức bãi bỏ án tử hình - ghi chú thêm của người chuyển ngữ)*. Trong bài phát biểu của tôi hôm đó, tôi có nhắc đến thiên hùng ca của cuộc cách mạng 1789 *(cuộc cách mạng Pháp)* mà mũi giáo chính là các luật sư thời bấy giờ. Sáng hôm sau, tại Thượng nghị viện Pháp, Đức Đạt-lai Lạt-ma nhìn tôi như một người đồng chí hướng và tuyên bố rằng trên phương diện thế tục thì Ngài là môn đệ của cuộc Cách mạng Pháp. Chính vì thế mà tôi đã giải thích với các bạn trẻ YouTubeurs là những lời phát biểu của Ngài trong buổi họp hôm ấy có thể hiểu như là những lời kêu gọi tuổi trẻ về một cuộc cách mạng. Ngài cũng đồng tình với cách giải thích đó và cho tôi một buổi hẹn ba tháng sau.

Cuộc cách mạng của Đức Đạt-lai Lạt-ma

Tháng 7 năm 2017, tôi được dịp tiếp kiến Đức Đạt-lai Lạt-ma tại "Dinh thự trong BOOK Vườn Hòa bình tối thượng" - Shiwarsel Phodrang, tại Ladakh trên miền bắc Ấn. Trong suốt buổi họp, Ngài luôn nhìn thẳng vào tôi thật chăm chú, dường như để truyền sang cho tôi một nghị lực thật kỳ lạ, [phải chăng đây là] sức mạnh của cuộc Cách mạng từ bi đang khơi động từ nội tâm của Ngài.

Đức Đạt-lai Lạt-ma đã tự mình làm cuộc Cách mạng từ bi bên trong chính mình và dường như Ngài đã phó thác cho tôi bức thông điệp đó. Để chuẩn bị trước cho cuộc phỏng vấn này, tôi đã soạn sẵn một số tư liệu liên quan đến việc luyện tập tâm thức mà tiếng Tây Tạng gọi là *lojong*, gồm các phương pháp luyện tập nhằm biến cải tuần tự tri thức không để cho sự vận hành của nó tập trung vào chính nó mà trở thành vị tha một cách tự nhiên. Thế nhưng Đức Đạt-lai Lạt-ma cũng đã dứt khoát rằng đối với những thế hệ lớn lên trong thế kỷ XXI này, việc luyện tập lòng từ bi phải được thiết lập căn cứ vào các khám phá của các ngành thần kinh học, sau khi đã được kiểm chứng dựa vào các kinh nghiệm cụ thể và hợp lý. Lý do trước nhất là vì khoa học mang tính cách toàn cầu, trong khi tôn giáo thì lại có khuynh hướng chia rẽ *(suốt lịch sử nhân loại, tôn giáo - ít nhất là dưới các hình thức lệch lạc của nó - là một thảm họa đau thương và dai dẳng nhất, và đức tin là một hình thức đã tước đoạt sự tự do và đày đọa con người khủng khiếp nhất. Tự tước đoạt sự tự do suy nghĩ của mình là một điều đáng tiếc, biến mình thành một kẻ ngoan ngoãn là một điều đáng buồn)*. Lý do thứ hai là vì tuổi trẻ ngày nay luôn tôn trọng tinh thần khoa học. Lý do thứ ba là vì tuổi trẻ ngày nay cần phải hiểu biết sự vận hành của tâm thức và nắm vững các phương pháp của các ngành khoa học thần kinh, hầu khai mở trí thông minh giúp biến cải tâm thức mình.

Thiết nghĩ ngành tâm lý học Phật giáo với hơn 2.500 năm kinh nghiệm về phép nội quán đối với Ngài cũng đã thừa đủ, thế nhưng Ngài chỉ xem một nửa con người của mình là nhà sư, một nửa còn lại là khoa học gia. Trong suốt 30 năm sau này Ngài luôn tìm cách chứng minh cho thấy sự kết hợp giữa các ngành khoa học thần kinh và khoa học Phật giáo về tâm thức có thể mang lại nhiều đổi mới trong các lãnh kiến thức về tâm thần, y khoa và giáo dục, bằng cách nghiên cứu phép thiền định trong các phòng thí nghiệm, các bệnh viện và trường học. Do đó mỗi khi nói chuyện với tuổi trẻ của thiên niên kỷ này thì Ngài cũng tự đặt mình vào vị trí của họ. Điều đó cũng có nghĩa là phải làm thế nào để hướng dẫn họ một cách hữu hiệu trước sự khẩn cấp trong thời đại này của họ? Đấy là cách phải vượt lên trên tôn giáo, tức là phải đưa ra một phương pháp luyện tập về lòng từ bi dựa vào lý trí con người và sự hợp lý trong cuộc sống, không nhất thiết là phải dựa vào một hệ thống tín ngưỡng, dù là tín ngưỡng nào cũng vậy. Tôi đã lắng nghe Ngài và hoàn toàn ý thức được sự nhấn mạnh ấy, tức là không nên câu nệ về sự chuyển hướng mới mẻ đó, và cũng đã từ lâu sau khi Ngài và tôi cùng xuất bản một quyển sách đầu tiên năm 2009, mang tựa *"Hồi ký về cuộc sống tâm linh của tôi"* (Mon autobiographie spirituelle, nhà xuất bản Presse de la Renaissance, 2009 - ghi chú trong sách) tôi luôn cẩn thận bước theo con đường ấy *(tức là sự kết hợp giữa Phật giáo và khoa học - ghi chú của người chuyển ngữ)*. Suốt trong các tuần lễ sau đó tôi đã cân nhắc tất cả những điều cần phải làm, thế rồi tôi cứ trăn trở mãi những gì hệ trọng trong cuộc đàm thoại với Ngài để hòa nhập chúng vào nội tâm mình và đã đưa đến quyển sách này.

Hiện-hữu cũng có nghĩa là CÙNG-HIỆN-HỮU-VỚI-NHAU

Sở dĩ tiếng gọi của cuộc Cách mạng từ bi vang lên thật mạnh trong tôi là vì những niềm trăn trở của tôi đã được khơi động thêm bởi các cuộc đàm thoại trước đây với các luật sư và luật gia bên lề hội nghị COP21 *(Conférence de Paris 2015/ Hội nghị quốc tế về môi trường năm 2015)*, và trong hội nghị này thay mặt Đức Đạt-lai Lạt-ma tôi đã đọc lên thông điệp của Ngài về môi sinh *(Colloque international Guerre-Paix-Climat-Solution COP21, Dec, 2015/ Hội thảo quốc tế về Chiến tranh - Hòa Bình - Khí Hậu - Giải Pháp, COP21, tháng 12, 2015 - ghi chú trong sách)*. Sự hợp tác trên đây giữa chúng tôi *(các luật gia)* được hình thành sau một loạt các cuộc thảo luận về chủ đề Pháp lý và Lương tâm *(nhóm hành động này đã được Luật sư đoàn Paris chính thức thừa nhận, www.droitetconscience.org - ghi chú trong sách)* đưa đến một sự dấn thân tập thể nhằm nâng cao quyền hạn cũng như bổn phận cá nhân và phục hồi lương tri con người. Sự đồng tình trên đây, trong giai đoạn vô cùng cấp bách hiện nay của môi trường, đã nói lên sự nối kết giữa chúng tôi *(tức là nhóm luật gia trên đây và bà Sofia Stril-Rever)* với hệ thống môi sinh của Địa cầu, và từ đó đã đưa đến sự hình thành của khái niệm về sự ý thức trách nhiệm toàn cầu.

Vào cuối ngày hôm đó tại Ladakh *(trên miền bắc Ấn)*, sau khi hội kiến với Đức Đạt-lai Lạt-ma, và trong lúc đang bước với đôi chân đất trong lòng sông Indus đầy sỏi cát, tôi chợt cảm thấy trách nhiệm đó một cách thật mãnh liệt. Trước mặt tôi nơi chân trời là rặng Hy Mã Lạp Sơn. Những ngọn núi tuyết cứng rắn, sừng sững phơi bày những cạnh sườn nứt nẻ vì cuồng phong, những đỉnh cao như cố tình cắt đứt cả vòm trời. Thế nhưng quang cảnh đất đá đó đã bị mờ đi khi va chạm với những ngọn sóng của một sức sống đang sôi sục dâng lên trong tôi *(mô tả thật tài tình quyết tâm của một con người trước sự ích kỷ và thiển cận của xã hội, sừng sững như rặng Hy Mã Lạp Sơn trước mặt, và sự quyết tâm dâng lên như những ngọn sóng trong lòng).*

Tôi chợt trở thành dòng nước chảy siết của "con sông Sư tử" *(tên gọi bằng tiếng Tây Tạng của con sông Indus - ghi chú trong sách)* sinh ra từ chiếc tử cung băng hà dưới chân ngọn núi thiêng Kailash, đó đây rải rác đền miếu do những người hành hương thành tín cúng dường.

Tôi thoáng trở thành dòng chảy của cả một khối chất lỏng cuồn cuộn từ năm mươi triệu năm, xuyên qua những hẻm vực sâu thẳm, đổ xuống từ Xứ Tuyết *(Tây Tạng)* tràn qua hơn ba ngàn cây số xuyên ngang các vùng Ladakh, Baltistan, chảy dọc theo rặng Korokuru và Hindou Koush trước khi đổ xuống phương nam để tưới mát những cánh đồng của vùng Punjab và Sindh, và ôm choàng lấy biển cả bằng bảy nhánh sông tỏa ra từ một vùng đồng bằng rộng lớn.

Tôi trở thành tiếng động của dòng nước vỗ khe khẽ vào mắt cá chân tôi. Những tiếng vỗ nhẹ đau thương đó của Nóc nhà thế giới đâm thẳng vào tôi khiến cho tôi đau nhói. Nơi đó đã trở thành một nhà tù không nóc với những đứa trẻ thơ, thanh niên và thiếu nữ, có những phụ nữ và cả đàn ông ở mọi lứa tuổi. Họ là những người tu hành và cả thế tục mà một số đã tự thiêu để chống lại chế độ độc tài của Trung quốc - hơn một trăm năm mươi ngọn đuốc người bùng cháy giữa sự vô tình của các quốc gia trên thế giới.

> **Tôi cũng đã trở thành tiếng gào thật mạnh chuyển tải những câu hát từ bi không đè nén được của dòng sông, kêu gọi nhân loại hãy tìm về cội nguồn thương yêu và trong sáng của lòng từ tâm nguyên thủy của mình.**

Trước quang cảnh đó của rặng Hy Mã Lạp Sơn, tôi chợt cảm nhận được là sự hiện-hữu (existence) cũng có nghĩa là đồng-hiện-hữu (coexistence). Trước đó vài tháng, vào ngày 21 tháng 3, 2017, Tiểu bang Uttarakhand *(một tiểu bang trên miền bắc Ấn - ghi chú trong sách)* chính thức thừa nhận con sông Hằng và phụ lưu Yamuna của nó cùng tất cả các dòng nước khác chảy ngang lãnh thổ của mình đều là các biểu tượng của sự sống. Tòa án tối cao quyết định ban cho các dòng nước ấy - dù là sông ngòi, rạch nước, mạch suối hay thác cao - quy chế và quyền hạn của con người, bởi vì tất cả đều là anh chị em với chúng ta trong cùng một hệ thống môi sinh của Địa cầu. Hơn nữa các quan tòa người Ấn còn giao việc bảo vệ chúng trong tay "những người thân thuộc mang gương mặt con người" của chúng, và phải có bổn phận chăm lo sức khỏe và mang lại sự an vui cho chúng *(nêu lên trong quyển Homo Natura/Bản chất con người, tác giả Valérie Cabanes, nhà xuất bản Buchet-Chastel, 2017 - ghi chú trong sách).*

Tôi cảm thấy lòng se thắt về tình huynh đệ thầm kín đó của dòng sông Indus, và càng thấy quặn đau khi hiểu rằng nó đang phải đương đầu với những mối hiểm nguy trầm trọng. Nó đang biến thành một đường cống lộ thiên khổng lồ đào thải các thứ ô nhiễm kỹ nghệ và rác rưởi của dân chúng sinh sống trong các vùng đô thị hai bên bờ. Các đập nước đã làm vỡ tan sự liên tục của hệ thống môi sinh, khiến sinh vật sống trong nước tàn lụi dần. Ngày nay chỉ còn khoảng một ngàn con cá heo sống sót trong dòng sông này. Vùng đồng bằng nơi cửa sông tan hoang vì nạn phá rừng, mực nước biển dâng cao vì nhiệt độ gia tăng. Đất trồng trọt và các vùng kinh rạch bị ngập nước khiến hơn một triệu dân cư phải di tản. Dọc theo dòng sông một sự tương phản hiện ra thật rõ rệt: một bên là sức sống nuôi dưỡng của thiên nhiên, một bên là sự cướp phá của con người, là những kẻ phạm tội tàn sát và phá hoại môi sinh *(ecocide/tàn sát môi sinh, tội phạm này được giải thích trên trang mạng www.endecocide.org - ghi chú trong sách).*

Quả là một điều đáng tiếc, trên chuyến bay từ Ladakh trở về Pháp, tôi đọc thấy câu tuyên bố của bà Uma Bharti bộ trưởng của Ấn Độ về Nước và sự Trẻ trung hóa sông Hằng như sau: "Tôi thành thực tin rằng vấn đề nước luôn luôn phải được giải quyết bằng tình thương yêu, không được phép hung hãn. Chúng tôi đã cùng hợp tác với các nước Nepal và Bangladesh, và cũng trong tinh thần đó chúng tôi mong sẽ được hợp tác với các nước láng giềng khác của chúng tôi" *(trích dẫn trong tập san Shubh Yatra của hãng Hàng không Air India, số tháng bảy, 2017, tr. 63 - ghi chú trong sách).* Những lời tuyên bố [vô trách nhiệm] trên đây cho thấy sự khẩn thiết của một cuộc cách mạng toàn diện về quyền hạn của thiên nhiên, mà những người tích cực trong giới luật pháp phải đứng ra đảm trách *(xem tác phẩm của bà Valérie Cabanes: Un nouveau droit pour la Terre/Một quyền hạn mới cho Địa cầu, nhà xuất bản Le Seuil, 2015 - ghi chú trong sách)*. Chính phủ của nhiều nước đã bước theo con đường này. Chính vì lý do đó mà tổng thống Pháp *(Emmanuel Macron)* trước Đại hội đồng Liên Hiệp Quốc ngày 19 tháng 9 vừa qua đã đề nghị soạn thảo một Hiệp ước toàn cầu vì môi trường *(Hiệp ước toàn cầu về môi trường này được soạn thảo bởi một trăm chuyên gia quốc tế về môi trường, dưới sự điều động của luật sư Yann Aguila, cựu thẩm phán, thành viên của Hội đồng Quốc gia, chủ tịch Ủy ban Môi trường của Hiệp hội các luật gia, và cũng là Tổng thư ký của nhóm chuyên gia soạn thảo Hiệp ước trên đây, www.pactenvironment.org - ghi chú trong sách)* đánh dấu một bước tiến mới cho Hiệp ước Paris. Quả là một sự tiên đoán trước, cách nay khoảng bốn mươi năm Claude Lévis-Strauss *(1908-2000, nhà nhân chủng học và dân tộc học rất nổi tiếng - ghi chú của người chuyển ngữ)* cho biết cần phải giới hạn ở một mức độ nào đó về nhân quyền, khi mà việc thực thi quyền hạn đó cho thấy có thể đưa đến sự tận diệt của các loài động vật và thực vật *(theo một bài viết của ông trên báo Le Monde ngày 21 tháng giêng, 1979 - ghi chú trong sách)*. Một hợp đồng xã hội mới thật cần thiết trong việc tu sửa lại cơ cấu luật pháp ngày nay chỉ nhắm vào hiện tại *(trong nguyên bản là chữ presentism, là một học thuyết chủ trương chỉ chú trọng đến hiện tại, bởi vì quá khứ không còn nữa và tương lai thì chưa đến - ghi chú của người chuyển ngữ)* và con người *(trong nguyên bản là chữ anthropocentrism/chỉ cần biết đến con người)* hầu chuẩn bị trước để đối phó với một sự xáo trộn toàn cầu có thể sẽ xảy ra từ đây đến năm 2050, khiến một trong số bảy người trên hành tinh này phải tìm nơi lánh nạn vì thảm họa môi trường *(xem quyển: "Charte des déplacés environnementaux/Hiến chương của những người di tản vì môi trường" của luật sư Yvon Martinet, www.droitconscience.org, và quyển "Déclaration universelle des droits de l'humanité/Tuyên ngôn toàn cầu về quyền hạn của nhân loại" của nữ luật sư Corinne Lepage, www.droithumanite.fr - ghi chú trong sách*. Bà Corinne Lepage là cựu bộ trưởng môi trường của Pháp, luật gia và giáo sư Viện nghiên cứu chính trị Paris và nhiều đại học khác, bà là một người tranh đấu rất tích cực vì môi trường - ghi chú thêm của người chuyển ngữ)*.

Rạng đông của một cuộc nổi dậy vì lòng từ bi đang ló dạng

Nữ luật sư Patricia Savin *(Chủ tịch hiệp hội Orée, trách nhiệm về Ủy ban Phát triển dài hạn trong luật sư đoàn Paris và Hội nghị Môi trường và Lương tri - ghi chú trong sách)* từng tuyên bố như sau: "Chúng ta đều biết là có nhiều vấn đề về môi sinh, thế nhưng chúng ta có thực sự "ý thức" được các chuyện ấy hay không?". Sự "ý thức" đó nói lên toàn bộ ý nghĩa của cuộc Cách mạng từ bi. Chẳng qua là vì sự thay đổi trên mặt luật pháp phải cần đến một sự thay đổi khác nữa bên trong nội tâm mình, có như thế mới mong biến cải được cấu trúc của lương tri, hầu giúp mình biết đặt lòng vị tha vào vị trí trung tâm của cuộc sống *(luật pháp sẽ không hữu hiệu gì cả nếu mình không biết tự biến cải chính mình, luật pháp thì rất nhiều thế nhưng vì ích kỷ, tham lam và thiển cận mà con người luôn tìm cách qua mặt hay tránh né luật pháp. Do đó một sự tự nguyện thật cần thiết)*. Các công trình cải tổ đang được hoạch định dù thích đáng đến đâu cũng không thể nào gọi là đủ được. Thật hết sức khẩn cấp là phải loại bỏ mô hình xã hội căn cứ trên các tiêu chuẩn hiệu năng, sự cạnh tranh và ganh đua, để thay vào đó bằng một mô hình xã hội biết nêu cao sự chia sẻ và tương trợ. Cách mạng chính là ở chỗ đó. Ngày nay cuộc Cách mạng đó của lòng từ bi đang diễn tiến tốt đẹp, dưới nhiều tên gọi khác nhau, truyền đạt bởi nhiều phát ngôn viên khác nhau.

Với Matthieu Ricard *(một nhà sư nổi tiếng người Pháp rất tích cực)* thì cuộc cách mạng đó mang tên là cuộc *Cách Mạng Vị Tha*. Trong quyển sách *Biện minh cho lòng vị tha (Plaidoyer pour l'altruisme)* với hơn một ngàn dẫn chứng khoa học, ông đã chứng mình cho thấy lòng từ bi có thể biến cải được cấu trúc, hóa chất và sự vận hành của não bộ

(trang web www.droitetconscience.org, 31 tháng 8, 2017, - ghi chú trong sách). Người được mệnh danh là hạnh phúc nhất thế giới ấy *(nhà sư Matthieu Ricard được các khoa học gia, bác sĩ thần kinh học, tâm thần học sử dụng các máy móc y khoa hiện đại nhất để theo dõi sự vận hành của não bộ ông trong khi ông hành thiền, và tất cả đều công nhận ông là người "hạnh phúc" nhất thế giới)* đã cụ thể hóa cuộc cách mạng ấy qua các chương trình nhân đạo do ông tổ chức tại Á Châu *(Plaidoyer pour l'altruisme/Biện minh cho lòng vị tha NIL, 2013; Cerveau et méditation/Não bộ và thiền định, Allary, 2017 - ghi chú trong sách)* và sự dấn thân của ông trong việc bảo vệ quyền sống của thú vật *(Plaidoyer pour les animaux/Bênh vực cho thú vật, Pocket, 2015 - ghi chú trong sách)*.

Cuộc Cách mạng từ bi được triết gia Abdennour Bidar *(tác giả của quyển "Pladoyer pour la fraternité/ Biện minh cho tình huynh đệ", Albin Michel, 2015; và quyển "Les Tisserands, Les liens qui Libèrent/ Những người thợ dệt, Các mối dây trói buộc đưa đến sự Giải thoát", 2016; và quyển "Quelles valeurs partager et transmettre aujourd'hui?/ Những giá trị nào để chia sẻ và quảng bá ngày nay?", Albin Michel 2016. Ông cũng là người khởi xướng phong trào Huynh đệ rộng lớn, www.fraternite-général. org - ghi chú trong sách)* gọi là cuộc Cách mạng của tình huynh đệ, dựa vào một khẩu hiệu mà ông thường nêu cao là "hãy cùng nhau hàn gắn lại cơ cấu rách nát của thế giới". Sau khi nhận thấy sự khủng hoảng của mối dây tương kết, mẹ đẻ sinh ra tất cả các thứ khủng hoảng khác trong một thế giới đang bị xâu xé và rạn nứt này, ông chủ trương hàn gắn lại ba mối dây tương kết chủ yếu nhất dưỡng nuôi con người, đó là các mối dây nối mình với kẻ khác và cả thiên nhiên, đấy là cách giúp mình giải tỏa sức sống, niềm hân hoan và tình thương yêu bên trong chính mình. Ông cũng đã đề nghị nên "biến tình huynh đệ thành một dự án chính trị" *(cuộc đàm thoại với Xavier Thomann trên tạp chí Télérama, 31.10.2016 - ghi chú trong sách)*.

Cuộc Cách mạng từ bi đó còn được một nữ khoa học gia người Ấn về Vật lý học là Vandana Shiva *(sinh năm 1952, là một khoa học gia nhưng cũng là triết gia, văn sĩ, rất tích cực vì môi sinh và nữ quyền, từng đoạt giải Right Livehood Award năm 1993, giải thưởng này được xem ngang hàng với giải Nobel)* gọi là Nền Dân chủ của Địa cầu. Bà đứng lên đòi hỏi năm quyền hạn tối thượng và căn bản nhất của con người: hạt giống, nước, thực phẩm, đất đai và rừng rậm, đó là các điều kiện tối cần thiết hầu giúp nhân loại kiến tạo một nền dân chủ đích thật và sâu rộng qua sự tương kết giữa toàn thể chúng sinh.

Cuộc Cách mạng từ bi cũng còn được gọi là sự kết hợp của "Một triệu cuộc cách mạng thầm lặng", thổi lên một luồng gió hy vọng qua sự tham gia của các tầng lớp dân sự trong xã hội, nhất là tuổi trẻ trên toàn thế giới, nhằm kiến tạo một xã hội tôn trọng môi sinh, tích cực và đoàn kết hơn.

Rạng đông của sự bùng dậy đó của lòng từ bi đã bắt đầu ló dạng. Đấy không phải là một giấc mơ. Thế giới từ bi là có thật, và nó ngự trị từ bên trong giấc mơ ấy *(mượn cách viết của thi hào Paul Eluard trong câu: "Un autre monde existe. Il est dans celui-ci/Một thế giới khác là có thật. Nó nằm bên trong thế giới này" - ghi chú trong sách)*.

Khi tiếp xúc với Đức Đạt-lai Lạt-ma vào tháng bảy năm 2017 tại Ladakh, tôi có hứa với Ngài là sẽ cố gắng với tất cả sức lực và khả năng của mình để làm sao cho những lời kêu gọi này của Ngài được mọi người nghe thấy. Tôi vẫn còn nhớ sự hành diện của bốn YouTubeurs mà tôi đã đã đưa họ đến gặp Đức Đạt-Lai Lạt-ma ba tháng trước đó. Bốn người bạn trẻ ấy tên là Adèle Castillon, Seb la Frite, Valentin Reverdi và Sofyan Bougouni *(hướng dẫn bởi nữ ký giả và nhà thiết kế các chương trình văn nghệ Anaïs Deban. Video "Séjour en Inde de Seb la Frite"/Những ngày viếng thăm nước Ấn của Seb La Frite, https//www.youtube. com/watch?v=wmT0h3e6Am0 - ghi chú trong sách. Đây là một đoạn phim vidéo cho thấy cảnh đông đúc và ô nhiễm ở Ấn Độ, cảnh những người Tây Tạng tị nạn và Đức Đạt-lai Lạt-ma tiếp những người trẻ trong nhóm YouTubeurs. Trong phim có cả sự xuất hiện của bà Sofia Stril-Rever - ghi chú của người chuyển ngữ)*. Những người trẻ đó đã khám phá ra một vũ trụ khác, xa lạ, thật là xa lạ, khác hẳn với vũ trụ sôi sục của họ. Nơi đó thời gian không có cùng một ý nghĩa. Quyển sách này là phần đóng góp của tôi vào thế giới đang được hình thành của họ. ∎

(hết chương 5)

Thích Đức Thắng

ẨN DỤ MỘT ĐÓA MAI

Chớ bảo xuân tàn hoa rụng hết,
Ngoài sân đêm trước một đóa mai.

Sự hiện hữu đột biến phản diện của một đóa mai đã đánh lay tâm thức của người đọc một cách bất ngờ, tạo ra một mối nghi tình cho hành giả, trong hai câu song thất kết thúc của bài kệ, mà thiền sư Mãn Giác đã trao cho những người đi sau, nhân lúc cáo bệnh thị chúng của ngài, chúng vẫn còn tiếp tục chảy không biết bao nhiêu bút mực để nói về sự hiện hữu của chúng. Vì ở đây, chúng ta mỗi người phàm tình, đang sống với cảm giác cảm tính chứ không phải trí giác của trực giác lý tính, do đó mỗi người có mỗi cái nhìn lệ thuộc vào cảm tính tình cảm thiên kiến của mỗi cá nhân. Vì vậy mọi cái nhìn đều lệ thuộc vào chủ quan tính, để nói lên cái ngã tính của mình thể hiện. Ở đây, mọi người đều có quyền thể hiện, nhưng sự thể hiện đó, chúng được đánh giá như thế nào còn tùy thuộc vào tính phổ quát được mọi người chấp nhận và đồng tình hay không, đó là điều đáng nói; còn chuyện muốn vượt qua khỏi mức độ cho phép, thì đó là một chuyện khác, hãy để dành cho đức Phật Di Lặc (hay những vị đạt Đạo) sau này ra đời giải quyết nghi!

Ẩn dụ của một đóa mai theo ngôn ngữ luận lý tương đối, chúng ta có thể có khả năng tháo gỡ bóc vỏ để chúng hiện hữu như chính chúng, trong việc phân tích bằng vào ngôn ngữ mà mọi người có thể chấp nhận được thì trước hết, chúng ta phải biết qua xuất xứ của bài kệ này, để từ đó đánh giá đúng hơn về tư tưởng ẩn dụ này qua bài kệ, sau nữa là người viết và người đọc phải tham dự vào, tiến trình động não phân tích qua pháp phủ định những nguyên tắc, tưởng chừng như là một chân lý khó phá vỡ vượt qua, do kinh nghiệm thói quen tập quán mang lại trên mặt hiện tượng. Trước khi thị tịch ngài có để lại cho chúng ta một bài kệ nhân khi ngài cáo bệnh dạy chúng:

"Xuân đi trăm hoa rụng,
Xuân đến trăm hoa cười.
Việc đời qua trước mắt,
Già đến trên đầu rồi!
Chớ bảo xuân tàn hoa rụng hết,
Ngoài sân đêm trước một đóa mai."
(Thiền Uyển tập anh).

Qua xuất xứ bài kệ dạy chúng trước khi người thị tịch và nội dung của chúng, đã kết hợp đủ để chúng ta có một cái nhìn tổng quát về mặt hiện tượng (tướng-dụng) và ẩn dụ (thể).

Đứng về mặt hiện tướng là một vị thiền sư, ngài nói lên cái chức năng của một người dẫn đường trước khi mình qua đời, để cảnh tỉnh những người còn lại sau này qua việc sống-chết. Cho dù bằng vào những kinh nghiệm sống, những thói quen tập quán, mà con người đã rút ra được những chân lý mang tính phổ quát được mọi người chấp nhận đi nữa, thì đó cũng chỉ là một thứ chân lý của tương đối thôi. Vì sao? Vì việc đến đi của mùa xuân chúng tùy thuộc vào vô thường, nếu không có vô thường thì sẽ không có đến-đi, và không có đến-đi thì sẽ không có mùa xuân. Do đó, việc: "Xuân đi trăm hoa rụng, xuân đến trăm hoa cười." chỉ là hiện tượng biến dịch (vô thường) THƯỜNG chứ không gì khác. Ở đây, chúng biểu trưng cho việc sống chết của con người mà lý vô thường luôn được hiện hữu một cách thường xuyên, để thể hiện luật tắc Duyên khởi trong hiện tướng (trong Thành-trụ-hoại-không) của các pháp. Chỉ vì chúng ta không nhìn ra được cái lý ẩn của: "Việc đời qua trước mắt, Già đến trên đầu rồi," nên từ sự vô thường bất toàn của các pháp, con người đâm ra ham sống sợ chết, sống vui chết buồn, và cũng từ đó mọi sự sợ hãi được hình thành, ám ảnh con người, để rồi các thứ bệnh tà kiến phân biệt chấp trước đua nhau xuất hiện trong cái lòng tin mù quáng của mọi người. Đây cũng là điều mà chính đức Phật đã dạy trong kinh Kalama: "Đừng vội tin tưởng vào bất cứ điều gì mà chúng ta thường nghe nhắc đi nhắc lại luôn luôn. Đừng vội tin tưởng vào điều gì mà điều đó được coi như là một tập tục từ ngàn xưa để lại. Đừng tin tưởng vào những sáo ngữ mà người ta thường đề cập đến luôn. Đừng tin tưởng bất cứ điều gì dù đó là bút tích của thánh nhơn. Đừng tin tưởng vào điều gì dù là thói quen từ lâu, khiến ta nhận là điều ấy đúng. Đừng tin tưởng một điều gì do ta tưởng tượng ra mà lại nghĩ rằng do một vị tối linh đã khai thị cho ta. Đừng tin tưởng vào bất cứ điều gì mà điều đó chỉ dựa vào uy tín của các thầy dạy cho các người. Nhưng chỉ tin tưởng vào cái gì mà chính các người đã từng trải, kinh nghiệm và nhận cho là đúng, có lợi cho mình và người khác. Chỉ có cái đó mới là đích tối hậu thăng hoa cho con người và cuộc đời. Các người hãy lấy đó làm chỉ nam cho mình."

Chính vì sự sợ hãi trước cuộc sống-chết của chính mình, qua những biến động đổi thay của vô thường luôn luôn hiện hữu bên cạnh, nên lòng mê tín dị đoan của chúng ta nổi dậy tin chấp tà kiến vào những thế lực bên ngoài, để rồi bị chúng cuốn hút luôn, không làm chủ được mình. Do đó, Thiền sư Mãn Giác mới cảnh giác chúng của ông và những người đi sau như chúng ta, qua pháp phủ định những xác định mà người đời đã coi chúng như là một thứ chân lý, qua hai câu song thất của bài kệ:

Chớ bảo xuân tàn hoa rụng hết,
Ngoài sân đêm trước một đóa mai.

Qua pháp phủ định này, trước hết đứng về mặt biểu hiện thì sự hiện hữu của một đóa mai, không bị lệ thuộc vào việc xuân đến hay là xuân đi như chúng thường được chấp nhận một cách tự nhiên, được coi như là một thứ chân lý xưa nay theo kinh nghiệm: "Xuân đi trăm hoa rụng, xuân đến trăm hoa cười." theo tiến trình thời gian, phân bố điều trong một năm qua bốn mùa xuân-hạ-thu-đông. Như vậy có nghĩa là chúng sẽ hiện hữu vào bất cứ lúc nào, khi những điều kiện duyên cùng hoàn cảnh môi trường chung quanh, đủ cho phép để hiện khởi thì chúng hiện hữu. Đó là chỉ nói đến một sự hiện hữu chưa được xác định qua phủ định, nhưng ở đây chúng ta được thiền sư tự xác định thời gian và nơi chốn hiện hữu của chúng qua câu hai: "Ngoài sân đêm trước một đóa mai."

Vậy ở đây, đêm trước là đêm nào? Và chúng thuộc vào mùa nào trong năm? Điều này cũng dễ thôi nếu chúng ta biết liên hệ đến thời gian cáo bệnh để dạy chúng của người. Theo tiểu sử thì ngài nói ra bài kệ này cùng ngày trước khi ngài thị tịch, như vậy ngày ngài qua đời là ngày 30 tháng 11 năm Hội phong thứ 5 (1096). Qua đây chúng ta đã xác định được ngày tháng năm và nơi chốn đóa mai hiện hữu. Chính sự hiện hữu của đóa mai này đã nói lên được: thứ nhất sự phủ định của ngài đã đánh đổ đi được những lệ thuộc ước lệ thời gian từ ngàn xưa để lại, mà mọi người trong chúng ta đã từng chấp nhận như là một chân lý. thứ hai sự hiện hữu của đóa mai có thể là bất cứ lúc nào, bất cứ nơi nào miễn có đầy đủ mọi duyên cùng hoàn cảnh môi trường chung quanh cho phép thì chúng sẽ hiện hữu. Mai nở vào mùa đông có gì không phải? Hiện tại khoa học dư sức để tạo môi trường về việc này, ngay đến việc tác tạo ra thai nhi trong ống nghiệm họ còn làm được, qua việc trích ly tinh trùng và noãn sào của người đàn ông và đàn bà phối hợp với nhau, cùng tạo môi trường dinh dưỡng đầy đủ v.v... thì thai nhi hiện hữu và lớn lên. Cũng vì việc tác tạo thai nhi trong ống nghiệm của các nhà khoa học, mà họ đã từng bị một số tôn giáo phản đối. Nhưng đó là việc của tôn giáo, còn khoa học vẫn là khoa học, khoa học không phải vì thế mà chúng mất đi giá trị chân lý của chúng. Chân lý vẫn là chân lý khi khoa học là biểu tượng cho những thành tựu chân lý của chính nó, trong khi tư tưởng phản khoa học chúng là vật cản đường để đi đến chân lý, những thứ nọc độc cặn bã này rồi cũng sẽ bị thời gian đào thải mà thôi. Qua đây đủ nói lên tính ưu việt của thuyết nhân duyên sanh khởi của đạo Phật, mà qua đó khoa học càng ngày càng nhận thấy, những kết quả thực nghiệm của họ khám phá ra trong hiện tại, luôn luôn tương ứng và khế hợp với những lời dạy của đức Phật cách đây hơn hai ngàn năm.

Đứng về mặt ẩn dụ một đóa mai, thiền sư Mãn Giác nhằm trao cho những người đi sau đức vô úy trước việc sống-chết của đời người, và nói lên sự hiện hữu của cái "Bản lai diện mục" của các loài hữu tình nói riêng, và vạn vật vô tình nói chung. Chúng luôn luôn tồn tại và biến dịch trong từng sát na một, chúng luôn tùy thuộc vào các duyên đủ để hiện khởi, và biến khác đi nhờ lý vô thường tác động để hình thành luật tắc "vô thường tức thị thường." Ở đây, trong tất cả những duyên đủ để hình thành sự hiện hữu của một vật, thì các loài hữu tình chỉ khác với loài vô tình về nghiệp lực qua năm uẩn (Về vật chất (sắc): đất, nước, gió, lửa, không. Về tinh thần (tâm): thọ, tưởng, hành, thức) mà thôi.

Như chúng ta biết tiến trình sinh hóa của vũ trụ vạn vật chúng luôn tùy thuộc vào các duyên đủ để hiện khởi, do đó việc đóng khung vào những hiện tượng bên ngoài theo kinh nghiệm, để phân chia cắt xén thời gian và, áp đặt lên nó một nhãn hiệu nào đó theo đạo Phật điều đó là một việc làm sai lầm. Cũng đứng trên quan điểm này thiền sư Mãn Giác dùng "đóa mai" làm ẩn dụ cho "Bản lai diện mục" của mỗi chúng ta. Bản lai diện mục này không những chỉ hiện hữu trong kiếp này để rồi biến mất sau khi chết đâu, mà chúng hiện hữu bất cứ lúc nào và bất cứ nơi đâu trong ba cõi sáu đường luân hồi này nếu đủ duyên, việc đủ duyên ở đây chúng tôi muốn nói đến y báo và chánh báo của nghiệp. Như vậy vấn đề sống-chết hay sinh-diệt của các pháp ở đây chúng tôi chỉ mới nói đến Phân đoạn sanh-tử chứ chưa đề cập đến vấn đề Biến dịch sanh-tử. Cũng như đóa mai chúng sẽ nở ra bất cứ mùa nào trong năm cho dù là mùa đông nếu hội đủ các điều kiện của mùa xuân thì chúng hiện hữu.

Qua pháp ẩn dụ này tuy chúng ta đã được thiền sư Mãn Giác hướng dẫn cho chúng ta một cách nhìn đúng về sự hiện hữu và biến dịch của cái Bản lai diện mục chính mỗi người qua pháp phủ định, và chúng sẽ hiện hữu - biến dịch vào bất cứ lúc nào và bất cứ nơi đâu trong ba cõi sáu đường. Nhưng ở đây có một điều quan trọng là chúng ta chưa thấy được bộ mặt thật của cái Bản lai diện mục của chúng ta như thế nào? Điều này là một vấn đề cần thiết cấp bách dành cho việc nỗ lực thực hành của mỗi chúng ta, mà thiền sư Mãn Giác cần nơi chúng ta tự giải quyết nghi. ■

Tuệ Nguyên

XA VANG TIẾNG CƯỜI

(Kính dâng Giác linh Hòa thượng Tuệ Sỹ, nhân ngày Tiểu tường 12/10 Giáp thìn, nhằm ngày 12/11/2024)

*Thầy chừ rủ bụi về Tây
Để dòng sông cũ vơi đầy khói sương;
Hồn không gian đọng văn chương
Nắng hoàng hôn xuống còn vương lưng đồi;*

*Thầy đi sỏi đá bồi hồi
Pháp Thanh văn tạng hóa lời kinh hoa;
Diệu ngôn my ngữ hằng sa
Sen đài Thầy ngự giữa tòa vô tông;*

*Thầy đi mây trắng thong dong
Dòng sông ở lại đục trong bốn mùa;
Nghe chuông chùa vọng lời thưa
Vầng trăng hải ấn, thuyền đưa lưng đèo;*

*Cõi huyền tuệ nhật cao treo
Sương tan đỉnh núi lưng đèo nở hoa;
Bình nguyên từng dặm đi qua
Tử sinh ngời giữa một tòa diệu âm;*

*Đời người nào có bao lăm
Đất trời chỉ có chữ tâm sáng mà;
Chừ rằng: Thầy đã đi xa
Kinh thơm Thầy nấu đẹp tà áo xuân;*

*Dẫu đời như huyễn, như chân
Mênh mông cõi Phật siêu trần bước đi;
Phương trời viễn mộng là chi
Ngữ ngôn để lại bên ni gió đùa;*

*Mấy con chữ, bận hơn thua
Bên kia nhật nguyệt Thầy đưa mắt cười;
Đưa tay phà cát mà chơi
Hỏi vì sao vậy, Thầy cười ha ha!*

Hình: Phong cảnh Huyền Không Sơn Thượng (Huế)

Minh Đức Triều Tâm Ảnh

NĂM MỚI & CHUYỆN CŨ-MỚI

Hằng năm, cứ vào lệ thường đêm giao thừa, thầy trò chúng ta thường tụng kinh phúc chúc an lành cho nhân loại, cho đất nước Việt Nam, cho chư thiên, thọ thần, cho tất cả ân nhân, thí chủ, cho chư Phật tử gần xa và cho cả chúng ta một năm mới tốt lành hơn, an vui hơn. Sau đó là buổi nói chuyện về năm cũ, năm mới. Những chuyện năm qua cái chúng ta làm được, cái chúng ta làm chưa được. Sự tu học cũng vậy.

Trước tiên là thầy, thầy có những khiếm khuyết, những sai lầm nào đó về bản thân cũng như trong cung cách xử sự đối với học chúng. Thầy đã có lời sám hối khi năm đó thầy có vài ba lần nổi giận la mắng nặng lời một vài người đã sai lỗi quá thô thiển về thân, về khẩu. Thầy cũng không được ỷ lại vào tuổi già mà ngủ nhiều hoặc lười nhác không sít sao theo chương trình làm việc mỗi ngày. Thầy cũng làm biếng đi trai tăng, cầu an, cầu siêu nơi này nơi khác; và luôn cố ý đẩy "bổn phận" ấy lên chúng kinh sư. Thời gian gần đây, còn cái bậy nữa, là khi dạy học thầy không được nhiệt tình cho lắm, nói rõ là thiếu lửa! Có lẽ phần lỗi là do thầy chưa tu luyện "giáo hóa thần thông" tới nơi tới chốn hoặc đã bỏ quên "nghệ thuật sư phạm" gần 50 năm không ngó ngàng tới. Thế là bao nhiêu "cái chưa được" của thầy, thầy mang ra nói gần hết, có phải thế không?

Và bây giờ là đại chúng.

Đầu tiên, thầy cảm ơn chư sư và chúng điệu đã chăm lo công việc tương đối chu đáo trong ngoài. Hai thời khóa công phu và tập thiền không bỏ bê. Vườn cảnh rộng cả vài mẫu tây mà quanh năm tương đối xanh, sạch, đẹp. Đặc biệt thầy ghi nhận thành quả của "lực lượng lao động chính quy" trong những công việc nặng nề về vận chuyển đá, xây những bờ tường đá; đào hố, chuyển cây và trồng cây, phát rừng và dọn dẹp sửa sang hồ, khe, suối, các con đường... sau mùa mưa xói lở. Công đức tiếp theo thuộc về các sư, các chú ở trong ban bếp núc, chợ búa, củi đuốc bao giờ cũng vất vả lo ăn cho bốn, năm mươi người, lúc có nhiều thợ thầy thì còn đông hơn thế. Lại còn cho ăn chu đáo mười mấy con chó và hai mươi mấy con mèo nữa chứ! Không đơn giản đâu, nhất là khi chúng bị thương do cắn nhau, bị giòi làm tổ, bị các loài "vắt", bọ đeo kín lưng, bị nhiều thứ bệnh phải mang xuống Bác sĩ Thú y. Kế nữa, thầy hoan hỷ ghi nhận công đức của "ai đó" luôn quan tâm các cụm nhà vệ sinh công cộng cho khỏi hổ thẹn với khách vãng lai! Cuối cùng, thầy cảm ơn "Ban Tri Sự" bốn vị tỳ-khưu điều hành, quán xuyến công việc, tuy còn thiếu sót hoặc khập khểnh ở đâu đó nhưng mong rằng, nhờ đạo tình huynh đệ, lục hòa, tứ nhiếp cùng với kinh nghiệm tự thân của mỗi người, rồi chúng sẽ tự động điều chỉnh dần dần. Như vậy, rõ ràng ai cũng tất bật công việc trong ngoài còn riêng thầy được đại chúng cho nghỉ ngơi, không làm gì cả; thầy cũng nguyện làm sao "sự nghỉ ngơi, không làm gì cả" ấy cho xứng đáng "đồng tiền bát gạo!".

Thầy cũng thẳng thắn nói ra, ai đó với những tập khí phải cần được thấy rõ chứ đừng xác định "cái tôi" quá nhiều trong công việc, trong giao tiếp, trong cư xử đệ huynh. Ai đó, bao nhiêu bữa không tụng kinh, không hành thiền. Ai đó không chu toàn bổn phận mà Ban Tri Sự đã giao phó, cắt đặt. Ai đó còn biếng lười trong công việc. Ai đó không chịu khó học hỏi để nắm bắt cho kỳ được giáo pháp căn bản, pháp hành căn bản. Ai đó có tật hay dạy người, giảng cho khách điều này điều kia nhưng óc mình còn trống rỗng bên trong. Ai đó thích sai bảo kiểu gia trưởng trong lúc việc ấy tự tay mình làm được. Ai đó còn ham chơi, còn ham games, còn ham vớ vẩn, phù phiếm, hời hợt các trang facebook, còn ham "buôn dưa lê", còn ham xuất hiện nơi đám đông, ham bắt chuyện với thập phương… vân vân và vân vân. Hằng chục cái vân vân như thế thầy trò chúng ta cũng đã không ngần ngại đem ra bàn hết, nói hết. Chúng ta thường chào đón năm mới như vậy đó.

Năm nay, thầy nói về cái khác, đặc biệt là nói về cái mới.

Năm mới thì cái gì cũng mới. Cây cảnh mới, hoa lá mới; mới cạo đầu, mới ngày tháng, mới tiết xuân, mới phố phường, mới trời đất, mới người cảnh; và mới cả không gian rừng thiền có thơ mới, giấy mới, chất liệu mới, thư pháp mới của các sư, các chú nữa… Cái gì cũng mới, còn "con người" chúng ta thì sao nhỉ?

Coi chừng nghe, năm mới mà chúng ta không "mới mẻ" lại còn quá "cũ kỹ" đấy. Coi nào: Nghiệp cũ, tâm cũ và mọi sinh hoạt lăng xăng bên ngoài cũng có từ tập khí cũ ngàn đời. Khái quát, chúng ta hãy điểm mặt, chỉ tên những cái cũ gốc, những cái cũ có sức mạnh chi phối cả đời sống của chúng ta, nghiệp mệnh của chúng ta. Là người học Phật, tu Phật, chúng ta cần phải thấu rõ cái cũ, mới rốt ráo này.

Đầu tiên là nghiệp cũ. Tất cả chúng ta đến trái đất này, làm người do nghiệp dẫn dắt, do nghiệp quyết định. Chúng ta có nhiều loại nghiệp. Nghiệp do có sự chủ ý, quyết tâm mạnh mẽ, gọi là cực trọng nghiệp. Nghiệp do thói quen lâu ngày thực hiện một công việc, ví như việc làm hằng ngày, gọi là tập quán nghiệp hay thường nghiệp. Nghiệp do chứa nhóm, tích lũy mỗi ngày mỗi ít, gọi là tích lũy nghiệp. Nghiệp do hành động trước khi lâm tử gọi là cận tử nghiệp. Giây phút cuối cùng của đời người, trong tất cả các nghiệp ấy, nghiệp nào có năng lực mạnh mẽ nó sẽ quyết định tâm thức tái sanh. Ví như trong một chuồng bò. Thường thì con bò nào ở gần chuồng, khi mở cửa, nó sẽ bước ra đầu tiên – đây là trường hợp của *cận tử nghiệp*. Có trường hợp "con bò cận tử nghiệp", dù ở gần cửa nhưng yếu quá, bị một con bò to lớn, mạnh mẽ xông tới, đạp cửa, tông rào nhảy ra – đây là trường hợp những cực trọng nghiệp không kể thiện hay ác. Có trường hợp khác nữa, nghiệp nào cũng yếu, chỉ có những nghiệp làm hằng ngày mới có đủ sức mạnh tuôn rào – thì lúc ấy "con bò thường nghiệp" an nhiên xông ra cửa!

Khái quát như vậy để chúng ta biết rằng, khi có mặt ở đời này, chính nghiệp tạo nên thân thể, ngũ quan đẹp xấu, cá tính, trí ngu, cùng hoàn cảnh giàu nghèo sang hèn liên hệ - được gọi là chánh báo và y báo. Chánh báo và y báo là căn cước, là ADN của một người từ thuở mới sinh ra. Và toàn bộ cái mà chúng ta thừa hưởng trên đời này chính là do nghiệp cũ, nghiệp từ kiếp trước tái tạo.

Viết đến chỗ này thầy muốn có một ví dụ cho dễ hiểu. Lần đó, thầy đi Ấn Độ, xe du lịch dừng nghỉ tại một ngôi làng được xem như là nghèo nhất ở đây. Nhà cửa của họ chỉ tợ như là chuồng bò, chuồng trâu mà thôi. Có nhà không có giường, ghế, thấy họ nằm khoèo trên nền đất. Mái, tường lắp ghép tạm bợ cây, gỗ, tranh, lá rách nát. Bên này mấy con bò, bên kia mấy con dê. Phân, rác thải trong nhà, ngoài nhà. Thế mà có mấy người đàn ông ngồi chồm hổm tỉnh bơ tán gẫu với nhau bên cửa cạnh đống phân rác ấy! Nhìn ra xa, thấy một cánh đồng lúa vàng rộm, ngạc nhiên không có ai thâu hoạch. Nhìn mỏi mắt chợt thấy một người đàn bà, bỏ gùi trên vai xuống rồi lấy "liềm" gặt một khoảnh ruộng nhỏ xíu chừng rộng hơn thước Tây. Xong, chừng ấy đủ rồi, bỏ vào gùi mang về. Đủ ăn rồi! Tôi thắc mắc chuyện trước mắt thì có một vị sư ở đây lâu năm giải thích:

"Thủ phạm là do định mệnh thuyết của Bà-la-môn giáo đấy! Bây giờ là đạo Hindu. Họ tin thuyết định mệnh, tin thuyết 4 giai cấp. Giàu nghèo sang hèn gì cũng đã được quy định từ khi vừa mở mắt. Kiếp này cu-li thì kiếp sau cũng cu-li. Kiếp này là thủ-đà-la, chiên-đà-la thì kiếp sau cũng thủ-đà-la, chiên-đà-la thôi. Không thể thay đổi số kiếp mà đấng Phạm Thể tối cao đã giáng nghiệp! Do vậy, ngay chính lúa đã chín mà họ cũng không thèm cất kho, chỉ gặt vừa đủ ăn, sống-an-nhiên-tự-nhiên-như-triết-gia-an-phận-thủ-thường vậy đó! Làm chi nhiều cho mệt; mà cho dù nỗ lực trong nghề nghiệp cũng chẳng giàu có được; chỉ nên bằng lòng biết đủ trong thân phận đói nghèo của mình!".

Chuyện kể trên nhằm minh họa cho những ai cam chịu sống theo nghiệp cũ, trôi xuôi theo nghiệp cũ, không chịu tạo tác nghiệp mới để có chánh báo, y báo mới tốt đẹp hơn.

Từ khi nghiệp quyết định tâm thức tái sanh thì nó mang theo tự thân thiện ác tốt xấu cùng tỷ tỷ chủng tử nhiều đời kiếp. Nói dễ hiểu là nếu nghiệp tốt lành thì chúng ta ít tham sân si, có nhiều đức tính, phẩm chất con người. Còn nếu ngược lại, nghiệp xấu ác thì chúng ta nhiều tham sân si và nhiều tật xấu, thói hư, nhiều bản năng thú vật, động vật.

Rộng hơn tí nữa. Con người ngày nay, và ngay chính chúng ta, cũng còn rất nhiều người sống theo nghiệp cũ không chịu tích cực chuyển nghiệp hoặc tái tạo nghiệp mới. Họ sống theo nghiệp cũ nên tâm sân ác thì cứ tàn sát mọi người. Nếu tâm tham vô độ thì cứ vơ vét, quơ quào của cải, tài sản. Nếu tâm không có tính người thì hành động dã man như loài thú dữ. Nếu tâm không có tàm quý thì không có hành động xấu xa, trái với đạo đức, luân lý nào mà nó không dám làm. Nếu tâm trơ lì cảm xúc, dù thấy cảnh hung ác, bạo tàn nhưng họ vẫn dửng dưng, vô cảm.

Nói gần vấn đề hơn. Khi chúng ta có tham, sân rồi hành động theo tham, sân ấy là chúng ta sống theo nghiệp cũ, tâm cũ. Khi chúng ta làm việc gì đó tuân theo thói quen, cá tính của mình rồi còn biện hộ: "Cái tính tôi nó vậy" là đã sống theo cái nghiệp cũ, cái tâm cũ. Gói gọn rốt ráo trong một câu: Khi nào hành động qua thân, khẩu ý mà "không có chánh niệm, tỉnh giác soi rọi" là chúng ta đã sống theo nghiệp cũ và tâm cũ rồi! Chỗ này thầy giải mã rõ ràng hơn:

"Có người tánh sân nhiều do lưu cửu trong dòng bhavanga. Hễ có chuyện gì trái ý nghịch lòng là nóng nảy, bực tức khởi lên (thuận theo cái tánh cũ) rồi hành động qua thân khẩu ý do lực của tánh sân chi phối."

Đấy là trường hợp sống theo nghiệp cũ, tâm cũ. Trái lại, trong trường hợp trên, có người chánh niệm, tỉnh giác ghi nhận trạng thái nóng nảy bực tức (cảm thọ - quán thọ) ấy, nên sân không chi phối người ấy được. Và cho dẫu sân có khởi lên, nhờ chánh niệm, tỉnh giác "tâm sân biết tâm sân (tâm – quán tâm) thì tâm sân cũng tự diệt. Đây là trường hợp không sống theo tâm cũ, nghiệp cũ mà là đang bắt đầu chuyển hóa để sống theo tâm mới, nghiệp mới".

Đối với hành giả tu tập minh sát - thiền tuệ - lâu năm thì chánh niệm, tỉnh giác quán cái "hiện tiền đang là" tuy rất khó khăn nhưng nếu thực tập kiên trì thì có thể thành công được sáu, bảy phần mười. Còn người chưa từng quen với thiền tuệ như đã nói thì quả thật là "bất khả". Tuy nhiên, ta cũng có thể có cách khác. Sống giữa mọi giao tiếp khi biết mình hành động như vậy, như vậy... là do thói quen, do tập khí thì mình hãy dừng lại, dừng lại một lát rồi hãy hành động ngược lại với ý muốn của mình. Dừng lại hoặc hành động ngược lại cũng là một cách để thoát ly tâm cũ, nghiệp cũ không cho tập khí kéo lôi nữa. Vậy là mới. Vậy là mình bắt đầu chuyển hóa để sống, để hành động theo tâm mới, nghiệp mới rồi.

Đến đây chắc có người sẽ hỏi, nghiệp cũ, tâm cũ đâu phải là hoàn toàn xấu ác? Có người khi mở mắt chào đời có chánh báo, y báo tốt, lại ngầm chứa nhiều chủng tử thiện thì tuy họ hành động theo tâm cũ, nghiệp cũ nhưng chúng lại tốt, lành thì sao? Đâu phải cái cũ nào cũng là xấu ác? Đúng vậy! Nếu tâm cũ, nghiệp cũ tốt, lành - thì ta cũng có thể làm cho cái tốt, lành ấy mới hơn, đẹp đẽ hơn, bằng cách dựa theo câu kinh Lời Vàng số 183:

Vui thay! Điều ác không làm
Vui thay! Việc thiện lại chăm làm hoài
Tự tâm thanh lọc trong ngoài
Ấy là giáo huấn trọn đời Thế Tôn!"

(Sabbapāpassa akaraṇaṃ
kusalassa upasampadā,

*Sacittapariyodapanaṃ
etaṃ buddhāna sāsanaṃ).*

Phải chăm làm! Việc thiện thì phải chăm làm, làm mãi, làm hoài cho đến chỗ "toàn thiện". Đức Đại Bồ-Tát của chúng ta cũng đã không thực hành trọn vẹn 30 ba-la-mật, trước khi chứng đạt đạo quả Bồ-Đề đó sao?

Cũng còn có một hành động tối hậu tinh khôi, mới mẻ mà thoát ly khỏi nghiệp ấy là duy tác; đây là hành động của chư vị thánh nhân A-la-hán, khi quý ngài đã mở được 3 cánh cửa Không, Vô tướng, Vô tác (tam giải thoát môn) thì chúng ta không bàn ở đây.

Nói tóm lại, khi còn trong sinh tử luân hồi thì "nghiệp" sao, "tâm" vậy. "Nghiệp" sao, "tâm" sao thì "cảnh" vậy. Thay mới "nghiệp tâm" thì "cảnh" sẽ mới. Đây chính là cái mới của người tu Phật cần phải nghiêm túc thấu hiểu để chuyển hóa cuộc đời mình. Năm mới mà chúng ta không trang bị trí tuệ để có cái mới này thì mọi cách tu tập, mọi tông hệ thiền, tịnh, luật, mật gì gì đó cũng chỉ còn là danh từ, nhãn hiệu sáo rỗng mà thôi!

Thầy đóng chốt năm cũ đây!

Chào nhau năm mới thì chúng ta phải mới. Đừng sống quá cũ kỹ theo nghiệp cũ, tâm cũ - những cái cũ xấu ác, bản năng - để chư thiên thọ thần hộ pháp họ cười cho! Ngoài ra, năm nay, chúng ta nên học thêm hai cụm từ "cảm ơn" và "xin lỗi". Phải biết nói lời "cảm ơn" khi ai đó giúp mình dù là một việc nhỏ xíu! Đấy là tác phong có văn hóa, là mỹ học đấy các con ạ! Phải biết nói lời "xin lỗi" khi mình đụng chạm đến ai hoặc vô tình làm phiền người khác dù là chuyện nhỏ nhít. Làm được điều ấy là dũng cảm lắm, là biểu hiện nhân cách của một trí thức lớn đấy các con ạ!

Chúc các con năm mới, mới như những nụ, những mầm, những chồi đang chuẩn bị bung lộc, bung hoa... đón nắng ấm xuân dương cùng với những sát-na tâm mới mẻ hiện tiền!

Nữ sĩ Tuệ Nga

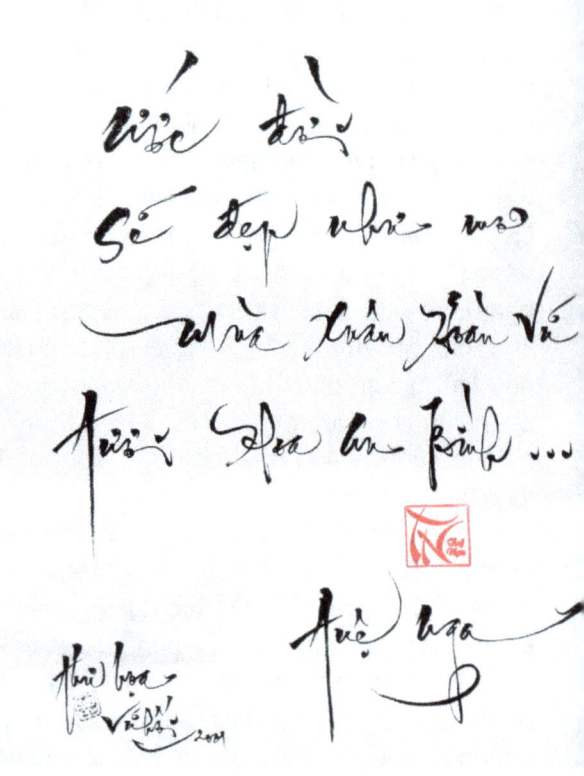

MÙA XUÂN, MƯA HOA BÁT NHÃ ...

*Mưa Pháp, Mưa Hoa ... Giọt Nhiệm Mầu
Từ Nguồn Bát Nhã. Thấm ngàn dâu
Trường A Hàm, Mở... Thơm Xuân Mới
Vi Diệu Chuông, Ngân ... Lắng Não Sầu
Thanh Khiết Sen Hồng, Dâng Đại Nguyện
Sáng Ngời Đuốc Tuệ, Ngát Kinh Cầu
Đất Trời vào Hội ... Xuân Nhân Ái
Điệp Khúc Thanh Bình khắp Á, Âu ...*

Diệu Minh Tuệ Nga

Thích Như Điển

Vật đổi sao dời

Ca dao xứ Huế thường hay được hát hay ngâm vịnh rằng:

Trăm năm trước thì ta chẳng có
Trăm năm sau có cũng như không
Cuộc đời sắc sắc không không
Trăm năm còn lại tấm lòng từ bi.

Rõ ràng là như vậy. Ai sống một trăm tuổi, mà không hiểu được sự vô thường sanh diệt, không bằng sống một ngày mà rõ biết việc tử sanh. Do vậy dù có sống đến bao nhiêu tuổi đi chăng nữa thì ta cũng phải biết chắc rằng thời gian trước khi sanh ra, ta chưa rõ từ đâu đến và đến đây để làm gì trong thời gian tồn tại trên quả đất này, để rồi một ngày nào đó chúng ta cũng phải ra đi. Nhưng khi ra đi, chúng ta còn lại gì đây? Nếu không phải là tấm lòng thương người, thương vật còn ở lại với đời này.

Trong Cung Oán Ngâm Khúc của Nguyễn Gia Thiều cũng có câu:

Trăm năm còn có gì đâu
Chẳng qua một nấm cỏ khâu xanh rì.

Cỏ khâu là cỏ gì, xem tự điển chẳng thấy mô tả. Có thể là cỏ gấu (Knolliges Zypergras) chăng? Nhưng điều cốt yếu là dẫu sống đến một trăm năm rồi mới rời xa nơi trần thế này đi chăng nữa, thì cuối cùng cũng chỉ là một nấm mồ vậy thôi.

Cụ Uy Viễn tướng công Nguyễn Công Trứ qua bài thơ "Chữ Nhàn" chúng ta cũng thấy rõ được điều đó.

... Thoắt sinh ra thì đà khóc chóe
Trần có vui sao chẳng cười khì?
Khi hỷ lạc, khi ái dục, khi sầu bi
Chứa chi lắm một bầu nhân dục
Tri túc, tiện túc, đãi túc, hà thời túc
Tri nhàn, tiện nhàn, đãi nhàn, hà thời nhàn?
Cầm, kỳ, thi, tửu với giang san
Dễ mấy kẻ xuất trần, xuất thế
Ngã kim nhật tại tọa chi địa
Cổ chi nhân tằng, tiên ngã tọa chi.

Bài này ai đã học Trung học thời Việt Nam Cộng Hòa trước năm 1975 đều đã có học qua. Tiện thể ở đây xin giải thích rõ những câu thơ bằng Hán văn để chúng ta nắm bắt được cái nhìn về vô thường của Tác Giả bài thơ này. Hai câu:

Tri túc, tiện túc, đãi túc, hà thời túc
Tri nhàn, tiện nhàn, đãi nhàn, hà thời nhàn.

Nghĩa:

Biết đủ, đợi đủ, chờ đủ, lúc nào mới đủ?
Biết nhàn, đợi nhàn, chờ nhàn, bao giờ mới nhàn?

Tiếp theo hai câu:

Ngã kim nhật tại tọa chi địa
Cổ chi nhân, tằng tiên ngã tọa chi.

Nghĩa:

Chỗ ta ngồi ngày hôm nay
Người đời xưa, Ông Bà đã ngồi rồi.

Tuy bài thơ về "chữ nhàn" của Uy Viễn tướng công Nguyễn Công Trứ không đề cập đến quan điểm về vô thường của Phật Giáo rõ rệt; nhưng dưới cái nhìn của một nhà Nho, qua bài thơ trên, chúng ta cũng cảm nhận được rằng: cuộc đời này không có gì vĩnh cửu cả. Có đó rồi mất đó. Cái của ta có ngày hôm nay cũng đã là cái có của người đời xưa và tiếp tục người ngày mai cũng sẽ có như ta đang có ngày hôm nay; nhưng rồi cũng phải để lại cho người đời sau nữa.

Đức Phật dạy rằng:

Ba cõi không yên
Giống như nhà lửa.

Ba cõi đó là: Dục giới, Sắc giới và Vô sắc giới.

Dục giới có 16 loài chúng sanh đang hiện hữu. Đó là: Trời, người, A-tu-la, địa ngục, ngạ quỷ, súc sanh. Nam thiệm bộ châu, Bắc cu lô châu, Đông Thắng thần châu, Tây ngưu hóa châu. Tứ Thiên vương, Dạ Ma, Đẩu Suất, Đao Lợi, Hóa Lạc, Tha hóa tự tại thiên.

Sắc giới có 5 loài chúng sanh. Đó là: Sơ thiền, nhị thiền, tam thiền, tứ thiền và Ngũ tịnh cư.

Vô sắc giới có 4 loài chúng sanh. Đó là: Không vô biên xứ, Thức vô biên xứ, Vô sở hữu xứ và Phi tưởng phi phi tưởng xứ.

Hai mươi lăm loài hữu tình này cứ vào ra lên xuống, lúc làm người, lúc làm trời, lúc làm ngạ quỷ, lúc làm chư thiên v.v... cũng giống như sự vật thay đổi, chẳng khác nào ban đêm chúng ta thấy những vì sao trên trời rực sáng, rồi thay đổi vị trí vậy. Đó chính là một vũ trụ đang thay đổi nơi chốn. Trong 3.000 đại thiên thế giới lớn nhỏ, dưới cái nhìn về vũ trụ học của Phật Giáo thì 25 cõi của chúng sanh đang cư ngụ bên trên, chỉ là một chấm nhỏ trong thiên hà này mà thôi. Mọi vật chúng ta nghĩ rằng chắc thật, cứng như đá hay mềm như đất. Nhưng trên thực tế không phải vậy. Tất cả đều thay đổi, tất cả đều chuyển biến hình thù, từ có đến không, rồi từ không đến có. Nên gọi là: vật đổi, sao dời.

Năm 1980 khi chúng tôi được Bộ Nội Vụ Cộng Hòa Liên Bang Tây Đức hỗ trợ phần tiền thuê nhà để làm niệm Phật Đường tại Eichelkampstr. của

Ông chủ Steinmann; mỗi tháng 3.000,00 DM (thuở ấy tương đương với 1.500,00 USD) suốt trong thời gian 10 năm như vậy. Đây là cái phước của Phật Giáo Việt Nam chúng tôi tại Đức lúc bấy giờ. Sau khi trả lại cơ sở này thì Ông Steinmann cho nhiều hãng sửa xe khác nhau thuê, điều hành cho đến năm 2024 thì trả lại cho chủ. Phần chúng tôi, đến năm 1991 chính thức dọn qua chùa mới tọa lạc đối diện với cơ sở này, nằm ở đường Karlsruher Str. 6 như bây giờ. Suốt trong hơn 30 năm đó, ngôi nhà cho thuê làm chùa Viên Giác tạm kia đã trải qua 3 đời của Gia Đình Ông Steinmann. Cả ba đời này tôi đều có liên hệ qua lại. Đến năm 2024 này thấy hãng làm đồ gỗ của Ông đóng cửa và ghi mấy chữ bằng tiếng Đức rằng: "Achtung! Tor öffnet und schließt automatisch!". Có nghĩa là: "Lưu ý! Cổng mở và đóng tự động". Tôi lấy làm lạ và một hôm đi dạo gặp người con dâu của ông Steinmann, tôi hỏi rằng: Lý do gì mà hãng làm gỗ của bà đóng cửa? Bà ấy trả lời với nét mặt u buồn rằng: "Thế hệ trẻ bây giờ nó không muốn tiếp tục con đường và nghề nghiệp cũ của cha ông nó làm nữa". Chỉ đơn giản vậy thôi, mà hơn 150 năm qua (1874-2024) cả ba đời kế tiếp nhau truyền thừa và bây giờ lại phải chấm dứt như vậy cũng lấy làm tiếc. Trong khi xây chùa mới Viên Giác, dàn gỗ của chùa và tất cả những gì bằng gỗ, chúng tôi đều đặt hãng Steinmann thực hiện. Rồi 100 năm sau nữa còn có ai nhắc lại đến việc này chăng?

Việt Nam chúng ta cũng có câu: "Bãi bể, nương dâu" để nói lên việc thay đổi này vậy. Ngày xưa vốn là bãi biển; nhưng trải qua thời gian năm tháng, đất cát bồi thêm lên, bây giờ người ta có thể trồng dâu được. Cho nên đời vô thường là thế.

Bà Huyện Thanh Quan qua bài thơ "Thăng Long Thành hoài cổ" đã cho chúng ta thấy rõ được điều đó.

Tạo hóa gây chi cuộc hí trường
Đến nay thắm thoắt mấy tinh sương
Dấu xưa xe ngựa hồn thu thảo
Nền cũ lâu đài bóng tịch dương

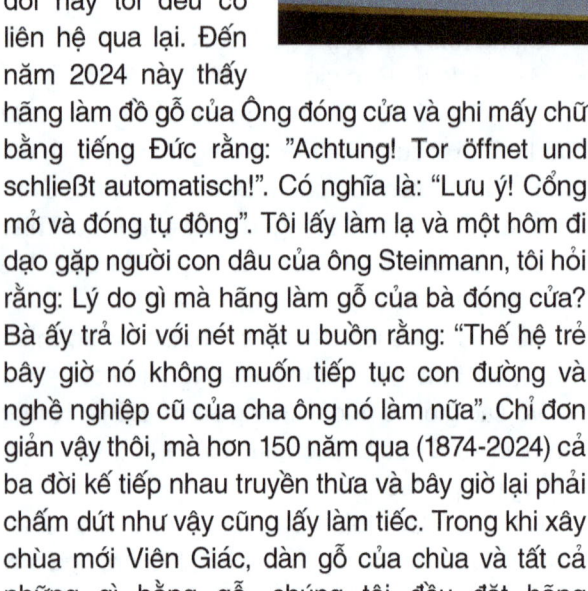

Đá vẫn trơ gan cùng tuế nguyệt
Nước còn cau mặt với tang thương
Ngàn năm gương cũ soi kim cổ
Cảnh đó người đây luống đoạn trường.

Đọc qua bài thơ này chúng ta cảm nhận ngay đến cảnh thành Thăng Long bây giờ không còn tấp nập như thời Lý (1010-1224) thời Trần (1224-1400) hay nhà hậu Lê, nhà Mạc nữa, mà đây chính là thời Trịnh Nguyễn phân tranh (1627-1777) của Việt Nam chúng ta. Bà Huyện Thanh Quan (1805-1848) sinh sau những giai đoạn lịch sử này hằng mấy thế kỷ. Do vậy khi đến Hà Nội bây giờ, nhớ lại thành Thăng Long ngày trước; nên đã cảm khái viết lên bài thơ trên; khiến chúng ta đọc đến cũng phải chạnh lòng.

Rồi 1.000 năm sau nữa ai biết được Hà Nội bây giờ sẽ ra sao? Chỉ có thời gian và năm tháng sẽ trả lời cho câu hỏi này và chắc chắn rằng với vật đổi sao dời thì Hà Nội cũng sẽ thay da đổi thịt với sắc màu Xuân, Hạ, Thu, Đông để chỉ còn một giang sơn gấm vóc Việt Nam không chiến tranh và hận thù Nam Bắc nữa. Đây chính là niềm mơ ước của người viết bài này, đã hơn nửa thế kỷ trôi qua, chưa có cơ hội để trở về thăm lại quê xưa; nơi đó tôi đã được sinh ra, lớn lên và xuất gia học đạo tại mảnh đất thân yêu hình cong như chữ S đó.

Dẫu cho có đi đến đâu và ở chỗ nào trên quả địa cầu này đi nữa, thì đấy chỉ là chốn tạm mà thôi. Bởi lẽ ba cõi đã không yên thì nơi nào mới là chốn vĩnh cửu. Nếu có chăng? Đó là chốn Cực Lạc quê hương muôn thuở; nơi ấy có Đức Phật A Di Đà, Quan Âm, Thế Chí và chư vị Thánh chúng với tâm từ bi "nhiếp thủ, bất xả" để chúng ta được vãng sanh về nơi không sanh, không diệt ấy, mới là điều đáng nên hành trì tu tập.

Xin cầu mong cho tất cả chúng ta có được một niềm tin bất hoại như vậy. ∎

Viết xong vào lúc 12 giờ trưa ngày 31.10.2024 (nhằm ngày 29 tháng 9 (tháng thiếu) năm Giáp Thìn, lễ vía Đức Dược Su Lưu Ly Quang Như Lai tại Phương Trượng Đường Tổ Đình Viên Giác Hannover Đức Quốc.

Nguyễn An Bình

LẮNG ĐỌNG TIẾNG CHUÔNG CHÙA

Từ một nơi xa lắm
Vọng âm tiếng chuông chùa
Không gian chùng tĩnh lặng
Lá rụng về mùa xưa.

Lung linh và trầm mặc
Tan loãng vào hư không
Giữ tâm hồn thanh tịnh
Giữa dòng đời đục trong.

Phải đời là huyễn mộng
Chưa dứt một hồi kinh
Hạnh duyên từ kiếp trước
Tâm bồ đề khởi sinh.

Hồ sen hoa chợt nở
Thơm tỏa khắp cửa thiền
Hành hương về xứ Phật
Cảnh vật hóa thiêng liêng.

Ẩn mình vào mây trắng
Cánh hạc đã phiêu bồng
Mênh mông trong trời đất
Muộn phiền gột sạch không

Có tiếng chim gọi bạn
Trên mái ngói rêu phong
Chuông chùa trong sương sớm
Thấy lòng mình thong dong.

Thích Thái Hòa

Đạo làm Anh trong mỗi dịp Xuân về

Con người đối xử với nhau và muôn loài dễ thương là bởi trong con người có thiện tánh biểu hiện. Và con người đối xử với nhau và muôn loài dễ ghét là vì trong con người biểu hiện ác tánh.

Ác tánh trong con người do được nuôi dưỡng bởi thầy tà, bạn ác, bởi những nhận thức sai lầm từ các giáo thuyết, học thuyết, triết thuyết và chủ thuyết.

Và thiện tánh trong con người lại được nuôi dưỡng từ thầy hiền, bạn tốt, bởi những cái hiểu, cái thương đúng đắn từ những giáo lý nhân ái, bác ái, từ bi, vị tha, vô ngã và nhân duyên

Thế nào là thầy tà, bạn ác và thế nào là những nhận thức sai lầm từ các học thuyết, triết thuyết và chủ thuyết?

Thầy tà là vị thầy giáo dục không hướng dẫn học trò sống nếp sống cao thượng và chính bản thân của vị thầy đó cũng không hề có đời sống ấy. Hoặc vị thầy ấy chỉ nói những điều tốt đẹp cho người khác làm, còn chính bản thân không làm, bản thân sống bê bối.

> Bạn ác là những người bạn đưa ta đi đến chỗ phe nhóm, băng đảng ăn chơi trác táng, đọa lạc.

Và những nhận thức sai lầm từ các giáo thuyết, học thuyết, triết thuyết, chủ thuyết, khi mà những thuyết ấy cho rằng, con người chỉ thuần về vật chất và vật chất có thẩm quyền giải quyết toàn bộ vấn đề hạnh phúc của con người, hay con người chỉ thuần về tâm linh, tâm linh quyết định mọi yếu tố hạnh phúc của con người.

Những giáo thuyết như vậy, không phải sai, nhưng chỉ là một khía cạnh của con người. Con người khổ đau hay sinh hoạt mất bình thường là do nghiêng về một trong hai khía cạnh và cho một trong hai khía cạnh ấy là tất cả.

Nhận thức như vậy là nhận thức sai lầm, giáo thuyết dạy cho con người sống như vậy là giáo thuyết sai lầm, học và hiểu như vậy là học và hiểu theo học thuyết sai lầm. Phân tích, chia chẻ, luận

lý, chứng minh cho quan điểm ấy, cho lập trình ấy là đúng, đó là triết thuyết sai lầm và chủ trương sống và hành động như vậy, buộc mọi người phải sống như vậy, không thể sống khác đi, đó là chủ thuyết sai lầm. Chính ý nghĩ sai lầm đó huân tập tạo thành tri kiến sai lầm. Và từ tri kiến sai lầm, tạo thành chủng tử sai lầm, lại từ chủng tử sai lầm tạo thành ác tánh, nên con người đã đối xử với nhau và muôn loài bằng những ác tính ấy.

Có những ngày, từ 4 giờ sáng tôi đã đi thiền hành, từ chùa Thuyền Lâm về đường Lê Lợi, Nguyễn Trường Tộ, qua đường Trần Phú rồi trở lại chùa, và cứ mỗi buổi sáng như vậy, tôi lại thấy phần nhiều mọi người dậy sớm không phải để làm thiện mà để làm ác. Chùa và nhà thờ, ánh đèn điện đều sáng choang, nhưng chỉ văng vẳng vài tiếng kinh cầu vọng ra từ bàn thờ Phật và Chúa, ấy thế mà khi nghe tiếng những chiếc xe nổ, tôi đã nhìn thấy nhiều người chở những thây heo trên xe để đi tới các quán ăn nhậu, và các quán ăn nhậu này, lại có những cô thiếu nữ, mặt mày cũng tươi tắn, đang cầm dao phay chặt và xẻ thây của những chú heo ra từng mảnh rồi bỏ vào nồi nước đang sôi sùng sục. Nhìn những cảnh ấy, tôi đứng yên lặng, lạnh người và tự nghĩ, con người mở đầu cho một ngày mới là như vậy sao?

Con người mở đầu cuộc sống chỉ là đồ tể trực tiếp và gián tiếp hay là những người đồng tình với đồ tể ấy ư?

Có khi nào con người tự hỏi lại chính mình, tại sao ta phải ăn thịt? Nếu không ăn thịt thì ta có thể sống được không? Có ai ăn thịt người không? Và mình có muốn người khác và loài khác ăn thịt mình không và ăn thịt bà con mình không?

Ngày trước tôi còn nhỏ, mẹ tôi kể cho tôi nghe, quỷ La-sát là loài quỷ ở trên các hải đảo, là loài thích ăn thịt người. Từ đó tôi ghét loài quỷ La-sát lắm, tôi không muốn nhắc nhở đến tên của loài quỷ La-sát này. Thật ra có loài quỷ La-sát nào ăn thịt người đâu, chỉ là chuyện kể thôi mà! Nhưng trong thực tế, ta chỉ thấy người ăn thịt mới là quỷ La-sát của mọi loài.

Ngày ba mươi Tết, tràn ngập tiếng heo kêu eng éc bởi những nhát dao và những bước chân của những chú bò, chú trâu rùng mình với đôi mắt rươm rướm bước vào lò mổ, quỳ xuống trước dao búa của người đồ tể. Nếu con người có chút thiện tánh, họ tự đặt lại câu hỏi, ta ăn Tết, ta vui Xuân, ta cầu cho ta và gia đình ta được bình an và hạnh phúc, vậy các loài này có ăn Tết, có vui Xuân, có cầu cho nó và những gì liên hệ với nó bình an không hả? Ta chỉ cần biết đặt câu hỏi như vậy thôi, thì ác tánh nơi ta không còn đủ cơ hội để biểu hiện và thiện tánh nơi ta bắt đầu xuất hiện.

Làm sao ta có mùa Xuân và sự bình an, khi muôn loài và sự sống quanh ta đang bị ta tàn hại? Xuân về cho ta sự sống, đáng lẽ con người là anh cả của muôn loài, con người phải biết tiếp nhận sự sống và biết tạo ra sự sống cho cả muôn loài để cùng nhau vui Xuân, thì con người mới phải đạo làm người và đạo làm anh chứ? ∎

Bác sĩ Đỗ Hồng Ngọc

MỘT NGÀY KIA… ĐẾN BỜ

> Tùy bút gồm 26 tiểu mục "Một Ngày Kia… Đến Bờ" là những bài Pháp thoại giá trị dễ hiểu & lý luận khoa học (NXB Đà Nẵng, 2023). Tất cả sẽ được dịch sang tiếng Đức và lần lượt trích đăng song ngữ ở Báo Viên Giác, với sự đồng ý của tác giả - BBT VG.

➢ Một là tất cả…
➢ Không có Phật cũng có Pháp

➢ **Một là tất cả…**

Ở Phan Rang có làng gốm Bàu Trúc. Có cơ man nào là các hình thể, các "sắc tướng" từ hình cô vũ nữ Apsara đến các Bồ-tát, A-la-hán, cả các vị Phật và Chúa, Thánh thần v.v… và cả nồi niêu xoong chảo, lọ hoa, chén tô đủ kiểu… Muốn gì có nấy từ bàn tay của một "nghệ nhân" nào đó.

Từ đâu ra vậy? Từ đất sét. Sau khi nặn nắn các hình tượng theo sở thích xong, phơi nắng cho nó khô lại đã có thể sử dụng. Từ mềm dẻo đến rắn chắc, cứng cỏi không ngờ. Nếu ta đun trong đống rơm, hay củi lửa, củi than, cho lửa ngún cháy một thời gian, ta còn có những sắc màu đặc biệt khác, tuyệt đẹp. Tất cả từ đâu ra vậy? Từ đất sét đó. Mỗi nghệ nhân do nếp sống (văn hóa) của mình đã tạo ra những hình tượng rất khác nhau (duyên sinh). Cần bình chén, có ngay. Cần lò bánh có ngay. Cần nồi niêu xoong chảo có ngay. Và… cần Chúa cần Phật cần Bồ-tát, Thánh thần có ngay. Đặt lên bệ thờ, khói hương nghi ngút thì linh thiêng ngay. Rõ ràng tất cả chỉ từ đất sét. Đất sét là một *tạng*. Từ Một đó mà ta có tất cả. Rồi một hôm, tất cả các vật dụng, các sắc tướng này đổ bể, tan vụn lại trở thành đất sét. Chẳng phải Một là tất cả và tất cả là Một đó sao? Chân không mà diệu hữu đó sao? Cho nên bảo "thực tướng" là vô tướng mà chẳng phải vô tướng, chẳng phải vô tướng mà vô tướng là rất đúng. Nếu ta nhìn một hình tướng nào đó mà không bị dính mắc thì ta đã thấy biết Như Lai (Kiến tướng phi tướng tức kiến Như Lai, kinh Kim Cang).

"Có dạo tôi làm thợ gốm. Tôi mê nghề này như điên. Sếp có hiểu nổi ý nghĩa của việc lấy một cục đất sét nặn thành bất kỳ cái gì mình thích, là thế nào không? Chà, anh quay cái bàn xoay và cục đất sét đảo tròn như bị ma làm trong khi anh đứng cúi mình trên nó và nói: ta sẽ làm một cái bình, ta sẽ làm một cái đĩa, ta sẽ làm một cây đèn và những gì nữa có quỷ biết! Đó chính là điều mà ta có thể gọi là cái sự làm một con người: tự do." (*Alexis Zorba, con người hoan lạc*).

Kinh Thắng Man nói: "Như Lai tạng vốn lìa ngoài tướng hữu vi. Như Lai tạng vốn thường trụ, không huỷ hoại. Cho nên Như Lai tạng là cái duy trì, là cái thiết lập".

Francis Crick - người cùng James D. Watson đồng phát hiện ra cấu trúc phân tử DNA - tuyên bố: "Phân tử DNA là hệ thống chứa thông tin hiệu quả nhất trong toàn vũ trụ. Bằng chứng DNA nói lên rằng có một thiết kế thông minh để chứa đựng thông tin… Hình thành sự sống là một phép mầu".

➢ **Không có Phật cũng có Pháp**

Cái gì mà chẳng là *pháp* chớ. Một cánh hoa chớm nở, một làn mây quần đỉnh núi, một dòng sông, một con suối, một cô gái, một chàng trai, một con ong cái bướm, con giòi trong đống phân, một chiếc lá khô sắp rụng… *pháp* đó. Cả anh cả em cả tôi, cả chúng ta. *Pháp* đó. Bấy lâu ta không biết ta mong đợi, ta ước muốn, ta xây dựng, ta đào tạo… Tào lao. Nó là *pháp*. Nó cóc cần ta. Nó chẳng phải là ta, chẳng phải của ta. Thì ra nó cứ sinh trụ dị diệt. Nó vô thường. Nó vô ngã. Có đó rồi mất đó. Có khi ta thấy như con thiêu thân, như ánh chớp, có khi như ngọn núi, như dòng sông trôi. Phải bằng con mắt ngàn năm, triệu năm mới thấy trong cái dòng sanh diệt thú vị đó. Nhiều thành phố, núi non hàng chục ngàn năm trước còn chìm dưới biển sâu; cái vỏ sò, xương cá thấy trên đỉnh Hy mã lạp sơn mới biết xưa vốn là đáy biển. Nó vậy đó. Nó thản nhiên. Đùa vui với chính nó. *Pháp* vô sanh. Ta là *pháp*, ta cũng vô sanh. Vì không thấy biết (Si), nên ta khổ đau vì bị những thứ lằng nhằng quấn quít ráng chịu.

"Mắt pháp" là mắt thấy "như thật". Như thật? Phải, vì cái tướng trình hiện ra bên ngoài kia, chỉ là biểu kiến, nó nhanh chóng biến hoại. Thấy như thật là thấy cái "thực tướng" kia cà. "Thực tướng là… vô tướng, mà chẳng phải vô tướng; chẳng phải vô tướng mà vô tướng". Thiệt vậy sao? Cái thấy thực tướng của ta là thấy cả chân không và diệu hữu, thấy trong sự vô thường, vô ngã của sự vật, hiện tượng, sinh vật trong đó có ta. Cái trái xoài thơm lựng kia vốn từ một cánh hoa mà thành trái. Cánh hoa thì từ một cái mầm hình thành bởi con ong mang phấn hoa từ cây xoài ngàn dặm đến… bệt vô, rồi thổ ngơi, rồi gió, rồi nước… ∎

(còn tiếp số tới)

Eines Tages… das andere Ufer erreichen

Übersetzt ins Deutsche von
Nguyên Đạo & Prof. Beuchling

Diese 26 Essays in „Eines Tages… das andere Ufer erreichen" sind wertvolle, leicht verständliche und wissenschaftlich fundierte Dharma-Vorträge. Sie werden mit Zustimmung des Autors alle ins Deutsche übersetzt und zweisprachig in der Zeitschrift Viên Giác veröffentlicht − Die Redaktion.

➢ Eins ist alles… - [Một là tất cả…]

In Phan Rang (Vietnam) gibt es das Töpferdorf Bàu Trúc. Dort gibt es eine Vielzahl von Formen und „Erscheinungsbildern", von der Figur einer Apsara-Tänzerin bis zu Bodhisattvas, Arhats, verschiedenen Buddhas und Göttern, Heiligen usw. sowie Töpfe, Krüge, Pfannen, Vasen, Schüsseln in allen möglichen Arten… Was man auch will, entsteht aus den Händen eines „Künstlers". Woher kommt das alles? Aus Ton. Nachdem die Figuren nach Belieben geformt wurden, werden sie in der Sonne getrocknet und sind dann einsatzbereit. Von weich und formbar bis hart und fest, unerwartet stabil. Wenn man sie in einem Strohhaufen, Holzfeuer oder Kohlenfeuer brennt, erhält man für eine Weile noch weitere, außergewöhnlich schöne Farben. Woher kommt das alles? Aus diesem Ton. Jeder Künstler schafft aufgrund seiner Lebensweise (Kultur) sehr unterschiedliche Figuren (bedingte Entstehung). Benötigt man Schalen oder Teller, hat man sie sofort. Einen Ofen oder einen Topf, eine Pfanne? Sofort verfügbar. Und… benötigt man einen Gott, einen Buddha, einen Bodhisattva, einen Heiligen, sind sie sofort verfügbar. Stellt man sie auf einen Altar und umhüllt sie mit Weihrauchrauch, werden sie sofort heilig. Offensichtlich kommt alles nur aus Ton. Ton ist ein Schatz. Aus diesem Einen entsteht alles. Und eines Tages, wenn alle diese Utensilien und Erscheinungsformen zerbrechen und zerfallen, werden sie wieder zu Ton. Ist das nicht „Eins ist alles und alles ist Eins"? Wahres Nichts und doch wunderbare Existenz? Deshalb ist es richtig zu sagen, dass „wahres Wesen" formlos ist und doch nicht formlos, nicht formlos, aber doch formlos ist. Wenn man eine Form betrachtet, ohne daran zu haften, dann hat man den Tathāgata erkannt (Das Sehen der Form als formlos ist das Sehen des *Tathāgata*, Diamond Sutra).

„Es gab eine Zeit, in der ich Töpfer war. Ich war verrückt nach diesem Beruf. Chef, verstehen Sie die Bedeutung davon, einen Klumpen Ton zu nehmen und daraus alles zu formen, was man möchte? Man dreht die Töpferscheibe, und der Ton dreht sich rund und rund, als ob er verzaubert wäre, während man sich darüber beugt und sagt: Ich werde eine Vase machen, ich werde einen Teller machen, ich werde eine Lampe machen, und was weiß der Teufel noch alles! Das ist es, was ich Freiheit nenne." (Alexis Zorba, der lebensfrohe Mensch).

Das *Sutra Thắng Man* (śrīmālādevī-siṃhanādavaipulyasūtra) sagt: „Der *Tathāgata*-Schatz ist ursprünglich jenseits aller Erscheinungsformen. Der *Tathāgata*-Schatz ist immerwährend, unzerstörbar. Daher ist der *Tathāgata*-Schatz das, was erhält und etabliert."

Francis Crick, der zusammen mit James D. Watson die Struktur der DNA-Moleküle entdeckte, erklärte: „Das DNA-Molekül ist das effizienteste Informationsspeichersystem im ganzen Universum. Die DNA-Beweise zeigen, dass es ein intelligentes Design zur Speicherung von Informationen gibt... Die Entstehung des Lebens ist ein Wunder."

> **Auch ohne Buddha gibt es *das Dharma* - [Không có Phật cũng có pháp]**

Was ist denn nicht *das Dharma*? Eine aufblühende Blüte, eine Wolke über dem Gipfel eines Berges, ein Fluss, ein Bach, ein Mädchen, ein Junge, eine Biene, ein Schmetterling, ein Wurm im Dung, ein trockenes Blatt kurz vor dem Fallen... das ist *das Dharma*. Sie und ich, wir alle. Das ist *das Dharma*. All die Zeit haben wir erwartet, gewünscht, aufgebaut, erzogen... Unsinn. *Es ist das Dharma*. Es braucht uns nicht. Es ist nicht wir, es gehört uns nicht. Tatsächlich entsteht, besteht, wandelt und vergeht es. Es ist vergänglich. Es ist nicht selbst. Es gibt und vergeht. Manchmal erscheint es uns wie eine Motte, wie ein Blitz, manchmal wie ein Berg, wie ein fließender Fluss. Nur mit einem Blick von tausend, Millionen Jahren kann man in diesem interessanten Zyklus von Entstehen und Vergehen sehen. Viele Städte, Berge, die vor zehntausenden von Jahren noch unter dem Meeresspiegel lagen; eine Muschelschale, ein Fischknochen auf dem Gipfel des Himalayas zeigen, dass es einst der Meeresboden war. So ist es. Es ist gelassen. Es spielt mit sich selbst. Dharma ist ungeboren. Wir sind *das Dharma*, auch wir sind ungeboren. Aus Unwissenheit leiden wir, gefangen in diesen verwirrenden Dingen.

Das „Dharma-Auge" ist das Auge, das „wie es wirklich ist" sieht. Wie es wirklich ist? Ja, denn die äußere Erscheinung, die wir sehen, ist nur eine Manifestation, sie verändert sich schnell. Das Sehen, wie es wirklich ist, ist das Sehen des „wahren Wesens". „Das wahre Wesen ist... formlos, aber nicht formlos; nicht formlos, aber doch formlos". Ist das wirklich so? Das Sehen des wahren Wesens ist das Sehen von sowohl der wahren Leere als auch der wunderbaren Existenz, das Sehen der Vergänglichkeit und der Nicht-Selbstheit in Dingen, Phänomenen, Lebewesen, einschließlich uns selbst. Die duftende Mango dort entstand ursprünglich aus einer Blüte. Die Blüte entstand aus einem Samen, der durch eine Biene, die Pollen von einem Mango-Baum über Tausende von Kilometern brachte... dann Boden, dann Ruhe, dann Wind, dann Wasser... zu einer kleinen Mango, dann wachsend, dann prall, dann duftend, dann reif, wenn sie nicht gepflückt und auf dem Markt verkauft oder von Kindern zum Fallen gebracht und geteilt wird, dann irgendwann... die Mango überreif, dann verrottend, dann... verfault! Verfault, wohin dann? Sie wird zu Dünger für den Mango-Baum, um andere Samen zu nähren, wartend auf eine andere schlaue Biene. Daher ist das Sehen des wahren Wesens nur das Sehen von „wie es wirklich ist", denn in Wirklichkeit ist es formlos, es kommt aus dem *Tathāgata*-Schatz. ∎

(fortsetzen in der nächsten Ausgabe)

Tịnh Ý Giới thiệu

TRUYỆN CỔ PHẬT GIÁO SONG NGỮ VIỆT - ĐỨC

Vợ Chồng Người Hàng Dầu

[*Phỏng theo Đại Tạng Kinh Việt Nam - Thanh Văn Tạng tập 23. Tạp Bộ 1. Phẩm Hàng Phục Lục Sư*]

Một hôm nọ, Đức Phật kể chuyện tiền thân như sau của Ngài cho vua Bình Sa[1]:

Xưa, rất xưa có một vị vua một nước lớn hùng mạnh, làm chủ cả năm trăm nước nhỏ, tuổi đã cao nhưng hoàng hậu vẫn chưa có con trai để nối ngôi mặc dù các bà thứ phi đã sinh được nhiều hoàng tử. Gặp được thầy thuốc giỏi, hoàng hậu có thai, sinh được một người con trai nhưng đáng tiếc, mặt mũi của thái tử quá xấu xí, hình thù như quỷ sứ, nên được đặt tên Chu Ngột (Gốc Cây Tre cụt) và giao cho người vú nuôi giấu ở nơi kín, không cho ai biết.

Thời gian sau, khi Thái tử và các hoàng tử dần dần khôn lớn, đất nước có giặc ngoại xâm, các hoàng tử thay nhau đem quân ra chống giữ, nhưng đều thua trận chạy về.

Chu Ngột hay tin liền vào kho tàng tìm lấy cung tên quý của đời trước rồi tự mình ra trận dẹp tan quân giặc. Từ đó Chu Ngột được nhà vua và quần thần thương yêu kính trọng.

Nhà vua nghĩ đến việc hôn nhân cho Chu Ngột, nhưng thật là khó vì chàng ta quá xấu. Cùng lúc đó, có vua nước láng giềng lại muốn kiếm chồng cho cô công chúa xinh đẹp. Phụ hoàng của Chu Ngột sai viên quan sang nước láng giềng cầu hôn cho Chu Ngột nhưng dặn nếu được hỏi thì nói chàng là người rất tài ba, khôi ngô, tuấn tú.

Ngày làm lễ cưới, nhà vua chọn một chàng rể giả. Vua dặn Chu Ngột đêm đến mới vào phòng công chúa, ngày thì tìm cách lánh mặt. Gặp khi công chúa hỏi, Chu Ngột nói dối phải bận đi dẹp loạn. Đẩy lui được giặc, được nhà vua ân thưởng rất hậu.

Một bữa nọ các bà vợ vương tử trong triều hội họp yến ẩm với nhau, cô nào cũng khoe tài đức của chồng mình chỉ một mình vợ Chu Ngột không biết gì để kể. Bỗng có một thiếu phụ nói nhỏ với vợ Chu Ngột: "Thôi cô đừng nhắc đến ông chồng xấu như quỷ sứ của cô, ai thấy cũng kinh sợ bỏ chạy…".

Vợ Chu Ngột nghe nói vừa thẹn, vừa nhục vừa nghi ngờ… Chờ nửa đêm khi chồng ngủ ngon, cô tìm cây đèn soi mặt chồng thấy quả thật hình tướng chồng như ma quỷ, thực trên đời chưa có ai xấu đến nỗi như vậy.

Chờ chồng ngủ say, giữa đêm khuya thanh vắng, cô ra xe trốn về nước của cha mẹ mình.

Được tin công chúa xinh đẹp trở về, sáu vua láng giềng đều đem quân đến xin cầu hôn, nếu không toại nguyện sẽ đánh phá. Nhà vua hoảng sợ vội xuống chiếu tìm người dẹp giặc và hứa ai dẹp yên giặc giả sẽ được gả công chúa và chia ngôi vị.

Chu Ngột lúc ấy trên đường dò la tìm công chúa thấy bảng cáo thị, liền tự thân đem quân đánh dẹp đội quân của sáu ông vua kia. Chiến thắng được sáu đội quân, Chu Ngột đến hoàng cung tìm gặp công chúa. Vợ chồng lâu ngày gặp lại, Chu Ngột trách vợ việc bỏ trốn, nhưng công chúa nói thực: *"Vì thái tử xấu quá em rất kinh nên mới bỏ đi…"*

Nghe thế, Chu Ngột soi gương quả thấy mình xấu xí đúng như vợ nói nên buồn bực ra rừng định tự sát. Trời Đế Thích biết chuyện hiện lên tặng chàng hạt ngọc minh châu để lên đầu, tức thì liền được thân hình đoan chính, xinh đẹp.

Cũng với hạt minh châu ấy dấu trên búi tóc, Chu Ngột thân tướng trang nghiêm, đẹp đẽ quay về cung điện, mừng rỡ kể chuyện cho vợ nghe và từ đó vợ chồng yêu thương ăn ở cùng nhau không có sự gì ngang trái…

oOo

Nghe xong câu chuyện, Vua Bình-sa bèn hỏi đức Phật: "Bạch đức Thế Tôn, thái tử Chu Ngột

---

[1] Vua Bình sa: Bimbisāra còn gọi là Tần-bà-sa-la, vua nước Ma kiệt-đà, là bạn và cũng là học trò của Phật, vua cha của Vua A-xà-thế.

do nhân lành gì được làm con vua, có sức mạnh không ai địch nổi nhưng lại bị thân thể xấu xí?"

Đức Phật trả lời vua Bình Sa:

- Quá khứ từ vô lượng kiếp có một vị Bích Chi Phật[2], bị mắc bệnh phong ẩn tu trong núi. Một hôm ngài đến nhà hàng dầu để xin ít dầu trị bệnh. Thấy vị ấy ghẻ lở hôi hám, ông chủ hàng dầu mắng: "người anh trông như gốc cây cụt (chu ngột) mọi người ghê tởm, không có tiền mua hay sao mà phải đi xin?"

Tuy nói vậy nhưng ông ta cũng cho vị kia chút dầu cặn. Đang quay trở ra, gặp người vợ ông hàng dầu trên đường về nhà hỏi han với vẻ kính trọng:

- Ngài từ đâu tới và cần dầu cặn để làm gì?
- Tôi cần để chữa bệnh phong.
- Xin ngài quay trở lại để con xin dâng cúng ngài dầu tốt.

Vị ấy hoan hỷ theo bà trở lại nhận dầu tốt, trong trẻo. Người vợ lại rầy chồng mình: "Anh thật tệ, sao lại cúng dường ngài dầu cặn. Anh phải nên sám hối".

Anh chồng hoan hỷ sám hối. Sau đó cả hai phát nguyện cúng dường suốt đời cho vị Bích Chi Phật chữa bệnh.

Từ đó hằng ngày vị Bích Chi Phật lại đến tiệm dầu nhận thức ăn và dầu của hai vợ chồng cúng dường. Trước khi vào Niết bàn vị ấy hoá hiện thần thông với nhiều phép lạ cho hai vợ chồng hàng dầu biết.

Anh chồng nửa mừng nửa lo bảo vợ:

- Em nhờ phước báu cúng dường đời sau thế nào cũng sẽ được hạnh phúc thì cho tôi chung hưởng và kết làm vợ chồng đời đời, kiếp kiếp nhé!

Chị vợ trả lời: "Chỉ sợ anh đã có lần đối xử với ngài tệ ác, cúng dường dầu xấu, về sau chịu quả xấu thì làm sao chúng mình gặp gỡ lại để kết duyên?"

Chồng nói: "Tôi cũng cực khổ buôn bán làm ăn. Của chồng công vợ, đâu phải riêng của mình em mà bảo không phải chung, không chịu làm vợ chồng? Phúc là phúc chung, làm sao em một mình hưởng được?"

- Vâng. Tôi sẽ làm vợ anh. Nhưng nếu anh xấu quá, tôi sẽ bỏ anh.
- Em đi, anh sẽ đuổi theo tìm cho bằng được.

Hai vợ chồng vui vẻ hướng lên không trung phát nguyện với vị Bích Chi Phật thành tâm sám hối và cầu nguyện đời sau được sinh vào cõi tôn quý, giàu có hơn người, luôn được toại nguyện.

Tới đây, đức Phật dạy:

"Người hàng dầu kiếp xa xưa kia chính là Chu Ngột. Do mắng vị Bích Chi Phật là "gốc tre cụt" nên đời sau chịu quả xấu xí như gốc tre. Nhưng nhờ có ăn năn sám hối, trở lại cúng dường dầu tốt, nên được sinh vào cõi tốt đẹp, lại có sức khoẻ, được làm Chuyển-luân-vương, hưởng phúc bốn cõi."

Lời Bàn: Lời Phật dạy đã rõ ràng: Thiện nghiệp hay ác nghiệp, báo ứng không sai. Vì vậy chúng sinh nên giữ đạo, cẩn thận nơi thân miệng ý chớ nên tạo tác nghiệp ác.

■

Alte buddhistische Geschichten

Tịnh Ý stellt vor – Mỹ Đình überträgt ins Deutsche

DIE GESCHICHTE DES ÖLHÄNDLER-EHEPAARS

[Basierend auf dem vietnamesischen Tripataka (Đại Tạng Kinh) - Thanh Van Tang, Band 23. Tạp Bộ 1, Kapitel *Über die Unterwerfung der Sechs Lehrer*]

Foto: Wikipedia

Eines Tages erzählte der Buddha dem König Bimbisāra die folgende Geschichte über eine seiner früheren Inkarnationen:

Früher, sehr lange her, gab es einen mächtigen König eines großen Reiches, der über fünfhundert

---

[2] Bích Chi Phật: còn gọi Độc Giác, những vị tự chứng đắc A-la-hán trong thời gian đức Phật chưa ra đời.

kleine Königreiche herrschte. Trotz seines fortgeschrittenen Alters hatte die Königin noch keinen Sohn geboren, der den Thron erben könnte, obwohl mehrere Nebenfrauen viele Prinzen zur Welt gebracht hatten. Nachdem die Königin jedoch einen fähigen Arzt konsultierte, wurde sie schwanger und gebar schließlich einen Sohn. Doch leider war das Gesicht des Prinzen äußerst unansehnlich, seine Gestalt erinnerte an einen Dämon, weshalb er den Namen „Chu Ngột" (Der abgeschnittene Bambusstamm) erhielt und von einer Amme versteckt wurde, sodass niemand von seiner Existenz erfuhr.

Mit der Zeit wuchsen der Prinz und die anderen Söhne des Königs heran. Doch das Land wurde von ausländischen Feinden bedroht, und die Prinzen zogen nacheinander in die Schlacht, um das Königreich zu verteidigen – doch sie alle kehrten geschlagen zurück. Als Chu Ngột davon erfuhr, begab er sich in die Schatzkammer, um den kostbaren Bogen der Vorfahren zu holen, und zog selbst in den Krieg, um die Feinde zu besiegen. Von da an wurde Chu Ngột vom König und den Höflingen geliebt und verehrt. Der König dachte daran, Chu Ngột zu verheiraten, doch das war schwierig, weil er so unansehnlich war. Gleichzeitig suchte der König eines benachbarten Landes einen Ehemann für seine schöne Tochter. Der König von Chu Ngột schickte einen Gesandten ins Nachbarland, um für Chu Ngột um die Hand der Prinzessin anzuhalten. Er wies den Gesandten an, falls jemand nach Chu Ngột fragen würde, ihn als talentiert, gutaussehend und edel zu beschreiben.

Am Tag der Hochzeit wählte der König einen hübschen Stellvertreter für Chu Ngột. Der König wies Chu Ngột an, erst nachts in das Gemach der Prinzessin zu kommen und sich tagsüber verborgen zu halten. Wenn die Prinzessin nach ihm fragte, sollte er sagen, dass er damit beschäftigt sei, Unruhen niederzuschlagen. Nachdem er die Feinde erfolgreich zurückgeschlagen hatte, wurde Chu Ngột vom König großzügig belohnt.

Eines Tages versammelten sich die Ehefrauen der Fürsten des Hofes zu einem Festmahl, bei dem jede die Tugenden und Verdienste ihres Mannes pries. Nur Chu Ngộts Frau wusste nichts Besonderes über ihren Mann zu erzählen. Plötzlich flüsterte eine andere Frau ihr zu: „Ach, erwähne doch lieber nicht deinen Ehemann, der so hässlich wie ein Dämon ist – jeder, der ihn sieht, würde voller Entsetzen davonlaufen…"

Chu Ngộts Frau fühlte sich zutiefst beschämt, erniedrigt und misstrauisch, nachdem sie das Gerücht über das Aussehen ihres Mannes gehört hatte. Sie wartete bis Mitternacht, als er tief schlief, und zündete eine Lampe an, um sein Gesicht zu betrachten. Tatsächlich sah ihr Mann schrecklich aus, wie ein Dämon – sie konnte sich kaum vorstellen, dass jemand so hässlich sein könnte.

Als er in tiefem Schlaf war, schlich sie sich still in der Nacht hinaus, bestieg einen Wagen und floh zurück ins Land ihrer Eltern.

Als bekannt wurde, dass die schöne Prinzessin zurückgekehrt war, kamen sechs benachbarte Könige mit ihren Armeen, um ihre Hand anzuhalten. Sie drohten, das Land anzugreifen, falls ihre Werbung nicht erhört würde. Der König geriet in Panik und gab sofort ein Dekret heraus, das versprach, die Prinzessin demjenigen zu geben, der die Feinde besiegen könnte, und ihm die Herrschaft zu teilen.

Zu dieser Zeit war Chu Ngột auf der Suche nach der Prinzessin und entdeckte das königliche Dekret. Er stellte sich an die Spitze einer Armee und besiegte die sechs Könige. Nach dem Sieg begab er sich zum Palast und suchte die Prinzessin auf. Nach langer Trennung trafen sich die beiden wieder, und Chu Ngột machte seiner Frau Vorwürfe wegen ihrer Flucht. Die Prinzessin erklärte ihm ehrlich: „Weil du so schrecklich aussiehst, erschrak ich und musste weglaufen …"

Daraufhin sah Chu Ngột in den Spiegel und stellte fest, dass er tatsächlich so hässlich war, wie seine Frau gesagt hatte. Traurig und verzweifelt zog er sich in den Wald zurück, um sich das Leben zu nehmen. Doch der Himmelsgott Đế Thích erfuhr von Chu Ngộts Kummer und erschien ihm, um ihm eine leuchtende Perle zu schenken, die er auf seinen Kopf legen sollte. Sofort verwandelte sich Chu Ngột in einen gutaussehenden und edlen Mann.

Mit der Perle, die er in sein Haar steckte, kehrte Chu Ngột in den Palast zurück, prachtvoll und würdevoll. Er erzählte seiner Frau freudig von seiner Verwandlung, und von diesem Tag an lebten sie in Liebe und Harmonie miteinander, ohne jegliche Zwietracht.

Nachdem er die Geschichte gehört hatte, fragte König Bimbisāra den Buddha: „Ehrwürdiger Erhabener, aufgrund welcher guten Tat wurde Prinz Chu Ngột als Sohn eines Königs geboren und mit übermenschlicher Stärke gesegnet, aber gleichzeitig mit einem so unansehnlichen Äußeren bestraft?".

Der Buddha antwortete König Bimbisāra:

„In einer unzähligen Vergangenheit gab es einen Pratyekabuddha (einen Buddha ohne Schüler), der an Lepra erkrankt war und sich in den Bergen in Einsamkeit aufhielt. Eines Tages kam er zum Haus eines Ölhändlers, um etwas Öl zu erbitten, damit er seine Krankheit lindern konnte. Als der Ölhändler den von Lepra entstellten und übelriechenden Mann sah, beschimpfte er ihn und sagte: ‚Du siehst aus wie ein abgeschnittener Baumstumpf (Chu Ngột), den alle Menschen verabscheuen. Hast du kein Geld, um es dir zu kaufen, dass du betteln musst?'

Obwohl er das sagte, gab der Ölhändler dem Pratyekabuddha schließlich etwas minderwertiges Restöl. Auf dem Heimweg traf er jedoch seine Frau, die ihn ehrerbietig fragte: ‚Woher kommt Ihr und wofür benötigt Ihr das Restöl?'

Der Pratyekabuddha antwortete: ‚Ich brauche es, um meine Lepra zu behandeln'.

Daraufhin sagte die Frau ehrfürchtig: ‚Bitte kehrt um, ich möchte Euch gutes, reines Öl schenken'.

Der Pratyekabuddha folgte der Frau erfreut zurück, um das gute, klare Öl entgegenzunehmen. Sie tadelte daraufhin ihren Mann: ‚Du warst wirklich grausam. Warum hast du ihm nur Restöl gegeben? Du solltest dich schämen und Buße tun'.

Ihr Mann bereute es freudig und bat um Vergebung. Beide Ehepartner nahmen sich vor, ihr Leben lang Öl für den Pratyekabuddha zu spenden, damit er seine Krankheit behandeln konnte.

Von da an kam der Pratyekabuddha täglich zum Ölladen, um das Essen und Öl anzunehmen, das das Ehepaar ihm darbrachte. Bevor er ins Nirvana einging, offenbarte er dem Ehepaar seine übernatürlichen Kräfte und zeigte ihnen viele wundersame Fähigkeiten."

Der Ehemann, halb erleichtert und halb besorgt, sagte zu seiner Frau:

„Dank deines verdienstvollen Opfers wirst du in einem zukünftigen Leben sicherlich Glück erfahren. Lass uns das gemeinsam genießen und für alle Ewigkeit als Ehepaar verbunden sein, Leben für Leben!"

Die Frau antwortete: „Ich fürchte nur, dass du einmal den Pratyekabuddha schlecht behandelt und ihm minderwertiges Öl gegeben hast. Wenn du deshalb in Zukunft eine schlechte Vergeltung erleiden musst, wie können wir uns dann wiederfinden und vereinen?"

Der Mann erwiderte: „Auch ich habe hart gearbeitet und gehandelt. Was mein ist, ist auch dein Verdienst, es gehört uns beiden, also warum sollten wir nicht als Eheleute verbunden bleiben? Der Segen ist gemeinsamer Segen, wie könntest du ihn alleine genießen?"

„Gut, ich werde deine Frau sein. Aber wenn du in der Zukunft zu hässlich bist, werde ich dich verlassen".

„Falls du gehst, werde ich dir nachgehen und dich finden, egal was passiert".

Freudig blickten die beiden zum Himmel auf und fassten gemeinsam den Entschluss, den Pratyekabuddha aufrichtig um Vergebung zu bitten und zu beten, in einem zukünftigen Leben in eine edle und reiche Familie geboren zu werden und stets Erfolg zu haben.

Hier sagte der Buddha:

„Der Ölhändler aus längst vergangenen Zeiten ist niemand anderes als Chu Ngột. Weil er den Pratyekabuddha als ‚abgeschnittenen Bambusstumpf' beschimpfte, wurde er im späteren Leben mit einem hässlichen Äußeren wie ein solcher Stumpf wiedergeboren. Doch da er bereute und schließlich gutes, reines Öl darbrachte, wurde er in eine gute Welt geboren, mit großer Kraft gesegnet und als universaler Monarch (Chuyển-luân-vương) wiedergeboren, um die Segnungen der vier Königreiche zu genießen".

Kommentar: Die Lehre des Buddha ist klar und eindeutig: Gute oder schlechte Taten führen zu entsprechenden Vergeltungen. Daher sollten alle Lebewesen dem Pfad der Tugend folgen, achtsam in Körper, Sprache und Geist sein und kein negatives Karma erzeugen. ∎

Thi Thi Hồng Ngọc

GIA ĐÌNH MÌNH LÀ CON PHẬT

Chuyện Ngắn Thiếu Nhi

GIẬN HỜN

Tranh: Cát Đơn Sa

Thảo An vừa đi học về liền vào phòng đóng sầm cửa lại, thái độ của cô bé tỏ ra rất bực tức. Mẹ để ý liền gõ cửa định vào thăm thì nghe cô nói to bằng tiếng Đức:

- Lass mich in Ruhe! (Để tôi yên)

Mẹ lặng lẽ quay đi. Khi hai cô em gái của Thảo An tan học về, cười nói vui vẻ, mẹ ra dấu im lặng rồi khẽ bảo:

- Không biết chị Thảo An có chuyện gì không vui, các con đừng làm phiền để khi nào chị bình tĩnh thì mình sẽ nói sau.

Trong bữa ăn thấy vắng cô con cả, ba hỏi và mẹ cũng nói như vậy, cả nhà vẫn ăn cơm vui vẻ, mọi sinh hoạt trong nhà không hề thay đổi. Ở mãi trong phòng chẳng thấy ai đả động gì đến mình, cơn giận vô cớ nguôi ngoai, bụng lại đói meo, Thảo An hé cửa rụt rè nhìn ra ngoài phòng khách thì thấy Thảo Hiền ngồi trong lòng ba, Thảo Mai nũng nịu bá cổ mẹ, cả nhà ngồi xem phim "Cuộc đời Đức Phật" rồi bàn luận sôi nổi. Khung cảnh gia đình ấm cúng quá làm Thảo An càng hối hận, cô len lén nhẹ nhàng đi đến ngồi bên cạnh mẹ.

- Con có đói không? Mẹ để phần bánh bao chay cho con đấy.

- Để em đi hâm nóng bánh cho chị- Thảo Mai vừa nói vừa nhanh nhẩu đứng lên chạy vào bếp.

Thảo Hiền cũng lăng xăng bưng ly nước đến:

- Chị uống đi! Ngon lắm, lúc nãy ba ép nước táo tươi bảo em rót một ly cho chị.

Thảo An oà khóc to:

- Con xin lỗi ba mẹ, chị xin lỗi hai em, hôm nay chỉ vì con làm bài không được, bị điểm kém, con lại "tự nhiên" giận cả nhà. Con biết mình sai rồi!

Ba xoa đầu an ủi, mẹ ôm cô vào lòng, Thảo Hiền đưa khăn giấy cho chị, Thảo Mai dịu dàng nói:

- Chị ơi! Phật dạy là có "hai người" quý nhất trên đời: Một là không bao giờ làm lỗi, hai là biết mình có lỗi rồi không làm nữa. Chị là người tốt rồi đó!

Nước mắt ngừng rơi, Thảo An mỉm cười cùng cả nhà vỗ tay khen ngợi cô em Phật Tử dễ thương của mình.

CHÁU KHÔNG MUỐN VỀ NHÀ

Cuối tuần, Thảo Mai xin phép mẹ dẫn cô bạn Mia về nhà chơi, mẹ vui vẻ đồng ý ngay. Hai cô bé không ở riêng một mình trong phòng mà cùng cả nhà làm bánh, nấu ăn, dọn dẹp, xem phim và trò chuyện cởi mở thân thiện, Mia vui quá buột miệng nói:

- Thảo Mai! Gia đình bạn thật là hạnh phúc! Làm ơn xin ba mẹ cho tôi ở đây luôn được không?

Cả nhà im bặt nhìn nhau vì quá bất ngờ, ai cũng biết cha mẹ Mia rất giàu, cô được hưởng đủ thứ tiện nghi vật chất mà ít trẻ con nào ở tuổi này có được. Mẹ nắm tay Mia dịu dàng hỏi:

- Sao cháu lại nói thế? Ba mẹ cháu rất thương cháu, lo cho cháu tất cả những gì tốt đẹp nhất, cháu lại không muốn về nhà, cháu làm như thế không nghĩ rằng ba mẹ cháu buồn lắm hay sao?

Mia lắc đầu nói trong nước mắt:

- Không! Không! Ba mẹ không thương cháu, họ đi làm suốt ngày, sau khi đi học về cháu chỉ gặp cô giữ trẻ. Ba mẹ cháu lại hay cãi nhau to tiếng làm cháu sợ. Cuối tuần, không ba thì mẹ cháu bỏ đi chơi. Cháu đòi mua thứ gì thì cũng được chiều nhưng không bao giờ được ba mẹ ôm hôn, hỏi thăm xem cháu ra sao. Cháu chưa bao giờ biết thế nào một bữa ăn gia đình cả.

Ba chị em Thảo Mai nhìn nhau rồi nhìn Mia đầy thông cảm trong khi cô bé vẫn nức nở: KHÔNG! CHÁU KHÔNG MUỐN VỀ NHÀ!

MÓN QUÀ CUỐI NĂM

Mỗi dịp cuối năm, gia đình Đồng Minh, Đồng Thuận đều tổ chức một buổi thảo luận quà cho ông bà nội ngoại với bất cứ hình thức nào miễn là có tấm lòng thành kính. Năm nay cả nhà cũng họp lại và nói về món quà của mình. Ba lên tiếng trước:

- Năm nay ba sẽ biếu bà ngoại số tiền để bà đi mổ mắt, mắt sáng thì bà đọc kinh dễ hơn, ba cũng biếu bà nội hộp thuốc bổ để bà đỡ bị mệt.

Mẹ tiếp lời:

- Năm nay mẹ biếu ông nội một điện thoại mới để ông liên lạc với mình vì điện thoại của ông cũ quá rồi, chắc không còn dùng được bao lâu nữa. Mẹ cũng biếu ông ngoại một cái xe đẩy để ông đi dạo cho vững, khi nào mỏi chân ông cũng ngồi được trên xe này.

Thảo An hào hứng khoe:

- Còn con biếu ông bà nội hộp bánh quy tự tay con làm, cô Hai hứa sẽ mang về giúp con rồi.

Thảo Mai trịnh trọng rút ra một phong thư:

- Đây là tiền tiết kiệm của con trong một năm, con biếu ông bà ngoại đi ăn phở.

Thảo Hiền im lặng một lúc lâu rồi khẽ nói:

- Bắt đầu từ hôm nay mỗi ngày con "để dành" 20 phút niệm Phật cầu nguyện cho ông bà nội ngoại được khỏe mạnh, sống vui để con có ông bà hoài hoài. Đó là quà tặng của con! ∎

Thi Thi Hồng Ngọc

Unsere Familie sind Buddhisten

Kinderkurzgeschichten
Mỹ Đình überträgt ins Deutsche

Ärger und Verdruss

Thảo An kam gerade von der Schule nach Hause, ging direkt in ihr Zimmer und schlug die Tür zu. Sie wirkte sehr aufgebracht. Ihre Mutter bemerkte das und klopfte an die Tür, um nach ihr zu sehen, als sie Thảo An laut auf Deutsch sagen hörte:

- Lass mich in Ruhe!

Still zog die Mutter sich zurück. Als Thảo Ans zwei jüngere Schwestern nach der Schule fröhlich nach Hause kamen, winkte die Mutter ihnen, still zu sein, und sagte leise:

- Ich weiß nicht, was Thảo An bedrückt, aber stört sie lieber nicht. Wenn sie sich beruhigt hat, können wir später darüber sprechen.

Beim Abendessen bemerkte der Vater, dass die Älteste fehlte, und die Mutter erklärte es ihm ebenso. Die Familie aß fröhlich weiter, und das Alltagsleben ging ungestört weiter. Lange blieb Thảo An in ihrem Zimmer, doch niemand sprach sie an. Ihr grundloser Ärger legte sich langsam, und plötzlich knurrte ihr Magen. Vorsichtig öffnete sie die Tür und spähte ins Wohnzimmer. Dort sah sie, wie Thảo Hiền auf dem Schoß des Vaters saß und Thảo Mai ihre Mutter umarmte. Die Familie schaute sich gemeinsam den Film „Das Leben Buddhas" an und unterhielt sich lebhaft darüber. Die warme, gemütliche Atmosphäre erfüllte Thảo An mit Reue. Ganz leise schlich sie sich heran und setzte sich neben ihre Mutter.

- Hast du Hunger? Ich habe dir ein paar vegetarische Teigtaschen aufgehoben, sagte die Mutter sanft.

- Ich wärme sie schnell für dich auf; rief Thảo Mai und rannte eilig in die Küche.

Auch Thảo Hiền war eifrig und brachte ein Glas Wasser herbei:

- Hier, trink das! Es ist frisch gepresster Apfelsaft, den Papa gemacht hat. Er sagte, ich solle dir ein Glas einschenken.

Da brach Thảo An in Tränen aus:

- Es tut mir leid, Mama und Papa, es tut mir leid, ihr beiden. Nur weil ich die Aufgaben in der Schule nicht hinbekommen habe und eine schlechte Note bekam, habe ich mich grundlos auf alle in der Familie geärgert. Ich weiß, dass ich im Unrecht war.

Der Vater strich ihr beruhigend über den Kopf, die Mutter nahm sie in den Arm, Thảo Hiền reichte ihr ein Taschentuch, und Thảo Mai sagte sanft:

- Weißt du, Buddha sagt, es gibt zwei wertvolle

Menschen: Der eine ist derjenige, der nie einen Fehler macht, und der andere ist derjenige, der seine Fehler erkennt und sie nicht wiederholt. Du bist ein guter Mensch!

Mit einem Lächeln hörte Thảo An auf zu weinen und klatschte mit der Familie, die ihre kleine buddhistische Schwester herzlich lobte.

ICH WILL NICHT NACH HAUSE ZURÜCK

Am Wochenende bat Thảo Mai ihre Mutter um Erlaubnis, ihre Freundin Mia mit nach Hause zu bringen. Die Mutter stimmte sofort freudig zu. Die beiden Mädchen waren nicht allein im Zimmer, sondern verbrachten die Zeit mit der ganzen Familie: Sie backten, kochten, räumten auf, sahen Filme und unterhielten sich offen und freundlich. Mia war so glücklich, dass sie plötzlich sagte:

– Thảo Mai! Deine Familie ist wirklich glücklich! Bitte frag deine Eltern, ob ich für immer hierbleiben kann!

Die ganze Familie schaute sich verblüfft an, denn alle wussten, dass Mias Eltern sehr reich waren und ihr alle möglichen materiellen Annehmlichkeiten ermöglichten, die nur wenige Kinder in ihrem Alter genießen konnten. Mias Mutter nahm sanft ihre Hand und fragte:

– Warum sagst du das? Deine Eltern lieben dich sehr und sorgen sich darum, dass du das Beste hast. Wenn du nicht nach Hause zurück möchtest, denkst du nicht, dass das deine Eltern traurig machen könnte?

Mia schüttelte den Kopf und sprach durch ihre Tränen:

– Nein! Nein! Meine Eltern lieben mich nicht, sie arbeiten den ganzen Tag. Wenn ich von der Schule nach Hause komme, sehe ich nur die Nanny. Meine Eltern streiten oft laut miteinander, und das macht mir Angst. Am Wochenende geht entweder mein Vater oder meine Mutter aus, um Spaß zu haben. Alles, was ich will, bekomme ich, aber nie eine Umarmung oder ein Kuss von meinen Eltern, niemals fragt mich jemand, wie es mir geht. Ich habe nie erlebt, wie es ist, gemeinsam als Familie zu essen.

Die Geschwister von Thảo Mai schauten sich mitfühlend an und dann Mia, während sie immer noch schluchzte: NEIN! ICH WILL NICHT NACH HAUSE ZURÜCK!

DAS JAHRESENDGESCHENK

Jedes Jahr zum Jahresende organisiert die Familie von Đồng Minh und Đồng Thuận ein Treffen, um über ein Geschenk für die Großeltern zu sprechen – in welcher Form auch immer, solange es von Herzen kommt. Auch dieses Jahr versammelte sich die ganze Familie, um über ihre Geschenke zu sprechen. Der Vater begann:

– Dieses Jahr werde ich Oma Geld geben, damit sie eine Augenoperation machen lassen kann. Mit klaren Augen kann sie leichter ihre Gebete lesen. Für die andere Oma habe ich eine Schachtel Nahrungsergänzungsmittel besorgt, damit sie weniger erschöpft ist.

Die Mutter sprach weiter:

– Dieses Jahr schenke ich Opa ein neues Handy, damit er uns erreichen kann. Sein altes Telefon ist schon ziemlich abgenutzt und wird nicht mehr lange funktionieren. Außerdem schenke ich dem anderen Opa einen Rollator, damit er sicher spazieren gehen kann und sich bei Bedarf auch hinsetzen kann.

Thảo An erzählte begeistert:

– Und ich schenke Oma und Opa eine Dose Kekse, die ich selbst gebacken habe. Tante Hai hat versprochen, sie für mich mitzunehmen.

Thảo Mai zog feierlich einen Umschlag heraus:

– Das hier ist mein Erspartes aus einem Jahr. Ich schenke es den Großeltern, damit sie Pho essen gehen können.

Thảo Hiền blieb einen Moment still und sagte dann leise:

– Ab heute werde ich jeden Tag 20 Minuten „sparen", um Buddha zu rezitieren und für die Gesundheit und das Wohlbefinden der Großeltern zu beten, damit sie immer bei uns bleiben. Das ist mein Geschenk! ∎

Trần Phong-Lưu

NĂM TỴ KỂ CÁC CHUYỆN VỀ RẮN

Công Chúa Rắn:

Theo Huyền thoại truyền tụng từ buổi sơ khai: Hoàng tử Prah Thong cưới Công chúa Thủy tề Neang Neak, con gái của vua Rắn 9 đầu, đã được vua cha uống cạn một vùng biển Đông lập thành phần đất Thủy Chân Lạp, sáp nhập vào vùng Lục Chân Lạp thành Vương quốc Chân Lạp. Từ đó về sau vị vua nào của Chân Lạp cũng phải cưới một Công chúa Rắn.

Nguồn hình: Pinterest 2229

Sự tích này ứng với hiện tượng sông Cửu Long phát nguyên từ nóc nhà thế giới Tây Tạng, gom góp phù sa tại vùng đất thiêng này, tải qua Vân Nam (Trung Hoa), xuống Miến, Thái, Lào, Miên đến Nam Việt phân hai nhánh Tiền Giang và Hậu Giang, để đổ ra biển bằng chín cửa. Rồi thủy triều, sóng gió tắp phù sa dọc theo bờ đất cuối cùng của nước ta, thành những bãi đất bồi, ở các nơi đó những cây mắm mọc lên để giữ đất: Từ những đám cây đước đời ông truyền qua khu rừng tràm đời cha, đến những vùng rễ bần mọc tua tủa, chỉa lên trời trên những bãi bùn đời con. Rồi đất bắt đầu thuần hóa qua các thế hệ cháu chắt về sau, lên giồng trồng rẫy, đào rạch dẫn nước vào ruộng lúa, khai mương lập vườn trồng cây ăn trái. Tới nay bờ biển Cà Mau vẫn còn được phù sa bồi lấp. Hằng năm mũi đất tận cùng này của miền Nam vẫn lấn dần ra biển từ phân, từng tấc một.

Ông Châu Đạt Quan trong đoàn sứ giả nhà Nguyên sang Chân Lạp, dưới triều vua Cindravarman (1295-1307) đã viết trong quyển "Chân Lạp Phong Thổ ký":

Cung điện vua nằm ở phía bắc ngôi tháp và cây cầu vàng, chu vi vòng quanh lối năm hay sáu dặm. Ngói lợp gian chánh cung vua bằng chì, còn các điện khác trong hoàng cung được lợp ngói bằng đất sét vàng. Những cây ngang và cột thật lớn đều chạm hình Đức Phật và sơn màu. Tại điện Cần Chánh nơi vua thiết triều, dùng một cửa sổ bằng vàng. Hai bên khuôn cửa, bên cạnh cửa và trên những cây cột vuông treo từ 40 đến 50 tấm kiếng. Phần dưới tạc những hình voi. Ban đêm Phiên Vương (các sứ giả Trung Hoa đều gọi các vua chư hầu là Phiên vương) ngủ trên chót ngôi tháp vàng ở giữa cung. Tất cả dân Miên đều tin chắc rằng, chính nơi đó vị thần Rắn 9 đầu, chủ tể cả giang sơn sẽ xuất hiện. Mỗi đêm Thần biến thành đàn bà, đến ân ái với nhà vua trước. Các bà vợ vua cũng không dám vào tẩm cung thiêng này. Canh hai nhà vua ra khỏi tẩm cung trên tháp, mới có thể xuống ngủ với Hoàng hậu hoặc các cung phi. Nếu đêm nào vị thần không xuất hiện, đó là ngày chết của nhà vua đã đến. Nếu nhà vua vắng mặt trong một đêm, chắc chắn ngài sẽ gặp tai họa.

Rắn Thần NAGA

Rắn hổ mang Ấn Độ (Naja naja) là loài rắn trong họ Rắn hổ, được tìm thấy tại tiểu lục địa Ấn Độ (Nepal, Pakistan, Ấn Độ, Bangladesh và Sri Lanka). Chúng có thể được tìm thấy trong vùng đồng bằng, rừng nhiệt đới, đồng ruộng, trang trại và cả khu ngoại ô tỉnh thành. Chúng cũng là một trong bốn loại rắn gây ra hầu hết các vụ rắn cắn ở

Ấn Độ. Loài rắn này được tôn kính trong thần thoại và văn hóa Ấn Độ. (wikipedia)

Naga (gốc tiếng Phạn là rắn hổ mang lớn, chúa tể loài rắn), linh vật á thần, theo Ấn giáo mang mặt người thân rắn, cổ bành ra như rắn hổ mang, lưu truyền trong kinh và nghệ thuật tạo hình Phật giáo Á châu. Rắn Naga chẳng những lớn nhứt mà còn có nọc độc khủng khiếp nhứt, có thể giết 20 người hay một con voi lớn trưởng thành (1), mặt khác Naga còn có nghĩa là *hủy bỏ mọi tội ác* (2).

Theo Wikipedia, người Ấn Độ quan niệm Naga là linh hồn thiên nhiên, bảo vệ các sông suối, giếng nước, biểu trưng cho sự thịnh vượng, thần bảo vệ mùa màng, mang nước tưới tiêu ruộng vườn. Rắn Naga còn là biểu tượng cho sự kết nối giữa cõi nhân gian và niết bàn. Hình tướng Naga được thể hiện dưới dạng nửa người và nửa còn lại là dạng rắn cuộn. Hầu hết tượng Naga làm cử chỉ dâng hiến châu báu với hai tay, hai bàn tay chắp lại thành kính. Chúng có một, ba, năm hay bảy cái mào đầu hay bảy con rắn nhỏ ngóc lên như những cái mào trên đầu Naga với các màu sắc tương ứng với năm đẳng cấp của Naga theo năm giai cấp trong xã hội Ấn Độ truyền thống. Trong truyền thuyết Khmer, rắn Naga, tượng trưng cho thần Siva, cuộn tròn nơi gốc của trục thế gian, biểu trưng cho sự sinh thành, phát triển và hủy diệt, nâng đỡ và ổn định thế giới. Rắn Naga có nhiều thần thông, hành sự theo nghiệp ác, nhưng nhờ ảnh hưởng của Phật nên Naga hoàn toàn được thiện hóa. Kim cang thừa Tây Tạng thừa hưởng biểu trưng Naga từ di sản cổ Ấn Độ được tích hợp vào Phật giáo thời sơ kỳ. Chúng là những linh vật hạ giới, dưới đất và dưới biển, đặc biệt là thủy giới của sông hồ, ao giếng và biển cả. Trong vũ trụ luận Phật giáo, chúng trú ở tầng cuối cùng của núi Tudi, là lực lượng canh giữ các kho báu và kinh tạng ở cõi dưới. Bồ tát Long thọ (Nagarjuna), kinh văn Hán xem Naga là rồng, có lẽ là người đầu tiên nhận được tạng kinh do loài Naga bảo quản dưới thủy giới, đó là kinh Bát nhã Ba la mật đa. Sự tích đức Phật Đản sinh kể rằng: Lúc hoàng hậu Maya hạ sinh Thái tử Tất Đạt Ta tại vườn Lâm Tỳ Ni, Ngài được vua rắn Naga chín đầu phun nước tắm, điển tích này được người Trung Hoa mô tả qua hình tượng điêu khắc chín con rồng bao quanh đức Phật sơ sinh, mà người ta quen gọi là "tượng Cửu Long".

Theo SEO Tâm Linh-Kiến thức Phật giáo: Rắn thần Naga là biểu tượng cho sức mạnh, sự may mắn và bảo vệ chánh pháp. Như Naga Mucalinda đã che mưa cho đức Phật sau khi Ngài giác ngộ: Khi đức Phật ngồi thiền dưới gốc cây Bồ Đề, đến tuần thứ sáu thì trời mưa to, vua rắn Naga, mà kinh Hán văn ghi là Hoàng tử Long Vương, cuộn mình bảy vòng nâng bảo tòa Phật lên cao hơn, để nước không thấm ướt và mang cổ rắn thần bành to để che mưa bảo vệ đức Phật khỏi ảnh hưởng của thời tiết.

Rắn thần Naga bảo vệ đức Phật (SEO Tâm Linh)

Từ thuở xa xưa, những con rắn khổng lồ đã hiện diện trong truyền thuyết và tín ngưỡng Ấn Độ. Chúng được xem là những thần linh, thường gắn với nước và sự giàu sang. Khi Phật giáo thừa kế thì hình tượng này biểu thị cho sự bảo vệ chánh pháp, che chở đức Phật và chúng sanh. Trong những bức tượng, tranh ảnh, điêu khắc Naga bảo vệ Phật pháp khỏi các thế lực âm mưu phá hoại. Trong kinh văn Phật giáo, đức Phật đã dùng oai đức cảm hóa cả tám bộ chúng, trong đó có hai loại rắn khác biệt: Naga (long) và Mahoraga (Ma hầu la-già), theo truyền thống Ấn giáo là loài rắn lớn, Đại mãng thần hay Đại hung phúc hành, vị rắn thần vừa tốt/phúc vừa xấu, được đồng nhứt với rắn chúa Sesha. Còn trong văn hóa Phật, Ma hầu la già được xác định là vị thần đầu người mình rắn. Phần Naga, tuy thường hiện đến dự pháp hội nghe Phật giảng kinh Đại thừa. Như khi Phật giảng kinh *Diệu pháp Liên Hoa*, có tám vị Long vương (Nagaraja) dắt theo quyến thuộc đến hầu để nghe kinh. Đó là các Long vương Nan đà, Bạt nan đà, Ta già la, Hòa ta kiết, Đức xoa na, A na bà đạt đa, Ma na tư và Ưu bát la. Mặc dù là loại chúng sanh hộ pháp và hướng thiện, thường hiện đến dự pháp hội để nghe Phật giảng kinh, song Naga chưa được coi là chúng sinh hội đủ phẩm chất như con người, dù đã có nửa thân người.

Trong Luật tạng, có tích kể về một Naga muốn mau tiến bộ trên đường tu học đã hóa thành một chàng trai đến trước Tăng già xin thọ giới xuất gia. Khi đã được thọ giới, Naga về tăng phòng ngủ lại hiện nguyên hình thành Naga, khiến chư tăng hốt hoảng. Do vậy chư tăng nghị hội trục xuất vị tăng sĩ gốc Naga vì chưa đủ sức tiến hóa để thọ giới Tỳ kheo, tức phải sanh lên làm người, đủ căn cơ tốt để đi tu.

Ở nhiều ngôi chùa và tu viện, tượng Naga thường được đặt quanh những bức tượng Phật hoặc trang trí dọc theo các lan can, bậc thang dẫn lên chùa, tượng trưng cho con đường dẫn đến giác ngộ. Rắn thần Naga không chỉ là sinh vật huyền thoại mà còn là biểu tượng sâu sắc của tâm linh, quyền lực và sự bảo hộ trong nhiều nền văn hóa. Qua nhiều thế kỷ, Naga đã trở thành một phần của tín ngưỡng và văn hóa Phật giáo, mang đến sự bình an và niềm hy vọng cho con người.

Đạo Phật đến Nam Dương quần đảo từ rất sớm có thể vào thời Hồng Bàng. Chử Đồng Tử và Công chúa Tiên Dung là hai Phật tử Việt Nam đầu tiên đã theo thuyền buôn đến đây tu học. Thắng tích tòa Phù đồ Phật giáo cổ nổi tiếng Borobudur được thiết kế và kiến tạo theo hình tượng đại mạn-đà-la gồm nhiều tầng tháp kết hợp các hàng hàng lớp tiểu phù đồ. Cho đến nay quần đảo đã được gọi là Indonesia và đại phù đồ Borobudur vẫn thu hút được nhiều khách du lịch và các đoàn hành hương. Trước tiến sảnh hai hành lang bên các chùa chiền tu viện vẫn còn trang trí hình tượng rắn thần Naga dù đa số dân chúng đã cải sang Hồi giáo vào thời đoàn quân Hồi giáo từ Ấn Độ đến xâm chiếm.

Tượng Naga ở Indonesia

Trong nền văn hóa của nhiều dân tộc trên thế giới cũng như Việt Nam, rắn là con vật có ảnh hưởng mạnh mẽ đến phong tục, tín ngưỡng con người. Hình tượng rắn đã phổ biến trong vùng người Việt sinh sống ở đồng bằng sông Hồng. Tục thờ rắn là tín ngưỡng nguyên thủy của người Việt cổ mang hai ý nghĩa: Tục thờ rắn đại diện cho Thủy thần ở đồng bằng Bắc Việt (Thủy tinh lụt lội) và ý niệm về sông nước (mưa thuận, gió hòa, khai mương dẫn thủy) của cư dân sinh sống bằng nông nghiệp. Dọc theo các con sông lớn đã có đến 316 ngôi đền thờ thần rắn.

Tượng Naga và Kim Sí Điểu của người Chàm ở Trung Việt thế kỷ thứ X (Wikipedia)

Dân tộc gốc Miên ở miền Nam vẫn giữ truyền thống Chân Lạp. Hình ảnh cầu vồng và rắn Naga tượng trưng cho cầu nối giữa trần gian và cõi Niết bàn, qua các phù điêu Naga nơi mái cuốn của ngôi chùa, thêm ý nghĩa trong việc trừ tà, tránh hỏa hoạn và bảo vệ đạo Phật. Hình dạng uốn lượn của rắn Naga tạo nên những cung vòm quanh các thức cột, những lan can quanh các hồ nước và lối đi. Chính thân hình dài của rắn đã được xem là cầu vồng nối thiên và hạ giới. Các tượng ý trang trí đầu rắn Naga rất hung dữ nhưng bao giờ và ở đâu cũng thấy quay đầu xuống để tỏ vẻ thuần phục trước oai lực của Phật giáo. Như quá trình độ thế và cảm hóa thế gian của Đức Phật. Theo Quốc Lê (Kiến thức), *Cột cờ hình rắn thần Naga 7 đầu ở chùa Hang (Trà Vinh).*

- Naga cuộn tròn lấy cái gốc của trục thế gian, biểu trưng

cho sự sinh thành, phát triển và hủy diệt. Hình tượng rắn Naga từ Hindu giáo đã du nhập vào Phật giáo và từ Ấn Độ truyền đi các vương quốc Đông Nam Á thời cổ.

Tượng Naga tại cầu cổ Kampong Kdai -Siêm Rệp (Phan Minh Châu)

Trong khuôn viên chùa Vàm Ray (huyện Trà Cú, Trà Vinh) nổi bật hình tượng bảy rắn thần Naga 5 đầu, dùng thân bao quanh và phần đuôi chịu một trụ cột cao vút, tượng trưng cho trục thế gian, nhưng người dân thường nhìn tượng trông giống như những vệ sĩ canh gác, bảo vệ sự bình yên thanh tịnh cho ngôi chùa. Vào những ngày lễ hội, cột trụ được thắp nến sáng rực biểu hiện cho việc Phật pháp soi sáng nhân loại. Đây là quan niệm tín ngưỡng hướng tới cái thiện của người Khmer, gắn liền với truyền thuyết loài rắn cải tà quy chánh. (Zoom Travel)

Ở các ngôi chùa Khmer Nam bộ, tùy theo cách thức thể hiện mà hình ảnh rắn thần Naga lại hàm chứa những ý nghĩa khác nhau, như chánh điện chùa Âng (Trà Vinh) gắn tượng rắn thần Naga trên các góc mái. Tượng rắn thần Naga ở lối lên chùa Pitu Khòsa Ràngsây (Cần Thơ).

Naga ở Vat (chùa) That Phun Lào (Wikipedia)

Tại chánh điện chùa Miên Mỹ Á, quận Tri Tôn, An Giang còn tô bức tranh tường vẽ rắn thần Naga Mucalinda che chở đức Phật vào tuần thứ sáu trước khi Phật thành đạo.

Tiếng Khmer gọi rắn Naga là Niệk đã hiện diện trong văn hóa Khmer từ trước khi Ấn Độ ảnh hưởng đến vùng đất này, vì dân Khmer cổ đã có tín ngưỡng bản địa thờ rắn. Trong chính quốc Khmer rắn Naga nhiều đầu, tượng trưng chiếc cầu nằm trải dài dưới chân những ngôi đền núi (thế giới con người) đến đỉnh của ngôi đền (thế giới thần linh). Thân hình dài của rắn Naga tượng trưng cho chiếc cầu vồng nối liền hạ và thiên giới.

Cặp Naga xây như 2 lan can hai bên cầu thang dẫn lên Vat Chom Khao - Lào

Ở miền Bắc Thái Lan, Naga là quy ước kiến trúc phổ biến. Trong vai trò bảo hộ chánh điện thờ Phật, hình tượng Naga trượt trên diềm mái chùa; cuộn/quấn dưới mái hiên gie ra đến từ những rầm mái; bao quanh khung/cửa tò vò; trượt trên mặt tiền cột/trụ; và lượn sóng dọc theo lan can chánh điện phức hợp. Đầu Naga hay các đầu của nó dựng đúng như che chở, miệng chúng mở to, thè lưỡi và những hàng răng sắc nhọn. Ngọn lửa bùng lên từ đầu, cách điệu hóa cao. Từ cổ thân hình Naga thường hay rủ xuống thành dải uốn cong đều đặn làm dịu bớt tính dữ tợn của cặp mắt tròn rực cháy và vây vẩy lưng tua tủa. Trong các công trình cổ, hình tượng rắn 3 đầu tượng trưng cho Thiên-Địa-Nhân, 5 đầu là kim-mộc-thủy-hỏa-thổ; 7 đầu biểu trưng cho sự đắc đạo trong tu hành và 9 đầu chính là con đường dẫn lên cõi Thiên.

Tượng rắn thần lớn nhứt Thái Lan Wat Roi Phra (tour. khachsan24gio)

Bây giờ có thể đúng vào thời điểm của sấm Trạng Trình: **Long vỹ Xà đầu khởi chiến tranh.**

Cuộc chiến Đông Âu đã diễn tiến từ mấy năm nay, nhưng cuối năm Thìn quân đội Ukraine đã vượt biên xâm chiếm vùng Kursk, lần đầu tiên quân đội nước ngoài đặt chân lên đất nước Nga từ hơn 60 năm qua. Rồi 10.000 quân Bắc Hàn đã đến Nga. Khoảng 8.000 quân đã đến vùng Kursk để chuẩn bị tham chiến. Mặt khác cuộc chiến Trung Đông đã bùng lên dữ dội. Do Thái đơn phương đối đầu với ba mặt trận với các nước xung quanh, Yemen, Hamas, Hezbollah. Đặc biệt các cuộc tấn công, trả đũa qua lại mãnh liệt với nước chủ chốt Iran. Trong khi Mỹ đã điều động Hàng Không Mẫu Hạm với nhiều tàu hộ tống đến vùng biển sôi động này, tức tốc điều B-52 tới sát vách Iran. Như vậy: "Can qua xứ xứ khởi đao binh".

Thế giới lo ngại cuộc chiến hai nơi không biết bao giờ mới chấm dứt, mà biển Đông lại dậy sóng, Trung Cộng quá tham vọng, đã vẽ ra lưỡi bò liếm hết biển Đông, đã chiếm Hoàng Sa, Trường Sa của Việt Nam, hàng ngày vẫn hù dọa Đài Loan với hàng loạt máy bay ồ ạt bay qua vùng nhận dạng phòng không của Đài Loan. Mới đây Đài Loan đã báo động vì Trung Cộng đã phóng hàng loạt hỏa tiễn tầm xa từ Tân Cương (cách 2.000km). Hàn Quốc bắt đầu lo lắng việc Bắc Hàn tham chiến ở Nga nên đã quyết định gửi vũ khí sát thương và đang dự định gửi các chuyên viên cùng các cựu quân nhân Bắc Hàn tỵ nạn vào ban tuyên truyền để ảnh hưởng đến đám quân Bắc Hàn bị đưa ra chiến trường làm bia đỡ đạn. Trước sự leo thang của phe trục, Nhật Bản và Úc Châu đã vận động thành lập NATO phương Đông để chặn bước tiến hung hãn của Trung Cộng vẫn dụng độ với Phi Luật Tân và đe dọa Indonesia. Có thể Trung Quốc sẽ tiến đánh Đài Loan vào năm Ất Tỵ, Bắc và Nam Hàn sẽ tái chiến.

"Mã đề, Dương cước anh hùng tận - Có thể cuối năm Ngọ (2026) "người hùng" Putin sẽ tận, chiến tranh sẽ tàn lụi dần. Tiếp theo cuối năm Mùi "người hùng" Tập Cận Bình cũng quy tiên đúng như Thạch bản đồ của một Tú tài thời nhà Minh, mà một đại gia ở Hồng Kông còn giấu được: Thạch đồ đã khắc họa bầy chim năm con bay cố vượt qua hai đầu ngọn núi cao, ở giữa là vực thẳm không thấy đáy. Bốn con đen tượng trưng bốn giai đoạn lịch sử Trung Cộng là Mao Trạch Đông, Đặng Tiểu Bình, Giang Trạch Dân, Hồ Cẩm Đào đã bình an vượt qua vực sâu đến được ngọn núi bên kia. Nhưng con chim trắng cuối cùng Tập Cận Bình lại đuối sức nên chỉ có thể bay gần tới ngọn núi bên kia, rồi xụi cánh đập đầu vào vách núi, đổ máu, và rơi tiếp xuống vực sâu. Trong chữ **Tập** (習) có chữ **Bạch** (白).

Nước Việt Nam sẽ là nước Cộng sản cuối cùng phải thay da đổi thịt như tôi đã viết trong loạt bài: "Đường sang Thiên Trúc" để "Thân Dậu niên lai kiến thái bình". Có lẽ năm 2028, 2029 thế giới sẽ thấy hòa bình. Hy vọng được như thế. ∎

Chúc Thanh

QUANG TRUNG NGUYỄN HUỆ
Một vầng hào quang rạng rỡ

QUANG TRUNG ĐẠI ĐẾ
1753 - 1792

«Thôi thôi, thôi việc đã rồi,
Trăm ngàn hãy cứ trách bồi vào ta.
Nay mai dọn lại nước nhà,
Bia nghè lại dựng trên tòa muôn dân»

(Thơ của vua Quang Trung. Theo sử liệu của tác giả Hoa Bằng Hoàng Thúc Trâm)

Kể từ năm 1558, con ông Nguyễn Kim là chúa Nguyễn Hoàng vào cai trị Thuận Hóa, gọi là Đàng Trong. Đàng Ngoài là ngoài Bắc, thì vẫn thuộc quyền của chúa Trịnh. Họ chia đôi đất nước, lấy sông Gianh làm giới tuyến.

Rồi Trịnh Nguyễn đánh nhau suốt 200 năm vẫn không phân thắng bại, con sông Gianh oan nghiệt là đề tài cho bao nhiêu đau thương, bao nhiêu than vãn:

«…
Đây sông Gianh, đây biên cương thống khổ,
Đây sa trường, đây nấm mộ trời Nam
Đây dòng sông, dòng máu Việt còn loang
Máu nhơ bẩn, muôn đời không rửa sạch…»

Hận thù Nam Bắc và thù nghịch của hai Chúa hai miền kéo dài. Cho đến khi Nguyễn Huệ dấy binh, ông là người xóa bỏ được cái giới tuyến đau thương ấy.

Tháng 5 năm 1786 Nguyễn Huệ vẫn đóng quân ở Phú Xuân cuối tháng 6 năm 1786 ông ra Bắc dẹp họ Trịnh vì họ Trịnh chuyên quyền áp chế vua Lê. Mùa thu cùng năm ông trở về Phú Xuân để Nguyễn Hữu Chỉnh ở lại Bắc Hà.

Sau này Nguyễn Hữu Chỉnh cũng chuyên quyền và muốn lập lại căn cứ sông Gianh, để chia vùng với Nguyễn Huệ.

Nguyễn Huệ liền cử tướng Vũ Văn Nhậm ra phế bỏ Nguyễn Hữu Chỉnh.

Trừ xong giặc thì Vũ Văn Nhậm lại chuyên quyền. Tháng 4 năm 1788 thì chính quyền Nguyễn Huệ tự thân ra Bắc Hà lần nữa, để trả thù Vũ Văn Nhậm là trả lại quyền uy cho vua Lê Hiển Tông.

Xin đi lùi lại 2 năm trước, là năm 1786, lần đầu Nguyễn Huệ ra Bắc phò Lê diệt Trịnh, ông đã đẹp duyên cùng công chúa Ngọc Hân, con gái thứ 9 của vua Lê, tuổi vừa đôi tám, nàng, tính nết đoan trang đẹp người, lại văn hay chữ tốt.

> Tiệc cưới của hai người rất long trọng, cả hai đều thông minh và hòa hợp.

Ngay sau ngày tân hôn, Ngọc Hân về sống với Nguyễn Huệ ở bên phủ chúa, tạm thời là dinh cơ của Nguyễn Huệ. Nguyễn Huệ có hỏi thăm Ngọc Hân về tính nết của các hoàng thân. Ngọc Hân sợ cháu là Lê Duy Kỳ (tức vua Chiêu Thống) giành mất ngôi của anh ruột là Sùng Nhượng Công nên Ngọc Hân nói với Nguyễn Huệ là «nhân phẩm của Hoàng Tự Tôn Lê Duy Kỳ cũng tầm thường» sau đó, chẳng may vua Lê hấp hối, triều đình bèn lập Hoàng Tự Tôn lên ngôi, và sai người sang trình ý kiến với Nguyễn Huệ nhưng ông không tán thành.

Rồi không hiểu sao mà đình thần biết ý kiến của Nguyễn Huệ là do công chúa Ngọc Hân mách bảo, cả triều thần liền triệu Ngọc Hân về áp đảo và mắng mỏ, đe dọa khai trừ. Ngọc Hân về năn nỉ khóc lóc, Nguyễn Huệ cực chẳng đã vì vợ mà chấp nhận việc Hoàng Tự Tôn Lê Chiêu Thống lên ngôi.

Sau này, hai năm sau khi Ngọc Hân và Nguyễn Huệ đã an ổn sum hợp ở Phú Xuân. Thì cuối năm 1788, theo lời cầu viện cầu cứu của vua Lê Chiêu Thống, quân Tàu Mãn Thanh do Tôn Sĩ Nghị chỉ huy tiến đánh Bắc Hà An Nam, giặc tràn qua biên giới phía Bắc, tràn xuống chiếm kinh đô Thăng Long.

Các tùy tướng của Nguyễn Huệ còn ở lại Bắc Hà chống trả giặc phương Bắc không nổi. Phải lùi dần lùi dần về Tam Điệp, Thanh Hóa.

Trong một ngày cuối năm Mậu Thân 1788, Nguyễn Huệ đang ở Phú Xuân, nhận được tin cấp báo và cầu cứu của Ngô Văn Sở.

Nguyễn Huệ, Ngài lên ngôi Hoàng đế, để danh

chính ngôn thuận, lấy hiệu là Quang Trung, Ngài chính danh cầm quân đi dẹp loạn (theo Lê Quí Kỷ Sự).

Lên ngôi vua xong, Nguyễn Huệ tập hợp quân lính và truyền lệnh tiến ra Bắc Hà. Vừa đi Ngài vừa dừng quân ở dọc đường (Nghệ An) để chiêu mộ thêm binh lính. Lòng dân tiếp ứng ồ ạt, nhưng quân số Ngài tuyển dụng vội vàng cũng chỉ có 8 vạn người (80.000) trong khi quân Thanh ào ạt tràn sang xâm chiếm nước ta có tới 20 vạn (200.000 quân Tàu) dưới sự thống lĩnh của Tôn Sĩ Nghị.

Với khí thế anh hùng, có tiến quân vội vàng, nhưng ngày 20-12-1788 nhà vua cho dừng quân lại ăn Tết trước, Ngài họp bàn chiến sự chiến lược với Ngô Văn Sở và Phan Văn Lân. Nguyễn Huệ cho quân ăn Tết trước, ăn Tết nguyên đán ở chân núi Tam Điệp. Trước giờ ra quân, Ngài hẹn với quân sĩ, trễ lắm là ngày mùng 7 Tết thầy trò sẽ vào thành Thăng Long ăn Tết lớn. Ngài nói với binh lính dưới trướng rằng:

«… Thề, mặc chiến bào ra trận dẹp loạn phải mang chiến thắng về cho đất nước, cho toàn dân» *(Đại Nam chính biên liệt truyện sơ tập).*

Đúng ngày 30 cuối năm Mậu Thân 1788, Ngài ra lệnh xuất quân với kế hoạch hành quân chia làm ba đạo:

Toán quân 1, do Ngô Văn Sở điều khiển, đi đường biển đổ bộ vào Hải Dương.

Toán quân 2, cũng đi đường biển, do Phan Văn Lân chỉ huy, tiến về vùng Lạng Giang Yên Thế để chặn đường rút lui của giặc.

Đạo quân thứ ba là đạo quân chánh, do Bắc Bình Vương Nguyễn Huệ điều khiển, đi đường bộ, theo quốc lộ số 1, tiến thẳng về giải cứu kinh đô Thăng Long.

Cuộc hành quân của vua Quang Trung Nguyễn Huệ mau chóng, cực kỳ thần tốc, tất cả các đồn ải quân Thanh đã chiếm hữu dọc đường đều bị đánh tan tành. SÁT. Không có một quân thù nào chạy thoát.

Cho nên khi binh đoàn Tây Sơn tiến SÁT, gần sát thành Thăng Long, Tôn Sĩ Nghị và bầu đoàn lính giặc Thanh vẫn không hay biết, vẫn ung dung chè chén yến tiệc.

Chúng còn hẹn nhau ăn Tết Kỷ Tỵ xong, nay mai, sẽ kéo toàn lực vô Đàng Trong tiêu diệt quân Tây Sơn.

Đêm mùng ba Tết, quân Tây Sơn vây đánh đồn Hà Hồi. Quân Tàu trong đồn kháng cự không nổi phải đầu hàng. Sau khi thắng Hà Hồi, Nguyễn Huệ kéo quân sang tiêu diệt Ngọc Hồi với khí thế bừng bừng dũng mãnh. SÁT.

Nơi này cách Thăng Long không xa. Trận đánh này, quân Tây Sơn tấn công chớp nhoáng. Quân địch trở tay không kịp, các tướng Tàu như Hứa Thế Hanh, Trương Sĩ Long, Thượng Duy Thăng và hầu hết các tướng Thanh cầm quân ở Ngọc Hồi đều tử trận. SÁT.

Cùng lúc đánh Ngọc Hồi, các toán khác của Nguyễn Huệ tiến đánh quân Thanh ở Nhân Mục, Đại Áng và Khương Thượng. Mọi kháng cự của giặc vừa mất tinh thần, yếu ớt và bị dẹp tan không lâu. Tại đồn Khương Thượng, tướng Tàu Sầm Nghi Đống đành thắt cổ tự vận.

Ngày mùng 5 Tết, Tôn Sĩ Nghị mới tập hợp quân lính, nhưng chưa tiến quân ra khỏi kinh đô Thăng Long thì đã gặp thế lực Tây Sơn ào ào tràn vào như thác lũ. Ngày còn nhỏ, chúng ta học sử ký tới đây, thì không thể nào quên được câu «… Tôn Sĩ Nghị bỏ cả ấn tín chạy về Tàu». Đúng vậy, Tôn Sĩ Nghị lúc đó bỏ cả quân lính, bỏ cả ấn tính, vượt phao qua sông Hồng, chạy trốn về Tàu, Lê Chiêu Thống chạy theo luôn.

Chiều mồng sáu Tết, Nguyễn Huệ với áo bào sạm màu khói súng, trên lưng chiến tượng, cùng đại binh vào thành Thăng Long giữa tiếng hoan hô vang dậy của quân dân.

Ông cho người chặt ngay một cành đào Nhật Tân sắc màu rực rỡ chiến thắng gởi vội về kinh đô Phú Xuân, báo tin đại phá quân Thanh cùng bắc cung Hoàng hậu, và cả triều thần phương Nam.

Kể từ ngày xuất quân ở núi Tam Điệp 30 Tết đến lúc vào thành Thăng Long ca khúc khải hoàn, cuộc hành quân thần tốc của vua Quang Trung kéo dài có 6 ngày đêm, nhanh hơn cả dự tính.

Trong lịch sử chống ngoại xâm của nước Việt Nam ta, chưa có cuộc hành quân kháng chiến, thần tốc, bách chiến bách thắng nào rực rỡ hơn cuộc đánh dẹp giặc Mãn Thanh của vua Quang Trung Nguyễn Huệ vào mùa xuân năm Kỷ Dậu 1789 (theo tác giả Nguyên Đán).

Sách Lê Sử Toàn yếu chép rằng: «khi Ngài còn sống, đại quân của Ngài kéo tới đâu, quân địch đều trông gió mà chạy trốn, không hề một địch quân nào dám đương đầu chống trả».

Chiến thắng mùa xuân năm Kỷ Dậu 1789, mùa xuân đại phá quân Thanh của vua Quang Trung Nguyễn Huệ là một kỳ tích vẻ vang trong lịch sử chống ngoại xâm.

Ngài là một vầng hào quang rạng rỡ sáng lòa trong lịch sử, cũng là niềm tự hào bất diệt và muôn đời của dân tộc Việt Nam. ■

Nguyễn Quý Đại

ĐÓN XUÂN ẤT TỴ 2025
NÓI CHUYỆN RẮN

Theo phong tục tập quán từ ngàn xưa hằng năm mỗi độ xuân về người Việt Nam ở khắp nơi trên thế giới đều chuẩn bị đón Tết cổ truyền để con cháu biết cội nguồn dân tộc và cũng là dịp Cộng Đồng Người Việt Tỵ Nạn CS, Hội Đồng Hương, Hội Đoàn… sinh hoạt văn nghệ vui xuân gặp nhau hàn huyên tâm sự „ôn cố tri tân„. Để bảo tồn Văn hóa, Văn học Việt Nam hải ngoại từ trước tháng chạp các Hội Đoàn kêu gọi đồng hương đóng góp bài cho Đặc san, Nguyệt San, Báo xuân 2025.

Năm 2025 là năm Ất Tỵ, mùng Một Tết là ngày 29/01, năm dương lịch 2025 có 365 ngày, nhưng âm lịch có tháng nhuận vào tháng 6 âm lịch là 383 ngày. Theo cách tính lịch Can - Chi (Thập can gồm Giáp, Ất, Bính, Đinh, Mậu, Kỷ, Canh, Tân, Nhâm, Quý. Theo Thập Nhị Chi là 12 con giáp người Việt chọn các con vật gần gũi với con người đã thuần dưỡng: Tý, Sửu, Dần, Mão, Thìn, Tỵ, Ngọ, Mùi, Thân, Dậu, Tuất, Hợi, được chia làm 6 nhóm là 6 cặp (lục hợp):

Nhóm thứ 1: Tý - Sửu (Chuột - Trâu); Nhóm thứ 2: Dần - Mão (Hổ - Mèo); Nhóm thứ 3: Thìn - Tỵ (Rồng - Rắn); Nhóm thứ 4: Ngọ - Mùi (Ngựa - Dê); Nhóm thứ 5: Thân - Dậu (Khỉ - Gà); Nhóm thứ 6: Tuất - Hợi (Chó - Heo).

Năm Ất Tỵ chỉ xuất hiện một lần sau 60 năm (Lục thập Hoa Giáp). Năm 2025 Ất Tỵ (từ: 29/01/2025 đến 16/02/ 2026); cho đến 60 năm sau Ất Tỵ 2085 (từ: 26/01/2085 đến 13/02/ 2086).

Tết âm lịch thì Chùa in lịch có cả ngày âm, ngày dương, vì theo đạo Phật ăn chay vào những ngày âm lịch trong tháng như ngày rằm, mồng một… Tổ đình chùa Viên Giác ở Hannover - Đức, từ tối ngày 28/1 có văn nghệ mừng xuân Ất Tỵ và đón Giao Thừa, ngày thứ Tư Mồng một Tết tụng Lễ Phật tụng Thần Chú Lăng Nghiêm, cả ngày phát lì-xì, hái lộc…

Trong dân gian còn một số người tin ngày tốt xấu để chọn ngày cưới hỏi, khai trương … Chúng tôi không luận bàn đến tử vi, ngày tốt xấu mà sưu tầm tài liệu về ý nghĩa của năm mới theo con giáp góp vui với bạn đọc. Nói về con rắn thì ai cũng biết trong đời sống ngày xưa ở quê nhà. Những thành phố lớn như Âu châu rắn chỉ thấy trong sở thú mà thôi. Nhưng qua sách vở, phim ảnh, những câu chuyện lịch sử không thiếu hình ảnh con rắn.

Rắn và con người

Từ thời tiền sử loài rắn sinh ra gắn liền với đời sống con người. Theo sách Khải Huyền trong Kinh Thánh thì Adam và Eva là người Nam, Nữ đầu tiên thủy tổ loài người do Chúa trời tạo ra ở Vườn Địa Đàng và dạy rằng: *"Hết mọi cây trong vườn chúng con có quyền ăn, trừ cây biết lành biết dữ ở giữa vườn, nếu ăn vào chúng con sẽ chết"* là cây Đời Sống (Tree of Life). Con rắn *"quỷ quyệt hơn mọi con thú trên cánh đồng"* gian ngoan cám dỗ Eva rằng: *"Ăn trái đó không chết đâu, trái lại mắt bà sẽ mở ra và trở nên giống như Chúa"*. Eva không cưỡng lại được sự cám dỗ đã hái rồi đưa cho Adam cùng ăn. Lập tức mắt họ mở ra và thấy mình trần truồng, và họ bị trục xuất khỏi Vườn Địa Đàng xuống thế gian. Thiên Chúa xót xa khi nhìn con cái mình đi vào con đường tội lỗi và đau khổ, *"Thiên Chúa làm cho Adam và Eva những chiếc áo bằng da và mặc cho họ"* (St 3,21), và tìm mọi cách ngăn chặn tội ác để giúp con người khỏi khổ đau, câu chuyện Adam và Eva là nền tảng của học thuyết Thiên chúa giáo: *"Tội lỗi đến với thế giới qua con người và chết qua tội lỗi, và vì thế cái chết xảy đến với tất cả loài người bởi con người là tội lỗi"*. Chúa cũng trừng phạt con rắn *"phải đi bằng bụng, và phải ăn bụi trong suốt những ngày của cuộc đời rắn"*. Bởi vậy rắn được coi là tượng trưng cho tội ác và hiểm độc, thù dai, rắn cũng là biểu hiệu cho Satan. Hình tượng con rắn trong dân gian thường tượng trưng cho hạng người xấu, tiểu nhân, giả dối cần phải tránh xa như: *"hang hùm nọc rắn"*, hay hạng người như *"Sư hổ mang"*, *"khẩu Phật tâm xà"* là lời như của Phật nhưng tâm là của quỷ, hay *"đánh rắn phải đập đầu"* vì để sống nó sẽ trả thù.

Theo truyền thuyết rắn là sinh vật được nhiều quốc gia trên thế giới sùng kính coi rắn như là thần linh dưới nhiều hình thức khác nhau, là một hình tượng tín ngưỡng vô cùng phức tạp. Nhiều huyền thoại hấp dẫn như rắn sống lâu năm sẽ biến thành nàng tiên đẹp kiều diễm… rắn cho ngọc quý. Một số bộ tộc Phi châu, Úc châu, Á châu … còn tục thờ cúng rắn họ cho rằng rắn có khả năng thay da, sống trường sinh bất lão. Cổ tích Việt nam cũng nhắc đến sự trường sinh của rắn qua câu chuyện *"rắn già rắn lột da sống đời"*. (các nhà Sinh vật học nghiên cứu rắn có thể sống tới 50 năm), ở Việt Nam ngày nay nhiều nơi còn mê tín dị đoan thờ lạy rắn. Người Ai Cập thời xa xưa cho rằng rắn là thần hộ mạng tượng trưng cho sự khôn ngoan, thiêng liêng cho nguồn năng lượng và sự sáng tạo, sự tái sinh, bất tử, vĩnh cửu cho các vì vua chúa. Còn lại dấu tích hàng nghìn năm về trước, trên các vương miện của các vua Ai Cập đều có chạm hình rắn bằng vàng hay bằng ngọc còn lưu giữ trong các viện bảo tàng.

Hình những con rắn trên tường đá

Trong chuyến du lịch Ai Cập tôi chụp hình trên bức tường cao của đền thờ ở Kim Tự Tháp bậc thang Djoser xây dựng từ năm 2650 trước công nguyên, còn những con Cobra, cũng như *đền thờ thần Horus ở Edfu* trên cổng có hình hai con rắn.

Chùa ở Campuchia có hình một con rắn chín đầu gọi là thần rắn Naga. Nhìn chung theo các tài liệu thì rắn làm ảnh hưởng *đời sống văn hóa của nhân loại bằng nhiều hình thức và sự biểu hiện khác nhau. Nó mang những ý nghĩa biểu tượng nhất định cho văn hóa, tín ngưỡng, tập tục, lối sống theo bản sắc của một dân tộc.*

Đời sống rắn trong thiên nhiên

Theo tác phẩm Tiere und Lebensräume hiện nay trên thế giới có hơn 2600 loại rắn. Trải qua quá trình thay đổi của thiên nhiên, một số loài rắn có những đặc tính riêng biệt, rắn có chiều dài ngắn, lớn nhỏ khác nhau nhưng có đặc điểm chung là có thể cuộn tròn. Số đốt xương sống và xương sườn của loài rắn có khoảng 160 tới hơn 400 đốt. Rắn là một loài động vật máu lạnh, bò sát, cùng lớp với thằn lằn, tắc kè nhưng rắn không có chân mà di chuyển bằng cách trườn bò. Loài rắn thuộc chi Caenophidia, số vảy bụng và hàng vảy lưng của nó tương ứng với số đốt xương sống. Một số rắn đặc biệt có khả năng lướt nhanh, hầu hết là thuộc chi Chrysopelea nhờ cấu trúc khớp xương lưng của rắn mềm mại và dẻo dai, di chuyển trên cây rắn có thể "bay" hơn 15 mét để sang cây khác, nhờ cách uốn mình trong không khí, rắn có những loại có nọc độc và không có nọc độc.

Những con rắn độc sử dụng nước bọt, nọc độc tiết qua những chiếc răng, nọc độc từ miệng rắn có thể làm tê liệt và giết chết con mồi. Nọc độc là độc tố tác hại qua đường máu đến thần kinh. Có đến 450 loài rắn độc trên thế giới, trong đó có 250 loài có nọc độc giết người. Toàn thân rắn được bao bọc lớp da có vảy cứng không tăng trưởng tương ứng theo sự trưởng thành của thân thể rắn, bởi vậy mỗi năm rắn phải lột da để lớn theo chu kỳ và loại bỏ ký sinh trùng. Phần nhỏ ở cuối đuôi rắn không thể thay đổi nên khi rắn lớn lên làm thắt chặt, thì rắn tự cắt đứt đường máu đưa tới khúc đuôi và từ từ nó sẽ rụng đi. Da rắn có vảy như cái chân để trườn bò khi di chuyển, thân dài và nhỏ của nó uốn thành hình chữ S. Khi bò các vảy trườn theo lồi ra và rắn dùng đầu nhọn của các chiếc vảy để trèo lên những đám cỏ hoặc mô đất gồ ghề.

Thông thường rắn ăn thịt những loài chuột, ếch, nhái, chim… nhưng rắn lục chỉ ăn sâu bọ, loài rắn hổ Kobra thường ăn đồng loại. Xương hàm dưới của rắn rất linh động, hai hàm của nó không gắn liền cố định mà được nối thẳng vào sọ, cho phép chúng mở rộng miệng để nuốt trọn con mồi dù cho con mồi có lớn hơn nhiều so với đường kính thân rắn, nhờ có hệ xương hàm nhiều khớp và dây chằng đàn hồi nên rắn có thể há miệng rất to. Rắn nuốt sống con mồi nén xương sống lại giống như chiếc đàn xếp để con mồi trôi xuống. Mi mắt rắn trong suốt và thường xuyên đóng kín, được gọi là vảy mắt.

Loài rắn không có vành ngoài tai, cho nên thính giác của chúng tương đối kém. Vì mắt của chúng sinh ra ở hai bên đầu, nên nhìn cũng bị hạn chế, thính giác và thị giác có khuyết điểm thì khứu giác của chúng trở thành cơ quan cảm giác quan trọng nhất. Khứu giác của loài rắn do khu cảm giác ở phần dưới miệng và khoang mũi họp thành. Khi bò rắn dùng cái lưỡi có chẻ nhánh của mình thò ra thụt vào để kiếm mồi. Ngoài ra có một số loài rắn còn phát triển một số cơ quan cảm giác đặc biệt, chẳng hạn như có nhiều loài rắn có những lỗ nhỏ nằm giữa mắt và lỗ mũi, những lỗ nhỏ ấy rất nhạy cảm. Đó là cơ quan cảm nhiệt của rắn. Trong những lỗ nhỏ ấy có một lớp màng mỏng nối liền với thần kinh ở bộ óc rất nhạy với nhiệt độ phát ra từ các loài động vật có máu nóng. Dù rắn mù mắt hay chúng đang ở trong bóng tối nó cũng có thể phát hiện ra những con mồi ở cách xa khoảng nửa mét. Những cơ quan cảm giác nhạy cảm này đối với loài rắn là điều kiện quan trọng để sinh tồn. Ngoài tác dụng dùng để săn mồi và tránh kẻ thù, là phương tiện con đực tìm con cái giao phối. Rắn không thể điều chỉnh sinh lý như các loài động vật máu nóng như loài có vú và chim, dù nhiệt độ bên ngoài thay đổi rắn vẫn giữ nhiệt độ trong cơ thể. Những vùng khí hậu lạnh như Châu Âu loài rắn phải ngủ trong hang suốt mùa đông như con gấu, khí hậu miền nhiệt đới thích hợp cho các loài rắn sinh sống, ở Việt Nam có đầy đủ các loại. Rắn có đủ các màu sắc, sinh sống ở hầu hết các môi trường trong thiên nhiên. Từ trên núi cao đến sông sâu biển rộng, từ sa mạc nóng cháy đến rừng rậm, trên cây hay dưới đất, dù không có chân nhưng bò rất nhanh mà không gây ra tiếng động. Rắn có thể di chuyển nhiều tư thế bò ngang, thẳng, nửa dưới đất nửa thẳng đứng… Phần lớn rắn đẻ trứng và rời bỏ trứng của chúng sau khi đẻ; tuy nhiên một số loài giữ trứng trong cơ thể đến khi trứng nở. Gần đây khoa học xác định được một số loài rắn đẻ con là một điều khác thường trong giới bò sát. Mỗi năm rắn hổ mang chỉ giao hợp một lần với thời gian từ 20-34 giờ, từ tháng 4 hay tháng 5 và đẻ trứng tháng 6 và tháng 7 mỗi con đẻ 6-7 trứng, riêng rắn chúa đẻ 20-30 trứng, thời gian nở con từ 50-57 ngày, rắn mới nở có thể cắn chết người.

Các loài rắn lớn trong họ Boidae là trăn gồm có: trăn cộc, trăn đất, trăn gấm, trăn gió v.v… loài trăn săn các động vật máu nóng bằng cách cắn, ngậm con mồi và dùng thân mình quấn con mồi cho đến chết rồi nuốt vào từ từ. Răng trăn cong vào trong nhưng nhờ cấu tạo của xương hàm mở rộng nên có thể nuốt được những con mồi lớn. Trăn có hai phân họ lớn: Boinae và Erycinae. Các loài trăn lớn (mãng xà) thuộc họ Pythonidae. Ban ngày ngủ ban đêm đi kiếm ăn, thích nơi ấm áp để ngủ qua mùa đông. Các mùa khác trăn kiếm ăn và sinh sản. Trăn là loài ưa môi trường nước, do đó di chuyển dưới nước rất nhanh, chậm chạp trên cạn. Là loài bò sát khổng lồ, nên thức ăn là những con thú to lớn như heo rừng, nai, hươu, báo, bò, trâu rừng loại nhỏ chúng cũng quấn chết và nuốt chửng, loài trăn mắt lưới Đông Nam Á, được coi là họ trăn lớn nhất thế giới bò sát, chiều dài 15m, thân to (đường kính) tới 85cm và nặng 447kg. Hiện nay ở Việt Nam trên Thất sơn, rừng U Minh người ta còn phát hiện nhiều loài trăn lớn, thường bị thợ rừng săn bắt. Theo luật của tạo hóa có sinh có diệt, nên rắn cũng bị loại chồn cũng như những con rết lớn ăn thịt, rắn con mới sinh thì bị con chim bìm bịp ăn (phim tài liệu trên Tivi).

Truyền thuyết rắn báo oán

Một hôm cha Nguyễn Trãi là Nguyễn Phi Khanh cho học trò phát cỏ trong vườn để làm chỗ dạy học. Đến đêm, ông nằm mơ thấy một người đàn bà dẫn bầy con dại tới xin thư thả ít hôm, vì bận con mọn nên chưa kịp dọn nhà. Đến khi học trò của ông phát cỏ, đập chết một bầy rắn con, lúc đó ông mới hiểu ra ý nghĩa giấc mơ… Đêm đó lúc ông đọc sách thì có con rắn bò trên xà nhà nhỏ một giọt máu thấm vào chữ "tộc-họ" qua ba lớp giấy, ứng với việc gia tộc ông sẽ bị hại đến ba họ. Ngày sau con rắn mẹ hóa ra bà Nguyễn Thị Lộ để làm hại ba đời nhà ông. Đến đời Nguyễn, trong Lịch triều hiến chương loại chí lại có thêm chi tiết: Con rắn thành tinh ngầm mang thù oán, mới đầu thai thành Thị Lộ.

Những năm Tỵ trong lịch sử, dân tộc Việt đã đoàn kết đứng lên đánh đuổi quân xâm lăng giành lại độc lập, mở mang bờ cõi về phương Nam, chiến tranh với Chiêm Thành, Xiêm La (Thailand)… trải qua rất nhiều biến cố oai hùng của quân dân Đại Việt, nhưng tôi trích dẫn ba năm Tỵ (1077;1305;1785) được nhắc đến trong thi ca:

Năm Đinh Tỵ (1077) Nhà Tống cử đạo quân hùng hậu tiến vào nước ta. Quân dân Đại Việt, dưới sự chỉ huy của tướng quân Lý Thường Kiệt lập phòng tuyến sông Cầu ngăn bước tiến của kẻ thù. Ngày 18/1/1077, trên sông Như Nguyệt có phòng tuyến của quân ta tướng Lý Thường Kiệt sáng tác bốn câu thơ còn lưu truyền đến ngày nay:

Nam quốc sơn hà Nam đế cư
Tiệt nhiên định phận tại thiên thư
Như hà nghịch lỗ lai xâm phạm
Nhữ đẳng hành khan thủ bại hư

Ất Tỵ (1305): *"Đại Việt mở cõi về Nam. Huyền Trân công chúa bà hoàng nước Chiêm"*

Thượng hoàng Trần Nhân Tông viếng thăm Chiêm Thành năm 1301 với mục đích giữ giao thương hòa bình với Chiêm Thành, ngài đã hứa gả Huyền Trân công chúa cho quốc vương Chế Mân (Jaya Shimhavarman III). Năm 1305, sứ bộ Champa đã đến kinh đô Đại Việt[1] xin đính hôn. Sứ bộ đã dâng sính lễ cưới là hai châu Ô, Lý. Vua Trần Anh Tông đã thực hiện lời hứa của thượng hoàng, và công chúa Huyền Trân đã hy sinh tình riêng, vì dân tộc chấp nhận kết hôn cùng với vua Chế Mân và trở thành Hoàng hậu Paramesvari, nhờ có cuộc hôn phối này mà tình giao hảo giữa hai nước được tốt đẹp.

Năm 1307, vua Chế Mân qua đời, theo tục lệ của đất nước Chiêm Thành, hoàng hậu phải lên giàn hỏa thiêu để tuẫn táng theo chồng. Vua Trần Anh Tông biết được tin liền sai tướng Trần Khắc Chung vờ sang viếng để cứu công chúa trở về. Tháng 8 năm Mậu Thân (1308) sau khi về đến đất Thăng Long, Huyền Trân công chúa xuất gia tu hành. Tương truyền Huyền Trân công chúa đến làng Hổ Sơn, huyện Thiên Bản (nay thuộc tỉnh Nam Định) lập am tranh tu tập và viên tịch tại đây niên hiệu Khải Định năm thứ 9 (1925): sắc phong

Dẹp được Lao lấy đâu đâu,
Chiêm Thành tiến phụng về chầu quốc gia.
Thiên hạ vầy nên một nhà,
Thông đường buôn bán gần xa đi về.

Mở mang bờ cõi về phương Nam cho đến ngày nay người dân Việt không quên hai nàng Công Chúa của nhà Trần Huyền Trân Công Chúa và nhà Nguyễn là: công nữ Ngọc Vạn. (Năm 1620, được Chúa Nguyễn gả cho vua Chân Lạp Chey Chetta II, trở thành vương hậu của nước Chân Lạp).

Ất Tỵ (1785): *"Rạch Gầm, Xoài Mút ghi danh. Sáng gương Nguyễn Huệ, tan tành thuyền Xiêm"* ca dao gợi nhắc lại sự kiện lịch sử vẻ vang, trận chiến Rạch Gầm - Xoài Mút tại Châu Thành, Tiền Giang (trước năm 1976 là tỉnh Mỹ Tho) trở thành di tích lịch sử còn mãi với thời gian, âm vang những trang sử hào hùng của dân tộc.

Bần gie đóm đậu sáng ngời,
Rạch Gầm - Xoài Mút muôn đời oai linh!

Rắn trong thi ca.

Mỗi lần xuân về chúng ta nhớ lại chiến thắng mùa xuân Kỷ Dậu 1789 vua Quang Trung đánh bại quân Thanh, bởi vì vua Lê Chiêu Thống vị vua thứ 16 và cuối cùng của nhà Lê Trung Hưng, (trị vì 1786-1789). Lê Chiêu Thống sang cầu viện nhà Thanh đem quân sang giúp với hy vọng trở lại ngai vàng. Nghe tin báo, ngày 25 tháng 11 năm Mậu Thân (22. 12. 1788). Bắc Bình vương Nguyễn Huệ xuất quân tiến ra Bắc Hà. Vì lý do vua Lê đã bỏ nước và rước giặc về, để có danh nghĩa chính thống, Nguyễn Huệ lên ngôi Hoàng đế, lấy niên hiệu Quang Trung. Chỉ 6 ngày kể từ đêm 30 Tết âm lịch, quân Tây Sơn thần tốc đánh bại quân Thanh ở trận Ngọc Hồi Đống Đa. Mồng 5 Tết quân Tây Sơn tiến vào Thăng Long. Tôn Sĩ Nghị dẫn

---
[1] Đại Việt (大越) là quốc hiệu của nước Việt Nam tồn tại từ năm 1054 đến năm 1804. Vua Gia Long đổi tên nước thành Việt Nam, quốc hiệu Đại Việt chấm dứt hoàn toàn.

tàn quân bỏ chạy cùng Lê Chiêu Thống sang Tàu. Việc rước quân Thanh vào Đại Việt của Lê Chiêu Thống bị lịch sử kết tội bán nước là *"cõng rắn cắn gà nhà"*. CSVN ngày nay cúi đầu thần phục Tàu để mất một phần lãnh thổ, biển đảo Hoàng sa, Trường sa. Ngư dân đánh bắt cá trên vùng biển Việt Nam bị hải quân, cảnh sát biển của Tàu, cướp đánh đập, đâm chìm ghe tàu... nhưng về phía truyền thông của CSVN luôn nói là tàu lạ? hay phản đối như chiếc loa phường. Những năm trước người dân yêu nước biểu tình chống Tàu thì bị đảng CSVN ra lệnh đàn áp, đánh đập kết án tù nhiều năm. Nên bị người Việt trong và ngoài nước nguyền rủa nhà cầm quyền CS là *„hèn với giặc ác với dân"* hay cùng hành động *„cõng rắn cắn gà nhà"* cố thi sĩ Nguyễn Chí Thiện viết về con rắn Cộng sản.

Con rắn đỏ vô cùng hung hiểm
Nó sinh ra lớn lên nhờ xúc siểm
Nhả nọc hận thù, phờ phỉnh công phu
Khéo léo đầu cơ lòng ái quốc đui mù
Lạy lục Tàu Nga không hề điếm nhục
Đủ hơi sức nó hiện hình phản phúc
Ngóc đầu, phì rít bất nhân
Cắn cổ lê dân, quăng quật mồ phần
Phá đạo, phá đời uống khô sông núi.

Thi hào Nguyễn Du diễn tả tâm trạng của nàng Kiều trong cuộc đời lưu lạc, phải đối đầu với bao cảnh đời ngang trái phũ phàng, nguy hiểm như loài hổ, rắn:

Thân ta, ta phải lo âu
Miệng hùm nọc rắn ở đâu chốn này
Ví chăng chắp cánh cao bay
Rào cây lâu cũng có ngày bẻ hoa
Phận bèo bao quản nước sa
Lênh đênh đâu nữa cũng là lênh đênh.

Rắn với ngành Y khoa

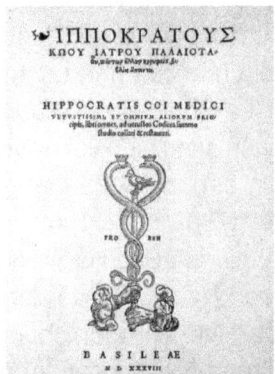

Hippocrate (470-366 B.C.) là người sáng lập ra nền Y khoa hiện đại được xem là thầy thuốc vĩ đại nhất. Ông cũng soạn thảo *"Lời thề Đạo đức Y khoa"* hay gọi là *"Lời thề Hippocrates"*. Lời thề thiêng liêng này được các bác sĩ trang trọng đọc trước khi bắt đầu hành nghề Y. Hippocrates được xem là vị tổ của ngành Y học Tây phương. Ngoài ra còn có biểu tượng của ngành Y khi thì thấy hai con rắn hay một con rắn quấn quanh cây gậy, hay cái chén có con rắn. Theo thần thoại Hy lạp về Hermes và Asklepios có nhiều giải thích khác nhau về rắn, tôi sưu tầm và tóm lược những điểm chính.

a/ *Chiếc gậy của Hermes:* theo truyền thuyết Apollo trao đổi với Hermes, người anh em khác cha, một chiếc đũa bằng vàng. Hermes sử dụng nó để tách riêng hai con rắn, nhưng những con rắn cuộn lại theo chiều ngược... biểu tượng của thần Hermes tượng trưng bởi cây gậy có nhánh nguyệt quế hoặc cành ô liu. Sau đó, các nhánh được quấn quanh cây gậy để tạo ra hình hai con rắn quấn lại với nhau, nó có hai cánh, tượng trưng cho vận tốc của Hermes sứ giả của các vị thiên thần (những con rắn đại diện cho lửa và nước, đất và cảnh trời), đó là biểu tượng của hòa bình do các thiên sứ mang lại. Một giải thích khác nhấn mạnh đến sự cặp đôi của các con rắn và biểu tượng của khả năng sinh sản. Con rắn quấn quanh cây gậy, tượng trưng cho cây sự sống, có ý nghĩa là sự kiêu ngạo bị chinh phục và khuất phục, nọc độc của nó biến thành thuốc điều trị.

Theo một số tài liệu khác thì phù hiệu *„cây gậy và con rắn"* được xuất hiện lần đầu tiên trên thế giới vào khoảng thế kỷ thứ 7 trước Công nguyên, là hình cây gậy có hai con rắn bện quanh, trên đầu gậy có một đôi cánh. Theo thuyết này thì kể rằng Hermes là con trai của thần Jupiter và nữ thần Maia, dùng cây gậy thần của mình để ném vào giữa hai con rắn đang cắn nhau "một mất một còn" sau đó chúng thôi cắn và cùng quấn quanh cây gậy thần đó.

b/ *Thần thoại về Asklepios:* ông ta nhìn thấy một con rắn tiến về phía mình, ông hướng cây gậy của mình về phía nó. Con rắn tự cuộn lại, Asklepios đập cây gậy xuống đất giết chết nó. Con rắn thứ hai đột nhiên xuất hiện ngậm loại dược thảo bỏ vào miệng con rắn đã chết và con rắn này được cứu sống, nhờ vậy ông phát hiện đặc tính của các loại thảo dược đó. Con rắn còn là một biểu tượng của cuộc sống và sinh lực bởi vì nó có đặc tính thay đổi da, có thể lấy lại thời thanh xuân. Con rắn bò sát đất, có nghĩa là nó biết tất cả những bí mật và các đặc tính y dược của các loại thảo mộc, hoặc những bí ẩn sự chết. Asklepios chỉ dấu cho bệnh nhân những liệu pháp sử dụng các loại thảo mộc để trị lành bệnh, giúp vô số người thoát những cơn bệnh hiểm nghèo. Để tỏ lòng biết ơn người đã cứu nhân độ thế thời đế chế La Mã các đền thờ được lập nên để vinh danh Asklepios và từ đó cây gậy Asklepios được gắn liền với ngành y.

Việc tôn thờ Asklepios sau đó lan rộng ra khắp nước Hy lạp, đến Châu Á, và Ai Cập, đến cả thần dân trung thành với Alexander Đại đế. Asklepios là người ngoại quốc đầu tiên được thừa nhận ở La Mã. Di tích Asklepios được tìm thấy liên quan đến ngành Y trong cuốn giáo khoa Y khoa của thầy

Phù hiệu cục Quân Y

thuốc nổi tiếng người Ả Rập Avicenna vào năm 1544, có in hình Asklepios ở trang bìa. Rồi từ đó phù hiệu của Asklepios được sử dụng là biểu tượng của ngành Y ở nhiều nơi, từ Châu Âu (Hiệp hội Y khoa Hoàng gia Anh) sau đó phổ biến đến các quốc gia trên thế giới. Ở Ai cập cổ đại các mẫu rắn được dùng trong các kiểu viết chữ tượng hình. Trung Quốc và cả Việt Nam xem rắn là một loại thuốc trị được nhiều chứng bệnh. Nhật cũng tìm thấy vết tích rắn vẽ trong các ngôi mộ cổ v.v... Cây gậy là biểu tượng của bác sĩ khắp nơi trên thế giới cứu nhân độ thế. Nói chung sự liên quan giữa rắn với ngành Y là gần gũi hơn cả, tinh thần Asklepios trong thực hành Y khoa có thể đáp lại lòng mong mỏi của bệnh nhân, cây gậy tượng trưng cho cây sự sống, tính thận trọng trong ngành Y Dược là sự cống hiến cho nhân loại.

Cái chén của Hygeia

Hygiea nữ thần Sức khỏe (God of Health) cầm cái chén với con rắn cuốn quanh tay, trong vị thế giống như rắn sắp sửa thả lưỡi vào chén. Chữ "hygiene" bắt nguồn từ chữ Hygeia, dần dần biểu tượng chỉ có cái chén và con rắn trở nên quen thuộc và được mang tên là "Chén

Hygeia". Nhiều người coi cái chén của Hygeia và con rắn như biểu tượng sự sống tiêu biểu là chén thuốc nước và con rắn tượng trưng khả năng làm lành bệnh. Chén Hygeia làm biểu tượng cho những nhà chế thuốc ở Italy từ năm 1222. Năm 1922 người Ý dùng nó trong dịp lễ mừng kỷ niệm 700 năm thành lập Đại học Padua, là trường đại học hàng đầu của Ý nổi bật lâu đời ở Châu Âu. Năm 1796 chén Hygeia chính thức sử dụng làm biểu tượng cho ngành Dược. Tại Đức từ năm 1951 Fritz Rupprecht Mathieu phát họa phù hiệu cho nhà thuốc Tây chữ A nghĩa là „Apotheke là nhà thuốc" màu đỏ có hình cái chén và con rắn.

Rắn trong ngành Y học Tây phương

Nọc rắn khác biệt rõ rệt từ loài này sang loài kia, nhưng chúng đều có một điểm chung là mỗi loại đều là những hợp chất phức tạp, được tạo thành từ hàng nghìn protein và enzyme khác nhau. Phần lớn các loài rắn độc được chia làm 3 họ: Colubridae, Elapidae hoặc Viperidae, nọc độc phóng ra từ tuyến nước bọt chia làm 3 nhóm chính: cytotoxins, neurotoxins và hemotoxins. Rắn cắn chết người mỗi năm, nhưng nọc độc chết người của nó tiềm tàng khả năng cứu chữa cho các bệnh của con người (dược liệu trị huyết áp phổ biến, dùng để chữa các khối máu nghẽn, nghiên cứu đến những chứng bệnh như động kinh có nhiều hoạt động điện não, chữa trị các cơn đau hoặc giúp người bị nghiện cai thuốc, bệnh Alzheimer, chữa thấp khớp, đau nhức, làm giảm đau cho bệnh ung thư…) nọc độc của loài rắn chứa một loại protein làm giảm đau mạnh tương đương như morphine. Rắn Mamba đen là một trong những loài rắn nguy hiểm nhất trên thế giới, sống ở Phi châu thuộc phía Nam sa mạc Sahara dài 2,5 m đến 4,5 m, bò nhanh 24 km/h. Mỗi lần cắn phun ra 400 mg nọc độc. Chỉ cần 15-20 mg đủ làm con người chết trong một thời gian rất ngắn.

Các nhà nghiên cứu Pháp trình bày trên tạp chí Anh, "Natur/Thiên nhiên" thí nghiệm thành công nọc độc rắn Mamba đen (Schwarze Manba/ Dendroaspis polylepis polylepis) làm giảm đau như Morphine không bị phản ứng, *"Khi tiến hành thí nghiệm trên loài chuột, nọc độc cho thấy khả năng giảm đau mạnh tương đương với morphine nhưng lại không gây ra nhiều tác dụng phụ"*. Cách lấy nọc rắn dùng ngón tay cái và ngón trỏ bóp nhẹ vào mang tai rắn kích thích tuyến nọc độc nằm dưới da của mỗi bên mang tai, nọc rắn theo rãnh của răng chảy ra dụng cụ lấy nọc, nọc là chất lỏng không màu trong suốt, qua tiến trình làm khô giữ được tác dụng như nọc rắn tươi là nguồn cung cấp thuốc quan trọng để bào chế thuốc... lấy nọc rắn vào mùa hè, mỗi tháng một lần một con lấy được trung bình 0,25 ml, nhưng còn tùy thuộc vào những loại rắn lớn thì nhiều hơn.

Rắn trong ngành Đông Y

Việt Nam có các trại nuôi rắn được phát triển, nổi tiếng như trại rắn Vĩnh Sơn (Phú Thọ), trại rắn Đồng Tâm (Tiền Giang). Một số loài rắn thường dùng làm thuốc: Rắn hổ mang là chúa tể của loài rắn. Rắn hổ mang còn có tên gọi là hổ lửa, hổ phì, tên khoa học là Naja Naja, thuộc họ rắn hổ (Elapidae). Rắn cạp nong (rắn mai gầm) (Bungarus fasciatus Schneider). Rắn cạp nia (rắn mai gầm bạc) Bungarus candidus L. Rắn ráo (Ptyas mucosus), họ Rắn nước (Colubridae). Các loài rắn biển (đẻn đai xanh, đẻn đốm, đẻn khoang, thuộc chi Hydrophis, họ Rắn biển (Hydrophiae).

Nọc rắn: rất độc do có các enzym và protein độc. Thường dùng dưới dạng thuốc tiêm, thuốc mỡ chữa tê thấp, giảm đau cho bệnh nhân ung thư, hạn chế phát triển khối u.

Tại Việt Nam người ta đồn và quảng cáo: sừng tê giác, ngà voi, tay và mật gấu, rượu rắn, hổ cốt... đều là *"thần dược"* chữa được bá bệnh, cường dương bổ thận *"ông uống bà khen"*. Chúng ta phải cẩn thận đừng vội tin, quảng cáo làm tiền không trách nhiệm. *"khỏe đâu không thấy, chỉ thấy rước họa mà thôi"* tốn kém tiền bạc. Bởi vì các nhà khoa học Tây phương chưa chứng minh được kết quả các loại „*thần dược*„ của người Việt Nam. Theo Tây y bệnh nhân chữa trị theo phương pháp khoa học, Bác sĩ định bệnh cho uống thuốc chữa hết bệnh, còn theo ngành Đông y dùng thuốc Bắc chỉ có tác dụng điều trị hỗ trợ. Người Tây phương họ không ăn uống như ở Việt Nam, nhưng người nào cũng khỏe mạnh tuổi thọ thường trên 80. Nếu bị đau nhức cơ thể, tứ chi nên tập thể dục, đi bộ, bơi lội sẽ khỏe, không có rượu nào chữa trị hết bệnh.

Mỗi lần xuân đến rồi đi, để lại trong lòng người những hoài niệm thương nhớ bâng khuâng. Tuổi trẻ sống với tương lai, tuổi già như nắng chiều xế bóng hồi tưởng lại kỷ niệm một thời đã qua. Chúng ta sống đời lưu vong, với tuổi đời thêm chồng chất thì lòng thương nhớ cố hương và hướng về nguồn, nơi chôn nhau cắt rốn càng nhiều hơn và cảm thấy bất lực trước sự niên viễn của thời gian.

Nhìn lại lịch sử Việt Nam trải qua một ngàn năm Bắc thuộc, gần một trăm năm nô lệ giặc Tây, hơn 20 năm chiến tranh máu lửa, nhưng dân tộc Việt Nam đoàn kết chống ngoại xâm giành độc lập và giữ gìn bờ cõi, không ai muốn rời bỏ quê hương. Biến cố lịch sử ngày 30.4.1975 chấm dứt chiến tranh, thống nhất đất nước nhưng hàng triệu người miền Nam tiếp tục bỏ nước vượt đại dương đầy sóng gió hãi hùng, bất chấp nguy hiểm đi tìm tự do. Làn sóng vượt biên sôi động nhất năm 1978, 1979 thuyền nhân Việt Nam đến các nước láng giềng tại Á Châu bị xua đuổi, chìm tàu, bị hải tặc Thái hãm hiếp đàn bà, trẻ em... làm chấn động lương tâm Thế giới. Cao Ủy Tỵ Nạn (United Nations High Commissioner for Refugees) kêu gọi các quốc gia tự do mở vòng tay nhân đạo đón nhận người Việt tỵ nạn „Boots-oder Kontigentflüchtlinge".

Năm 2025 bước sang năm thứ 50, dân miền Nam Việt Nam bị cộng sản cai trị là một biến cố lịch sử đau thương, thế hệ chúng ta là nạn nhân khốn khổ bị tù đày không thể nào quên, bọn CS từ miền Bắc vào đối xử với Quân Dân Miền Nam vô cùng tàn ác, mở ra nhiều trại tập trung cải tạo, là loại nhà tù khổ sai. Họ còn chủ trương đánh tư sản, tịch thu tài sản, đuổi người đi vùng kinh tế mới, đổi tiền để bần cùng hóa… Bởi vậy chúng ta không chịu được chế độ CS độc tài đảng trị ấy nên phải bỏ nước ra đi trong những hoàn cảnh éo le khác nhau. Ra đi với đôi bàn tay trắng, vượt biển hay đường bộ, may mắn còn sống đến được bến bờ tự do, Những thập niên sau có thêm chương trình đoàn tụ gia đình, đi theo diện H.O. Người Việt hải ngoại đông nhất là ở Mỹ hơn 2,3 triệu người thành một Cộng Đồng Người Việt lớn nhất hải ngoại hội nhập thành công tốt đẹp, phát triển về văn hóa, âm nhạc nghệ thuật… Thế hệ con cháu nói chung trên thế giới đều thành đạt rất rực rỡ trên mọi phương diện, tốt nghiệp từ các Đại học danh tiếng thế giới như: Khoa học, Y khoa, Kinh tế, Chính trị, Quân sự… Nhiều tướng, tá tài giỏi trong quân đội Hoa Kỳ. Cộng Đồng Người Việt khắp nơi trên thế giới luôn đấu tranh cho Tự Do, Dân Chủ và Nhân quyền cho người dân Việt Nam.

Chúng ta đã trải qua hơn hai mươi năm chiến tranh đau khổ bom đạn tàn phá quê hương! cầu mong năm Ất Tỵ lò lửa chiến tranh ở Trung Đông; Urkraine và Nga sớm chấm dứt mang lại yêu thương và hòa bình cho thế giới. Tết đến ở Âu châu là mùa đông tuyết lạnh, không có mai vàng, hoa đào chào đón xuân sang, nhưng Cộng Đồng Người Việt đón xuân trong không khí gia đình cũng như xã hội tràn ngập niềm vui. Chúng tôi kính chúc quý đồng hương năm mới, bình an, hạnh phúc, may mắn và khỏe mạnh. ∎

Hà Bạch Trúc

Hương Tết

Bé Thi mới 10 tuổi mà đã biết trằn trọc khó ngủ. Mỗi lần thức giấc, cô bé nằm yên nhìn lên nóc mùng và nghểnh tai nghe ngóng động tịnh dưới nhà, tự hỏi không biết còn bao lâu nữa trời mới sáng. Cho đến lúc mùi cà phê ngào ngạt lan tràn vào giấc mơ khiến cô bé giật mình tỉnh giấc.

Thường ngày mẹ phải gọi nhiều lần, có khi còn phải áp bàn tay mát lạnh lên trán xoa nhè nhẹ một lúc, cô bé mới dậy. Thế mà hôm nay cô bé tự động ra khỏi giường và chân sáo nhẹ tênh chạy xuống nhà tìm mẹ. Mẹ đang ngồi uống cà phê với ba nơi phòng khách.

Thi sà vào lòng mẹ nũng nịu:

"Mẹ ơi, mấy giờ mình đi chợ hả mẹ?"

Mẹ cười dịu dàng và âu yếm lùa bàn tay vào mái tóc bé, rồi nhẹ nhàng bảo:

"Khi nào con xong thì mình đi".

Ôi, sao Thi thương quá hai bàn tay của mẹ. Hai bàn tay êm ái tuyệt vời của mẹ, lúc thì xoa lưng dỗ giấc ngủ cho bé, lúc thì xoa trán đánh thức bé dậy, lúc thì bím tóc để bé đi học mỗi sáng, rồi còn làm bao nhiêu món ngon cho bé ăn nữa.

"Con sắp xong rồi mẹ ơi, mình đi đi".

Vừa nói Thi vừa chạy ào vô nhà tắm, đánh răng rửa mặt thay đồ, chớp nhoáng đã xong, rồi tung tăng theo mẹ đi chợ.

Mỗi năm hai lần Thi được sắm quần áo mới, hai lần được theo mẹ ra chợ Sài Gòn để chọn chiếc áo đầm đẹp nhất. Một là vào dịp tựu trường, hai là vào dịp Tết. Đó là hai ngày trọng đại nhất trong năm của gia đình Thi. Cô bé phải chờ cả năm ngày ấy mới trở lại, nói sao không nôn nóng. Mua xong áo mới cho Thi, mẹ còn mua thêm vải để may đồ bộ mặc ở nhà cho bé nữa. Rồi mẹ phải mua thêm nhiều thứ khác vì chỉ còn vài tuần nữa thôi là đến Tết rồi.

Sau khi được áo mới, Thi háo hức trông mau tới ngày mẹ làm hai món ăn mà cô bé thích nhất. Đó là món củ kiệu và món bì cuốn, hai món ăn truyền thống của gia đình mà mẹ chỉ làm trong dịp Tết. Và hai món này cô bé cũng phải chờ cả năm mới được thưởng thức.

Khoảng một tuần trước Tết, mẹ mua những bó kiệu tươi dài độ hai gang tay về phơi khô vài nắng, tức vài ngày. Sau mỗi nắng, mẹ lại cắt bỏ một khúc ở phần trên, rồi hôm sau lại đem ra phơi nữa. Sau chừng ba nắng thì đã cắt đủ, chỉ chừa lại cái củ kiệu ngắn độ một lóng ngón tay. Khi đó mẹ cắt rễ, rồi sắp củ kiệu vô keo thủy tinh, sau đó chế nước giấm đường nấu để nguội vô ngâm cho chua. Mẹ làm kiệu rất khéo, vừa trắng vừa giòn, mà lại không hăng, chua chua ngọt ngọt rất vừa ăn, và đúng ngày mùng một Tết là có thể ăn được. Tôm khô củ kiệu là món khoái khẩu của Thi, và dĩ nhiên của ba nữa.

Món truyền thống thứ hai của gia đình Thi là món bì cuốn. Không hiểu sao mẹ chỉ làm món này vào dịp Tết. Có lẽ vì đây là một món công phu, lỉnh kỉnh và mất nhiều thì giờ nhất. Đầu tiên phải luộc da heo cho mềm - hồi đó làm gì có bán da heo thái nhuyễn sấy khô như bây giờ ở đây – sau đó lạng thật mỏng, rồi thái sợi thật nhuyễn. Thịt đùi heo cắt miếng to đem ram cho chín và thơm, rồi thái thành sợi nhỏ như da heo. Trộn chung tất cả thịt và da với nhau, cùng với tỏi phi vàng bằm nhỏ, rồi nêm nếm cho vừa ăn. Sau đó rang gạo cho đến khi vàng, giã thật mịn thành thính. Thịt trộn với thính, nêm lại cho vừa, là xong món bì. Dùng bánh tráng sống để cuốn bì với sà lách, rau húng cây và ngò rí thành món bì cuốn tuyệt hảo. Quan trọng là làm nước mắm - tỏi, ớt, chanh đường, củ kiệu thái sợi nhỏ - sao cho thật ngon để chấm bì cuốn. Cả năm Thi chỉ chờ đến Tết để được ăn món này.

Chỉ một món ăn mà bao nhiêu sự chuẩn bị, bao nhiêu công sức, cái gì cũng thái thật nhỏ, giã thật mịn, cuốn thật khéo. Mùi thơm cùng các vị mặn, ngọt, béo, bùi được khéo léo cuốn trong bánh tráng trắng dẻo có lót sà lách và rau thơm xanh tươi mơn mởn. Cắt cuốn bì ra, bên trong là một bức tranh tươi mát với màu sắc rất hài hòa: thịt và bì màu vàng phơn phớt, rau tươi xanh màu ngọc thạch và bánh tráng sống trắng nõn nà. Chén nước mắm chua chua ngọt ngọt, màu ớt đỏ thắm hấp dẫn làm sao. Càng nhai càng thấy thắm cái vị ngọt bùi của thịt và bì hơi dai dai, cái dẻo của bánh tráng, và càng tăng mùi thơm của thính, của rau tươi và của chanh ớt củ kiệu trong nước mắm.

Thị giác và vị giác bổ túc cho nhau hết sức hài hòa đến mức tuyệt hảo. Một món thôi mà gói ghém một cách tài tình bao nhiêu cảm xúc giác quan. Chỉ một món thôi nhưng là tất cả hương vị ngày Tết của Thi.

Một mình mẹ cặm cụi trong bếp hàng giờ, một mình mẹ làm tất cả mọi công việc để hoàn thành món ăn đặc biệt này. Và mẹ làm thật nhiều để mọi người tha hồ thưởng thức trong ba ngày Tết. Ngoài

ra, mẹ còn làm thêm một ít bì chay vì mẹ ăn chay vào ngày mùng một Tết. Mẹ dùng khoai tây và tàu hũ, xắc thật mỏng rồi chiên giòn, để thay cho thịt, và miến trụng sơ cho chín để thay cho da heo. Đôi khi mẹ còn trộn thêm củ sắn đã hấp sơ rồi vắt bớt nước, nên bì chay của mẹ ăn rất tươi và giòn, hương vị thơm ngon không thua gì bì mặn. Năm nào Thi cũng xin ăn ké một, hai cuốn bì chay của mẹ.

Thấy mẹ ngồi hàng giờ yên lặng kiên nhẫn thái nhuyễn hết mọi thứ, da bì và thịt, rồi khoai tây, củ sắn, tàu hũ, Thi nghĩ không biết mẹ có bị đau tay, đau cổ, đau vai và lưng vì làm hoài một động tác hay không? Chắc hẳn là có vì sau Tết cũng như sau mỗi lần nhà có đám giỗ, mẹ hay kêu Thi bóp vai, bóp tay, bóp chân cho mẹ lắm.

Rồi ngày mùng một Tết đến, bé Thi diện áo mới, nhận tiền lì-xì và theo ba mẹ đi chùa lễ Phật. Lễ chùa về, cả nhà quay quần bên mâm cơm đầu năm với toàn những món đặc biệt ngày Tết, trong đó dĩ nhiên có món bì cuốn đặc trưng Tết của gia đình Thi. Cô bé cảm thấy như vạn vật đều đổi mới. Cây mai trước sân khoác chiếc áo mới màu vàng hực hỡ. Căn nhà nhỏ như sáng hẳn lên và rộng hẳn ra nhờ quét lớp vôi mới màu thiên thanh. Bàn ghế, tủ giường bằng gỗ màu nâu đỏ trông cũng mới hơn vì nổi bật trên nền tường màu xanh da trời. Bé Thi cảm thấy như một năm mới tinh nguyên đầy hân hoan và hy vọng đang chờ đón mình.

Dù thời gian và không gian thay đổi nhưng sự tuần hoàn của trời đất muôn đời vẫn tiếp diễn, và ngày tháng vẫn trôi qua, không dừng lại để chờ ai bao giờ. Cô bé Thi ngày nào nay đã lưu lạc đến miền Đất Thấp.

Chỉ còn hai tuần nữa lại đến Tết Nguyên Đán. Mùa đông năm nay không quá khắc nghiệt như những năm trước. Đôi lúc có cả nắng vàng sưởi ấm những cành đào đang bắt đầu đơm nụ. Mưa phùn lất phất và gió heo may gợi nhớ buổi sáng sớm ở Việt Nam, khi trời còn se se lạnh. Thi đã bắt đầu hoạch định trong đầu những công việc phải tuần tự làm để chuẩn bị đón xuân với chồng con nơi đất khách. Thói quen sắm sửa áo mới cho ngày mùng một Tết, Thi vẫn còn giữ. Duy có điều, bây giờ không đi chợ Sài Gòn nữa mà mua qua internet. Và một điều đáng tiếc là ở đây nàng không may được áo dài mới.

Thi nhớ có một lần, ngày đầu tiên vào sở làm sau Tết Nguyên Đán, nàng mặc chiếc áo dài Việt Nam đi một vòng bắt tay chúc Tết đồng nghiệp Hòa Lan. Ai cũng ngạc nhiên, hớn hở và trầm trồ chiếc áo dài tha thướt. Thi giải thích phong tục của người Việt, ngày mùng một Tết mặc áo mới và đẹp nhất để đi chúc Tết. Và áo này đẹp nhất vì đây là quốc phục của nàng. Ông xếp lớn hãnh diện và cảm động lắm. Ông tỏ ý quý trọng và cám ơn mỹ ý của cô nhân viên Việt Nam, mong cô sẽ mặc quốc phục trong những ngày lễ quan trọng.

Cũng như mẹ ngày xưa, Thi sẽ làm món bì cuốn vì đây là món ăn các con nàng thích nhất trong dịp Tết. Có một lần, Thi làm món này vào một ngày không phải Tết, thì thằng con trai tám tuổi hỏi nàng:

"Bữa nay đâu phải Tết, sao mình ăn món này hả mẹ?"

Thi ngạc nhiên và cũng mừng rỡ vì thấy con mình đã bắt đầu có những liên tưởng cụ thể, những kỷ niệm đầu tiên về ngày Tết truyền thống Việt Nam. Từ đó, mỗi năm Thi chỉ làm món bì cuốn một lần, vào dịp Tết Nguyên Đán mà thôi.

Có một lần Thi mời vài người bạn Hòa Lan đến nhà ăn bữa cơm Tết. Họ được thưởng thức món bì cuốn và được giải thích tất cả ý nghĩa của món này. Không những họ thấy món bì cuốn quá tuyệt mà họ còn rất thích không khí Tết của người Việt nữa. Từ đó mỗi năm, các bạn Hòa Lan đều mong chờ đến ngày Tết Việt Nam và thầm hy vọng sẽ được mời lần nữa.

Các bạn đồng nghiệp Hòa Lan của nàng cũng vậy. Sau khi ăn Tết tây xong, họ bắt đầu chú ý theo dõi những chuẩn bị cho ngày Tết ta của nàng. Cứ vài ngày họ lại hỏi:

"Năm nay Tết Việt Nam nhằm ngày nào, hả Thi?"

"Thi đi chợ mua đủ đồ hết chưa?"

"Năm nay Thi làm những món gì?"

"Thi chuẩn bị tới đâu rồi?"

"Năm nay, Thi nghỉ mấy ngày để ăn Tết?"

Có đứa còn dễ thương, nói hôm nào Thi cần cứ việc nghỉ ở nhà, việc gì gấp cứ giao lại, cô sẽ làm thay. Mấy ngày trước và sau Tết, sẽ không có buổi họp nào được dự trù, vì "nhỏ Thi nghỉ, ăn Tết Việt Nam". Có lần nàng nói đùa, năm nay không nghỉ ngày Tết Việt Nam, cả đám chưng hửng, nhốn nháo hỏi tại sao tại sao, và phản đối quá chừng. Internet đôi khi cũng có ích. Nàng cho các bạn đồng nghiệp coi những hình ảnh món ăn nàng làm vào dịp Tết, nhất là món bì cuốn truyền thống của gia đình. Người nào cũng chảy nước miếng và ước ao phải chi được Thi mời ăn một lần cho biết.

Mùa Giáng Sinh và Tết dương lịch đến với mọi người, kể cả người Việt ở Hòa Lan, trong không khí tưng bừng nhộn nhịp của cả nước. Còn Tết Nguyên Đán chỉ được người Việt ở đây âm thầm chuẩn bị và đón chào theo cách riêng của mình. Nhưng lạ lắm, Thi không hề thấy buồn. Nàng thích cả hai ngày Tết, cả Tết tây lẫn Tết ta. Nàng nghĩ, khi mọi người chung quanh mình vui thì mình cũng được vui theo, còn khi mình vui thì mình sẽ làm cho người chung quanh vui theo mình vậy.

Kỷ niệm của những ngày Tết năm xưa không bao giờ mất. Sẽ mãi còn đó để làm nền tảng, để tăng thêm ý nghĩa và để cho ngày Tết của gia đình Thi nơi quê hương mới được trọn vẹn.

Chỉ hơi thấy vắng trong hồn
Ít nhiều hương phấn khi còn ngây thơ
Chân đi, đếm tiếng chuông chùa
Tôi ngờ năm tháng ngày xưa trở về.
(Hồ Dzếnh)

Lê Hứa Huyền Trân
ĐÁNH RƠI CHIỀU

Ta đánh rơi chiều trong những ngày biền biệt bận
Nghe thời gian trách cứ gọi thầm tên
Nắng đương tắt để kịp ánh trăng lên
Chiều nuối tiếc neo mình thêm một chút

Nắng hôn nhẹ bờ vai như hối thúc
Gió cậy mình reo hát những lời ca
Đội lên đầu những nụ hôn kiêu sa
Chiều trách kẻ bạc tình quên hẹn ước

Ta đánh rơi chiều trong những ngày thong thả bước
Bên nàng đêm tận hưởng ánh trăng tan
Kẻ phụ tình giấu mình thở than
Vờ đổ lỗi cho cuộc đời vướng bận

Mà không biết được rằng nỗi hận
Thiêu đốt chiều từ sáng tới tận đêm
Mang trong tim nỗi đau đớn lặng im
Chiều tự đánh rơi mình trong câm lặng

Đỗ Trường

TẾT NƠI XỨ LẠNH
NHỚ QUÊ NHÀ

Đã là cái Tết thứ 35 ở châu Âu, vậy mà không hiểu sao cứ mỗi độ xuân về làm tôi khắc khoải đến khôn cùng. Nỗi nhớ dồn trong nỗi nhớ. Nén chặt lòng mình, có lúc tưởng chừng muốn nổ tung như xác pháo trước hiên nhà. Dù năm nào cũng vậy, chúng tôi cùng nhau ngả lợn, rồi quây quần bên nồi bánh chưng, thoảng mùi khoai nướng sau vườn. Cái sự đầy đủ về vật chất, hương vị ấy, dường như chúng tôi vẫn còn cảm thấy chông chênh, thiếu vắng một cái gì đó. Không chỉ tôi ngơ ngác, mà mọi người ở đây đều suy tư, rồi tự vấn: Có lẽ, nơi chúng ta ngồi thiếu cái hồn và hương đất của quê nhà chăng?

Thật vậy! Mới hôm qua thôi, tôi tạt qua chợ xây dựng (Toom baumarkt) thật may mắn mua được cây đào đang nở hoa thật đẹp. Từ thân đến hoa lá như hình hài thu nhỏ của những cây đào trước sân nhà ở làng Trung Phụng Hà Nội, hay những ngày ở Nam Định của nửa thế kỷ trước trong ký ức tôi. Cây đào đến từ Á Châu chăng? Tôi hỏi. Gã nhân viên nháy mắt cười hóm hỉnh: Có thể, đến từ Việt Nam đấy, và chúng tôi chỉ có một cây duy nhất dành cho ông thôi. Tôi ôm chậu đào về, như thể ôm cả mùa xuân, cả cái Tết của đất Việt vào lòng vậy.

Gần chục năm nay, cuộc sống của tôi dường như chậm lại, nhất là những ngày Tết đến xuân sang. Sự thư thái ấy, càng làm cho con người sống thiên về hoài niệm, với những ký ức đã xa vời vợi. Do vậy, về miền ký ức, tìm lại dĩ vãng, tìm lại kỷ niệm, dù rằng rất nhỏ, song luôn thôi thúc, ám ảnh trong tôi. Dường như, viết cả một cuốn sách gần 300 trang Về Miền Ký Ức, làm sống lại cả cái thuở ấu thơ ấy vẫn chưa đủ, mà phải đợi đến nồi bánh chưng đang sôi, tỏa ra mùi hương quê nhà, dưới ngọn lửa hồng ta vừa nhóm, mới làm hồn người dịu lại giữa ngày xuân, ngày Tết chăng? Vâng! Giữa trời Âu xa xôi và giá lạnh này, tưởng chừng không thể tìm ra cái hương vị đó. Và nhiều người cũng đã hỏi tôi như vậy. Nhưng quả thật, từ bao gạo nếp hoa vàng, thùng đậu xanh cho đến từng chiếc lá dong, hay cái lạt tre, ta có thể tìm thấy thật dễ dàng ở các cửa hàng thực phẩm, siêu thị Á Châu. Và có một nồi bánh chưng xanh rờn ở trời Âu này đơn giản lắm, chứ không hề vất vả và khổ cực như những ngày ấu thơ tôi…

Ngoài vườn tuyết vẫn rơi, trắng xóa, nhìn như đồng muối nơi quê nhà. Lửa đã tắt, bánh đã rền nhừ, hương khói quyện lên ấm hồn người, lẫn mảnh đất nơi ta đang đứng. Vậy mà bất chợt làm ta sững lại. Một tích tắc đó thôi cũng đủ kéo hồn ta về với những ngày ấu thơ khi còn cả cha lẫn mẹ…

Những thập niên sáu, bảy, tám mươi của thế kỷ trước ở miền Bắc, ngày Tết có được nồi bánh chưng, ngoài ki cóp gạo, đậu thịt ra, cái chất đốt cũng là một vấn đề gian nan, khổ cực. Nhớ ngay từ ngày hè, tôi được bố cho đi cùng mua than vụn. Than mang về, bố tôi đổ ra giữa sân. Rồi ra hồ móc đất bùn về nhào trộn đều với than, nắm thành viên cứ như trái cam đen vậy. Phơi nắng, phơi sương cho đến khô cong mới xếp vuông vức vào cạnh cái lò đất ở chái bếp. Chẳng biết từ khi nào, bố tôi kiếm, hay mua đâu đó được cái thùng tôn cũ mỏng, không có nắp, chứa được khoảng chừng hai chục chiếc bánh chưng. Cái thùng mảnh khảnh vậy, nhưng xoay vòng luộc, nấu bánh cho cả xóm trong những ngày giáp Tết. Do vậy, nó bị rò rỉ nhiều chỗ, bố tôi phải hì hục giã lá dong (hay lá gì đó) thật nhiễn để bịt, chít vào đó, trông cám cảnh, long đong như cuộc đời ngắn ngủi của bố vậy. Nhưng khi luộc nấu lâu nó lại bong ra, nước nhỏ xuống than hồng nghe cứ xèo xèo, như rán mỡ… Mấy năm sau trở về Hà Nội, mẹ tôi vẫn đắp lò than, gói bánh chưng. Tôi vẫn phải lội xuống hồ cạnh nhà móc đất bùn nhào than cho mẹ. Mãi sau này, khi chuyển nhà ra Ô Chợ Dừa, mẹ tôi mới không đắp lò đất nữa.

Những năm gần đây, tôi thảnh thơi hơn. Tuy ở Đức, song Tết nào tôi cũng gói bánh. Củi nồi, gạo thịt… quá nhiều và thuận tiện. Lần nào luộc bánh cũng nghĩ đến bố, nước mắt tôi như muốn trào ra.

Ngày Tết không cứ trẻ con, mà dường như người lớn khoái đốt pháo. Tôi khoái nhất là cái món lì xì, mừng tuổi, có tiền mua pháo đì đẹt suốt những ngày Tết. Ông anh trên cũng vậy, còn máu pháo hơn tôi. Có lần, mẹ sai anh đi đâu đó. Lúc trở về, thấy tôi lấy trộm hết pháo của mình vừa mua bằng tiền mừng tuổi, ra đường đốt, anh bực lắm. Nắm chặt tay tôi, anh giơ cùi chỏ. Tôi nhắm mắt chịu trận. Nghĩ thế nào, anh lại đẩy tôi ra, lững thững đi về nhà. Mấy hôm sau, thấy anh hết giận, tôi hỏi sao không đánh. Anh bảo, nắm tay mày thấy gầy quá, nên tao không nỡ.

Hôm 23 ngày ông Công ông Táo về trời vừa rồi, anh gọi điện cho tôi. Bật màn hình, thấy anh đang ngất ngưởng với ông em rể bên cạnh cái đùi heo muối Iberico Tây Ban Nha, tôi gửi về. Anh bảo, chai Chivas bọn anh tẩn gần hết rồi, chỉ còn cái đùi heo không nuốt được, mặn lắm. Có lẽ, phải thái nhỏ trộn nộm mới ăn được… Tôi nhắc lại chuyện trộm pháo ngày xưa, anh sụt sùi khóc: nhớ chú lắm… nhớ chú lắm, gần chục năm không gặp nhau rồi… Quả thực, 35 năm nay, tôi chỉ về nước có 4 lần. Lần sau cùng ở nhà được chục ngày, tôi bị trục xuất về Đức, bởi can tội viết văn, làm anh buồn lắm. Anh khóc làm cho tôi cũng chảy nước mắt. Có lẽ, không có gì day dứt, khổ tâm bằng nhìn người (đàn ông) già khóc. Không chịu nổi, tôi đành cắt ngang điện thoại của anh.

Thật vậy, với tôi, đường về nhà, về với anh vẫn còn khó khăn lắm. Và Tết này, vẫn phải nhắc lại cái giấc mơ từ gần hai chục năm trước tôi đã viết: Ôi! Giấc mơ, vẫn chỉ là những giấc mơ. Đời người như một dòng sông, có đôi bờ khi bồi khi lở. Có hoa lá rất nhiều, nhưng ta cảm thấy cháy ở trong lòng. Bão tố của mùa xuân, bão tố của lòng người biến thành dòng suối trắng đi qua bao năm tháng dài chờ đợi. Và lời hứa kia cũng tan như những bọt bèo. Bởi, đường về nhà còn xa vời vợi:

Anh bảo em mùa xuân
Sao chẳng thấy hoa hồng.
Anh bảo rằng yêu em
Sao chưa thấy lời hẹn.
Anh bảo sẽ có ngày
Đưa em về quê mẹ
Mà chờ hoài chẳng thấy.
Có lẽ nào tình yêu
Là đồng khô cỏ cháy
Và những lời anh hứa
Tan theo những bọt bèo.
Mái tóc dài chấm lưng
Anh thường khen thuở ấy
Hóa thành dòng suối trắng.
Em nhìn về nơi ấy
Bão tố đang thét gào.
(Bão Tố- Đỗ Trường)

Có lẽ, cái Tết 1981 cho tôi sự ám ảnh nhất, bởi suýt chết vì bom nổ thời bình. Cuối năm 1980 Thành (Khâm Thiên) rủ lên xưởng của nhà Nghĩa Chột (Hàng Chiếu) đánh bóng potang xe đạp. Đang đói, và vật vờ, tôi nhận lời ngay, dù chỉ làm đêm và thông cho đến tận đêm 29 Tết. Công việc không vất vả cho lắm, nhưng bụi sắt, bụi gang hơi khó chịu. Đêm 30 được nghỉ, Nghĩa Chột rủ tôi đến nhà bạn hắn cũng thương binh nặng, sống độc thân ở khu tập thể Vĩnh Hồ khật khừ cho vui, rồi quay về xông đất. Đúng lúc pháo rộ lên đùng đoàng, một tiếng nổ như xé trời, làm rung chuyển nơi chúng tôi ngồi. Trần vữa đổ ụp xuống mâm cơm cúng giao thừa. Chúng tôi chạy bổ ra ngoài, thấy mấy căn hộ cạnh bên sụp đổ, tiếng la hét trong bụi gạch đất mịt mù. Mọi người ngơ ngác, chỉ biết tiếng nổ phát ra từ nhà ông Giám đốc của một nhà máy đóng trên địa bàn Thượng Đình, hay Thanh Xuân gì đó.

Sáng mùng một, trên đường chở mẹ xuống chúc Tết bà ngoại ở Nhân Chính, tôi gặp gã bạn thời phổ thông đang làm công an Quận Đống Đa, quần xắn móng lợn, đạp xe ngược chiều. Dừng xe, hắn bảo, vừa ở hiện trường, và kể: Nguyên nhân, do gã Giám đốc đuổi việc một công nhân là bộ đội phục viên. Tuy nhiên, hoàn cảnh người công nhân rất khó khăn, và nhiều lần cầu khẩn Giám đốc cho làm việc tiếp, nhưng đều bị khước từ. Đã đến đường cùng, do vậy, đêm ba mươi, người công nhân này đến nhà Giám đốc mang theo ba lô bộc phá, và vẫn năn nỉ xin được hủy cái quyết định đuổi việc lần cuối. Nhưng người Giám đốc dứt khoát nói không, rồi ngầm sai con trình báo công an. Và người con chưa kịp quay về, công an cũng chưa kịp đến, thì người công nhân đã cho ba lô bộc phá phát nổ. Vậy là, Giám đốc và gia đình, cùng người công nhân tan tành như xác pháo.

Nghĩ, thân phận con người quê tôi, sao mà rẻ mạt đến vậy. Và sau cái đêm giao thừa tang thương, suýt chết đó, tôi rất sợ tiếng nổ và sợ cả pháo… ∎

Leipzig ngày 29-1-2022

Huỳnh Ngọc Nga
Đêm Giáng Sinh Trong Tù

Hoài loay hoay sắp xếp các thùng carton vào xó góc của nhà kho, bạn bè chàng chung quanh đã xong việc và thay quần áo, bấm thẻ ra về gần hết. Trước khi ra cửa họ ồn ào chúc tụng nhau "Buona festa, buon Natale (chúc mừng ngày lễ, chúc mừng Giáng Sinh). Bao nhiêu mệt mỏi trong ngày hầu như tan biến trên gương mặt họ, mắt long lanh vui, miệng cười hớn hở, họ đang hân hoan chờ phút vui vẻ sum họp trong đêm thánh, đêm Chúa ra đời. Hoài vừa làm việc, vừa mong thời gian kéo dài hơn ra để bè bạn đồng nghiệp khoan về hết hẳn, nhưng kim đồng hồ ngày thường luôn biếng lười bò lê chậm chạp vậy mà hôm nay sao bỗng vùn vụt chạy như xe lửa tốc hành, thoát chốc chỉ còn Arvin, một anh bạn người Ả-rập và chàng là hai người cuối cùng còn ở lại.

Mang túi xách cá nhân lên vai, Arvin bước chậm về phía Hoài, dừng lại trước mặt bạn, hỏi:

- Chiều nay anh làm gì? Có chương trình gì đặc biệt không?

Hoài ném mảnh khăn giấy vừa lau khô tay xong vào sọt rác, uể oải:

- Thì cũng như năm ngoái, nằm nhà coi TV chứ có ai ở đây đâu mà lễ với lạc.

- Đến ăn chung với bọn mình tối nay đi.

Hoài ngó bạn, ngần ngừ giây lát rồi lắc đầu:

- Cám ơn anh, nhưng tôi cũng có rất nhiều việc để làm, hẹn khi khác vậy.

Arvin xiết tay Hoài, chào từ giã, chúc lời chúc cuối năm như mọi người rồi quay lưng ra về. Hoài nhìn theo dáng chàng Ả Rập, tự nghĩ thầm nếu hắn nói được tiếng Việt thì đỡ khổ cho chàng biết bao nhiêu, và thật ra chàng đã dối bạn khi bảo rằng chàng có nhiều việc phải làm để từ chối lời mời của Arvin dù rất muốn có một nơi tụ họp để quên sự cô đơn buốt giá trong đêm Giáng Sinh nơi xứ người. Chàng nhớ lại năm ngoái, Arvin cũng đã mời chàng như hôm nay và chàng đã hăng hái nhận lời. Nhưng khi về đến nơi trú ngụ của bạn, chàng mới bật ngửa trước tình huống không ngờ trước. Đó là một căn hộ nhỏ hẹp trong một chung cư cũ kỹ, tồi tàn ở ven thành phố Torino. Leo năm tầng lầu vì chung cư không có thang máy, chưa kịp thở lấy hơi thì đã bị ngập chìm giữa một đám hơn chục người da màu đang líu lo cười nói toàn những ngôn ngữ mà Hoài chẳng hiểu được một lời. Không là giáo dân đạo Chúa nhưng họ cũng tụ họp ăn uống vui đùa như ai. Những người đồng chủng của Arvin và cũng là những người đồng cảnh với Hoài tất cả là những cánh thiên di lạc loài, quần tụ bên nhau để tìm hơi ấm giữa đêm đông lúc người nơi đây hân hoan chờ giờ Chúa giáng sinh. Mỗi người mỗi cảnh, cơ hồ chẳng ai giống ai, có chăng điểm chung cùng là mục đích mưu sinh tìm sự sống giữa một châu Âu hoa lệ, một châu Âu mà họ lúc còn ở quê nhà chỉ nghe thấy qua phim ảnh, báo chí với các tài tử xinh đẹp, phố thị huy hoàng, triệu phú có thể trở thành qua một canh bạc, một ván bài, một chuyến áp phe… Nhưng đến đây rồi họ mới biết câu vàng đá, đến đây rồi họ mới biết cuộc sống ở đâu cũng cần một chút tình, tình người, tình đồng loại, đồng hương, đồng bào… mà những thứ tình đó với chàng trong xã hội phương tây quý hiếm hơn vàng. Muốn đừng nhớ phải cắm đầu làm việc, làm như trâu, cắm cúi từ sáng tinh mơ đến chiều tối mịt mù, làm thế nào để khi chiều về đến nhà sau khi tắm rửa, ăn uống xong chỉ còn cần quay lăn ra ngủ, ngủ ngon lành vì mệt, ngủ ngon lành vì phải lấy sức "cày cấy" cho ngày mai, ngủ không cần mộng mị chiêm bao, những giấc chiêm bao hình ảnh một thời nơi quê cũ. Hoặc thoảng ngược lại thì phải chiêm bao nợ tiền nhà, tiền gas, tiền điện thoại và lỉnh kỉnh những thứ phải trang trải của cuộc đời, như gởi tiền về quê nhà giúp đỡ người thân, tiền chắt chiu dành dụm sao để mai kia mốt nọ "vinh quy bái tổ" trở về dù không võng lọng cũng áo gấm phủ người xênh xoang. Ôi, cuộc đời lưu vong phần lớn là thế đó, mọi người ai cũng biết nhưng có mấy ai biết mà chẳng thích một lần chúi đầu vào để xem hư thực ra sao, như cô gái xuân thì biết có chồng là mang gông vào cổ vậy mà vẫn hân hoan cười trong giờ phút ký giấy lãnh nợ đời. Và chàng, Hoài công tử của vùng Tôn Đản – Khánh Hội, cái xóm nghèo nhưng thảnh thơi sống đời bình dị, chắc có lẽ chỉ có chàng không thích đời bình dị đó nên dù chẳng khổ sở gì với đồng lương trung bình của một công nhân tại Sở Công nghiệp Thành Phố, chẳng vướng bận chuyện vợ con, mẹ cha đã có anh chị chàng gồng gánh, tất cả cũng chưa đủ để thuyết phục chàng bỏ giấc mơ hải ngoại khi nhìn những tấm hình rực rỡ của bè bạn, thân nhân từ nước ngoài gửi về.

Và cuối cùng, trong đợt tuyển người đi lao động tại Tiệp, chàng đã được chọn và tìm cách ở lại không về khi hết hạn định hợp đồng và vượt trốn sang Tây Âu, vất vả từ Pháp sang Đức để sau gần năm, sáu năm xuôi ngược chàng đã dừng chân tại Ý khi tìm được một việc làm cố định tại một xưởng sản xuất bánh ngọt. Xưởng làm bánh ngọt nhưng cuộc sống nơi đây cũng chẳng ngọt ngào gì, Hoài đã phải ngậm đắng nuốt cay trước những áp lực, hống hách của những tên cai thợ khinh người, kỳ thị. Ngày ngày hai buổi cứ gặm bánh mì thịt nguội hay những miếng pizza khô khan, những bịch mì gói nhàm chán và chàng bỗng tiếc nhớ bàn ăn ấm cúng cạnh mẹ cha với chén đũa khua lách cách, tô canh nóng, dĩa thịt xào… ly nước trà ngút khói sau buổi ăn, nhớ day dứt, nhớ điên khùng đến độ một đôi lúc chàng tự ngạc nhiên khi thấy tình quê hương đang trỗi dậy trong chàng qua nỗi nhớ vì những món ăn đó. Nhưng cái khổ vì nhớ mùi vị quê hương có lẽ cũng ít ray rứt chàng hơn cái khổ vì cô đơn dù vẫn ở giữa chốn đông người.

Chung quanh chàng, bè bạn đồng cảnh ngộ cũng không ít, nhưng tìm được một thằng bạn da vàng mũi tẹt, biết nghe và nói tiếng Việt nơi đây thật khó hơn chuyện tìm vàng đáy biển. Cộng đồng người Việt nơi đây cũng có nhưng không nhiều như ở Pháp, Anh, Đức và chàng lại là người ít giao lưu tìm kiếm, cả ngay mạng facebook chàng cũng không dùng vì thường hay sợ những gian dối qua trang mạng ảo. Mấy năm đầu, Hoài may mắn tìm mướn được một căn hộ nhỏ ngăn nắp chung với một người bạn người Sicile miền nam Ý. Cuộc sống tha phương của đôi bạn cũng đủ vui qua ngày tháng lạc loài nhưng bạn chàng bỗng nhận được tin cha mất, phải trở về quê để gồng gánh chuyện đất đai của người cha để lại, thế là chàng phải sống đơn lẻ một mình từ đó. Số vốn tiếng Ý ít ỏi của chàng chỉ đủ để đổi trao chuyện làm việc, chuyện bình thường, đôi khi muốn ghi danh đi học lại nhưng suốt ngày quần quật với công việc, chàng còn thời gian đâu để học với hành. Chàng thèm làm sao được tào lao với những người bạn ngoại chủng của chàng bằng ngôn ngữ quê hương như thèm những buổi cơm có dĩa rau thơm, chén nước mắm mặn mòi. Chàng dành dụm tiền mua một máy Hifi cũ đủ để nghe nhạc Việt, những bài Vọng Cổ đậm đà, thỉnh thoảng chàng hát nghêu ngao một mình những bài nhạc xa xưa, đôi khi chàng nghe lòng chùng xuống giữa tiếng hát ngây ngô của chính mình. Thì ra, nỗi nhớ còn nằm trong tiếng nói, trong điệu nhạc, lời ca, và trong cả những hình ảnh VN trên sách báo.

Chiều Giáng sinh năm ngoái, chàng đã hội họp cùng đám bạn của Arvin, nhưng giữa chốn đông người đó, tiếng Ả-rập vang vang bốn phía, giữa nơi ồn ào đó chàng bỗng như người đứng giữa sa mạc lạc loài, cái lạc loài trong khác biệt ngôn ngữ, tập quán, thức ăn. Và đêm Noel năm ấy chàng đã ra về trước khi chuông nhà thờ ngân vang báo hiệu giờ Chúa ra đời. Trên đường về không có tuyết rơi như những đêm đông trước, nhưng gió buốt thổi cắt da, người bên ngoài không đông đầy như phố thị VN khuya đêm 24 tháng chạp, thiên hạ giờ đó đang nâng ly, cạn chén quần tụ bên gia đình, có ai lang thang như chàng đâu. Trên xe buýt về nhà chỉ có chàng và ông tài xế đang chờ giờ đổi ca, trống vắng khắp mọi nơi như trống vắng trong hồn chàng. Về đến nhà, chàng không buồn thay quần áo, mở máy Hifi, nghe giọng hát u trầm của Khánh Ly, băng nhạc Trịnh Công Sơn, từ đầu đến cuối là cả một thời dĩ vãng, dĩ vãng của quê nhà, dĩ vãng của chàng. Không chịu đựng nổi, Hoài tắt máy, nằm vật xuống giường, nhắm mắt bắt buộc một giấc ngủ tìm quên. Nhưng ai bảo con người làm chủ được chính mình người đó nói dối vì đêm hôm đó Hoài đã không tự bắt mình ngủ được. Nhắm mắt lại để thấy rõ ràng hơn mà thôi, thấy rõ sự cô đơn của chàng, thấy rõ nhành trúc phương nam không vươn mạnh được với phong thổ trời tây. Trong cái rõ ràng đó, Hoài nghe nước mắt từng giọt lăn dài, nước mắt của một thằng con trai đã từng bôn ba băng ngàn, vượt biển, lăn lộn tứ phương. Chàng trở thành một đứa con nít để nhớ mẹ cha, anh chị và đàn cháu nhỏ, nhớ cô bồ cùng sở đang ngóng đợi chàng về để làm lễ giao bôi, không biết Phượng của chàng có chờ nổi những lời hứa hẹn mông lung của chàng để đừng sang bờ bến khác hay không. Ngày thường sự mệt nhọc đem giấc ngủ đến với chàng như một liều thuốc ngủ, nhưng đêm ấy, đêm Giáng sinh lạnh lùng, giấc ngủ chợt trở thành xa lạ để chàng trăn trở như một con sâu đang giẫy giụa giữa chất muối mặn kinh người.

Thật ra, Hoài không là người đạo Chúa, gia đình chàng nội ngoại tự bao đời là con nhà Phật, một tôn giáo trọng đất trời, hòa đồng cùng mọi người trong cuộc sống, không mang tính kỳ thị sự khác biệt giữa người và ta. Giáng Sinh với gia đình chàng là một ngày bình thường với người lớn, nhưng là ngày vui chơi với tuổi trẻ như chàng. Chàng khó mà quên được không khí nhộn nhịp của Saigon vào những mùa Giáng Sinh khi chưa rời xa quê nhà. Bắt đầu gần cuối năm là những bài về nhạc Giáng sinh được vang lên thường xuyên từ truyền thanh đến truyền hình, đèn phố những vùng xóm đạo cũng lung linh trong những chiếc đèn sao treo trước ngõ. Và đêm Giáng sinh là đêm ồn ào phố thị khác hẳn đêm lễ trời Tây. Nếu phương Tây người ta chỉ đi mua sắm trước ngày Chúa ra đời rồi đêm thánh lễ các con chiên lặng lẽ đi nhà thờ cầu nguyện trước khi về ăn lễ giữa đêm hoặc họp mừng ăn uống gia đình ngày hôm sau, họ không ồn ào xe cộ rú chạy đầy đường, tất cả chỉ vui trong không khí gia đình sau khi tan lễ từ nhà thờ về. Trái lại, ở Việt Nam, nhất là Saigon của chàng, đêm Giáng sinh "đám trẻ" không phân biệt tôn giáo bắt đầu từ chiều là đã lên quần, lên áo để lên xe phóng ra đường ùa kéo nhau vào trung tâm hoặc trên những con đường dẫn đến các nhà thờ, các vùng đất đạo. Chỉ để hòa đồng chia sẻ niềm vui cùng bạn hữu thôi, tuổi trẻ mà, Những tiệc tùng nhảy nhót được tổ chức ở những gia đình có đạo hay không có đạo đều mang tính hòa ái, thân thương không dị biệt. Các nhạc sĩ, văn nhân còn viết những bản tình ca, những trang tiểu truyện kể bao chuyện tình trong đêm Thánh lễ giữa người ngoại đạo với con chiên ngoan cùng Chúa rồi hoặc ngang trái hoặc hẹn hò tương lai, kết cuộc tùy tâm, tùy ý tác giả mà hợp hay tan. Và thật tình mà nói, sự thật ngoài đời Hoài thấy đã có bao ngang trái tình yêu vì khác biệt tôn giáo dù Chúa Phật trên cao luôn dạy chữ chan hòa yêu thương. Đó cũng là một trong những rắc rối của cuộc đời, những nghịch lý tôn giáo mà con người tự đặt để gây ra rồi tự làm khổ lẫn nhau và may mắn thay chàng chưa bị vương vào tình huống khó xử này.

Duy có điều, ở đâu thì âu đó, chàng đang ở Ý, một xứ sở có tòa thánh Vatican lộng lẫy biểu hiệu uy quyền của các Giáo Hoàng ngày xưa và uy danh của nhà thờ bây giờ, gần như khắp cả nước đâu đâu cũng là con dân của Chúa ngoại trừ những di dân khác đạo như chàng, chính vì vậy dù muốn dù không chàng cũng bị ảnh hưởng ít nhiều tính cách những ngày Thánh lễ nơi đây, ngày mà người người vui họp gia đình chỉ có chàng là chơ vơ làm khách lạc loài.

Trỗi mình ngồi bật dậy, không có máy vi tính để "chat", chàng với tay cầm lấy máy điện thoại định bấm số gọi về gia đình nhưng sực nhớ cách biệt sáu múi giờ bên kia quê nhà, giờ này cả nhà chàng chắc đang còn an giấc ngủ, không phải gia đình có đạo Công giáo nên nhà chàng không có thông lệ thức suốt đêm mừng Chúa ra đời. Chàng phải chờ dịp Tết hay lễ đầu năm dương lịch nghỉ ở nhà mới canh giờ thích hợp để thấy đông đủ người thân thôi. Và chàng đã vật vã như vậy suốt đêm, những hình ảnh liên hoan đêm Giáng Sinh trên TV cũng không làm chàng khuây khỏa được, đúng là một đêm hoảng loạn vì cô đơn. Mãi gần sáng chàng mới chập chờn đi vào giấc ngủ và tỉnh giấc vào gần giữa trưa ngày hôm sau. Muốn ra ngoài đổi không khí nhưng chẳng biết phải đi đâu, thân nhân chẳng có, bạn bè quen thân cũng không, chỉ có đám bạn Trung Đông, Ả-rập chàng đã chạy trốn chiều hôm qua, giờ này chắc họ còn đang lăn kềnh ngủ chưa thức dậy, vả lại chàng cũng sợ và chán những nặc nồng trong căn phòng của nhóm bạn ô tạp đó. Chàng lại phải chịu đựng sự hoang vắng như thế thêm suốt hai ngày tiếp nối trong khi chờ đợi lịch trình làm việc bình thường trở lại. Mùa Giáng sinh năm đó đúng là mùa cực hình của chàng, và chàng tự nhủ phải tìm cách tránh tình trạng như vậy vào mùa lễ năm sau.

°Thời gian qua không đợi ai hối thúc, nhanh với tuổi đời trên vai người nhân thế và chậm với những

Nguồn: Pixabay_lonely-1510265_1280

ước mộng chờ trông, thấm thoát mà một năm đã trôi qua và hôm nay đêm Giáng sinh lại đến. Hoài tần ngần nhìn theo bóng Arvin đang xa dần ngoài cổng xí nghiệp, nửa muốn đổi ý chạy theo để nhận lời quần tụ cùng đám cư dân Ả-rập tối nay, nửa sợ những hỗn loạn trong căn phòng nằng nặc mùi khói thuốc, mùi mồ hôi của những người bạn ô tạp đó. Thay đổi quần áo công nhân xong xuôi chàng lững thững bước ra khỏi cổng chung cư. Trời mùa đông ngày dài đêm ngắn, tiết mùa đông là tiết lạnh cho những cặp nhân tình quyện rủ vào nhau, là tiết cho bếp nồng sưởi ấm tình gia đình trong đêm buốt giá. Chàng không có tình nhân cũng chẳng có gia đình, bè bạn đúng nghĩa thì xa xôi muôn dặm. Hoài rùng mình khi một cơn gió thoảng qua, có lẽ vì lạnh mà cũng có lẽ vì nhớ đến sự khổ sở của đêm Giáng sinh năm trước. Bước chậm, chàng để tự do cho tâm trí hướng dẫn đôi chân, không bắt buộc chúng phải đến bến xe buýt về nhà như thường lệ, chiều nay chàng muốn làm kẻ lang thang ngoài đường hơn cô đơn trong căn nhà đơn chiếc lạnh.

Phố sá chiều 24 Noel nhộn nhịp người đi, vội vàng hối hả để về nhà trước buổi lễ khuya. Đèn hoa khắp chốn lập lòe muôn sắc, tin khí tượng cho biết năm nay tuyết sẽ không đến như đêm Chúa ra đời. Từ nhiều năm nay, khí hậu trái đất đổi thay khá rõ nét, con người đang tự hủy hoại hành tinh của mình bằng cách gia tăng sự ô nhiễm khắp nơi, khoa học càng tiến bộ, vật chất văn minh càng đi xa thì đời sống con người càng trở nên mong manh hơn với sự run rẩy chết lần mòn của quả địa cầu. Tuyết không rơi, nhưng gió vẫn lạnh lùng, Hoài kéo cao cổ áo choàng mùa đông rồi rảo bước đi những bước chân vô định. Mặt trời mùa đông đi ngủ sớm, chưa 6 giờ chiều bóng tối đã chan hòa vạn vật, hoa đèn lại càng rực rỡ hơn trên phố thị. Saigon giờ này chắc lại nhộn nhịp hơn cả nơi đây, có khi còn hơn thế nữa vì dân Saigon phóng khoáng, cái phóng khoáng dễ chịu của người miền Nam cởi mở, dễ chấp nhận, dễ hòa đồng. Và hơn thế nữa, một năm mười hai tháng, chỉ có vào tháng cuối dương lịch, khí hậu miền Nam của hai mùa mưa nắng mới có được những cơn gió mát hây hây, thỉnh thoảng được chút lạnh phương bắc thổi vào để các cô gái khoác áo len nhẹ làm dáng tạo duyên.

Bất giác chàng thở dài, phải chi giờ này gia đình chàng hoặc Phượng có mặt nơi đây, chàng sẽ mua cho những người thân yêu đó những món quà với tất cả tháng lương tháng thứ mười ba để nói với họ rằng chàng cần và yêu họ biết bao nhiêu. Nhưng tất cả đang ở xa chàng nửa vòng trái đất, tiền trong túi áo hãy còn nguyên mà tình thương sao xa vạn dặm. Chàng chao đảo mấy năm trường để kiếm tiền mà quên mất rằng cuộc sống này tiền không phải là chúa tể vạn năng, còn có những thứ khác vô hình và muôn ngàn lần giá trị hơn.

Hãy còn sớm chán để trở về nhà một mình, loanh quanh thêm nửa tiếng ngoài trời, Hoài bước vào một rạp chiếu bóng đang chiếu một phim viễn tưởng. Con người chưa hẳn hài lòng với thực tế của các phát minh họ đã tìm ra được, họ đang mơ ước một thế giới khác siêu việt hơn, một thế giới mà trái tim và khối óc nhân loại được thay thế bằng những máy robot tân kỳ thượng đẳng, người hóa thú và thú hòa đồng với người. Phim X-Files đưa người hành tinh gia nhập địa cầu trong lúc chàng chưa gia nhập nổi cuộc sống con người ngay tại chính quả địa cầu của chàng, thật mỉa mai làm sao.

Hoài rời rạp chiếu bóng khi cơn đói đang mời gọi bao tử chàng. Về nhà bây giờ chắc cũng chỉ spaghetti luộc với sốt cà chua, thôi lang thang thêm chút nữa để đừng thấy căn phòng ghẻ lạnh của chàng. Trên nền trời sao đêm lấp lánh, hẳn ánh sao nào đó có Chúa đang ngự vì để thấy sự đơn côi của chàng tuổi trẻ. Một tiệm ăn bên đường hãy còn lưa thưa khách gần đấy, chàng đẩy cửa bước vào, kêu một tô súp nóng, một dĩa xà lách với vài lát thịt nguội, một chai nước lạnh rồi nhâm nhi vừa ăn vừa ngó người qua lại bên ngoài khung kính, không có ai trong đó quen thuộc để chàng vẫy tay chào. Một đôi nam nữ ngồi bàn trước mặt chàng đang đứng dậy rời quán, có lẽ đây là buổi hẹn cuối mùa của một cặp tình nhân ngoài định ước gia đình nên phải gặp gỡ nhau tại đây rồi sau đó ai về nhà nấy để lo cho buổi tiệc giữa đêm. Buổi ăn nhạt nhẽo cuối cùng rồi cũng xong, Hoài móc túi trả tiền rồi đến trước máy playstation đặt ở góc phòng cuối quán, chàng cần phải làm cái gì đó để đừng về nhà sớm mới được, mấy trò chơi điện tử này tương đối khá dễ chịu và ít ra cũng làm chàng quên thế sự trong vài tiếng đồng hồ.

Chàng có thể quên thời gian trong trò chơi khoảnh khắc đó, nhưng cô thu ngân và anh bồi bàn lại ngóng ngóng nhớ giờ về. Còn đang say sưa theo dõi những biến chuyển của trò chơi Hoài bỗng nghe anh bồi bàn cất tiếng bên tai:

- Thưa ông, đã đến giờ đóng cửa.

Hoài giật mình ngẩng đầu lên, nhìn kim đồng hồ trên tường trước mặt, đã mười một giờ rưỡi khuya, hôm nay quán đóng cửa sớm hơn thường lệ. Hoài kết thúc trò chơi và nhìn quanh, một ý nghĩ vừa thoáng qua trong chiếc đầu đang đặc quánh của chàng. Ngoài đường lúc đó vắng tanh, trong quán chỉ còn cô thu ngân đang tính sổ đóng máy cuối ngày và anh bồi bàn đang sắp xếp bàn ghế. Hoài tần ngần bước chậm về quầy thu ngân, nhưng không đến trước mặt cô thu ngân mà vòng ra sau quầy để đến sát bên cô. Cô thu ngân khá xinh xắn với mái tóc cắt ngắn gọn kiểu con trai, mặt bầu bĩnh dễ thương. Trời mùa đông nhưng trong phòng cửa kính đóng kín ấm áp, cô mặc quần dzin bó sát, áo thun tay dài thời trang cao khỏi rốn, cổ sâu khiêu khích. Cô ngạc nhiên thấy Hoài đến sát bên cô, chưa kịp cất tiếng hỏi chàng muốn gì thì chàng đã nhanh nhẹn ôm choàng lấy cô và thô bạo đặt môi lên vùng trũng sâu với viền ngực cao mời gọi. Cô gái hốt hoảng nhanh tay đóng két tiền, giãy giụa kêu cứu. Anh bồi bàn quay lại, chạy nhanh đến bên máy điện thoại quay số kêu cảnh sát trong lúc cô thu ngân vừa với tay chụp được một dĩa đựng tiền thối trên quày và đập mạnh vào đầu Hoài. Chàng choáng váng buông cô gái ra, cười hài lòng khi thấy anh bồi bàn gài khóa cửa ra vào và chạy đến với chiếc ghế trên tay.

Hơn nửa giờ sau đó Hoài ngồi trong phòng Cảnh sát khu vực, đầu quấn băng trắng sau khi từ bệnh viện ra. Người cảnh sát trực lấy khẩu cung và hỏi lý do hành động của chàng. Hoài nói như đọc bài học thuộc lòng:

- Tôi không phải là tên vô loại, tôi có nhà cửa, công ăn việc làm đàng hoàng, nhưng không có gia đình thân nhân gần gũi, cả bạn bè cũng không, tôi sợ cô đơn. Tôi chỉ muốn tìm người bậu bạn đêm nay, các ông cũng đang vì công tác phải tạm xa gia đình trong khoảnh khắc này. Tìm cách vào được đây, có các ông bên cạnh, ít ra đêm nay cũng không hẳn là một đêm Giáng Sinh buồn tẻ. Chúng ta cùng chuẩn bị mừng Chúa ra đời chứ?

Giữa đôi mắt tròn xoe của nhân viên cảnh sát, không đợi ông ta đáp lời nào, Hoài chìa tay: *"BUON NATALE"* (Chúc mừng Giáng sinh). ■

Torino, ITALIA – 08.11.2024

Nguyễn Sĩ Long

NHÀ ANH

Nhà anh có đủ bốn mùa
Có khung cửa nhỏ trăng lùa qua khe
Nhà anh có nắng ngày hè
Sang thu vàng rụng bộn bề lối đi

Nhà anh trồng một cây si
Quanh năm trầm mặc từ khi biết buồn
Cuối đông cánh én sau vườn
Ngàn hoa mai nở đón đường em qua

Nhà anh như một sân ga
Chuyến tàu chưa đỗ sân ga chưa ngừng
Tay anh rót chén rượu mừng
Tiếng còi văng vẳng tưởng chừng ai sang

Nhà anh có một cành lan
Sớm hôm thoang thoảng hương ngàn gió lay
Anh thương màu lá chiều nay
Màu hoa trắng mịn thơ ngây học trò

Nhà anh có chút âu lo
Thư không viết nổi hẹn hò cũng không
Vần thơ dệt mãi chưa xong
Phong thư chưa dán mà lòng keo son

Nhà anh xuân vẫn giận hờn
Vì anh chỉ đợi gót hồng em thôi
Nhà anh còn ngõ đơn côi
Và như còn thiếu nụ cười giai nhân.

Lâm Minh Anh

QUÂN TỬ HẢO CẦU

Mỗi khi ghé thăm, gặp cháu nội của ông Tư, bé Minh Châu, ông Lý đều buột miệng khen: "Thằng bé này thật hảo nhi!", khiến ai cũng thắc mắc nhưng chưa có thời gian cùng nhau tìm hiểu tường tận chữ HẢO này. Hôm nay nhân dịp nhận lời mời sinh nhật thằng bé, ông Lý nhận thấy nó đã là một thiếu niên tuấn tú, cách hành xử ra vẻ chững chạc khác trước kia. Sau buổi tiệc, Minh Châu cúi chào xin phép được đến chùa Viên Quang để tham dự sinh hoạt Gia Đình Phật Tử hàng tuần. Thằng bé vừa đi khỏi, ông Lý nhìn theo tấm tắc nói: "Đúng là một hảo tử!". Tân bắt ngay cơ hội này, nhờ giải thích cho chữ Hảo, ông Lý chiều ý tươi cười nói:

- Phạm vi sử dụng và nghĩa của chữ "hảo" 好 thực sự quá rộng, lại có suốt một chiều dài lịch sử, ở đây tôi chỉ có thể trình bày trong khả năng hiểu biết hạn hẹp của mình mà thôi.

Nguồn gốc chữ "hảo" xuất hiện sớm nhất trong bốc từ (thuật bói toán) ở Giáp cốt văn (loại chữ tượng hình được viết trên mu rùa hoặc trên xương thú), nó được dùng để chỉ tên gọi về người, là "phụ hảo" 婦好 (người đàn bà tốt). Vào trước thời Ân Thương, cách đây trên 2500 năm, từ ngữ "phụ" 婦 được kết hợp hai bên với nhau bởi chữ "nữ" 女 và chữ "phụ" 帚. Nhưng thật ra nếu hai chữ này tách riêng ra thì cũng đồng nghĩa. Đôi khi, chữ "nữ" 女 dùng để thay thế cho chữ "mẫu" 母 tức người mẹ. Người cổ đại cho rằng: Hễ người nữ có khả năng sinh con được xem là việc rất tốt, tức "hảo", lại còn nuôi dưỡng đứa bé khỏe mạnh và nên người tức là làm tròn thiên chức của người mẹ thì được tán dương "mỹ đức" 美德. Như thế, thoạt đầu chữ "hảo" trong bốc từ (bốc phệ: bốc là dùng mu rùa để bói, phệ là dùng cỏ thi để bói) chưa hẳn mang nghĩa "mỹ hảo" 美好 như quan niệm hiện nay tức chỉ tính chất xinh đẹp ở người (bên trong lẫn bên ngoài) hay chỉ tốt tươi nơi sự vật.

Đến thời kỳ Kim văn 金文, trên vạc kim đỉnh khắc chữ "hảo" là hai chữ "nữ" 女 và "tử" 子 đứng cạnh nhau. Từ đây, người đời mới bắt đầu suy diễn, giải nghĩa theo nhiều cách hiểu riêng của họ. Chẳng hạn:

*Nữ có thể hiểu: cô bé, thiếu nữ, thanh nữ, nữ nhân… và bởi chữ "nữ" xưa kia có hình dạng như "mẫu nữ" 母女 nên có khi được hiểu là mẫu thân (người mẹ).

*Tử có thể hiểu: đứa bé (trai hay gái), thiếu niên, thanh niên, nam nhân hoặc chỉ vị thầy như Khổng tử, Lão tử…

*Lịch sử diễn biến chữ Hảo chưa dừng lại, đến thời Tiên Tần (221 TCN) với cải cách viết theo lối Tiểu Triện, nó mang nghĩa mới nhưng không cố định: Hảo theo nghĩa đối lập với ác 惡, hoặc xấu tức xú 臭, hoặc hư hoại…壞.

*Lễ ký, Trọng Ni Yến Cư, viết: Hảo, thiện dã 好, 善也 (hảo là thiện lương).

*Sử ký, Liêm Pha Lạn Tương Như liệt truyện, Tư Mã Thiên, viết: Dục dữ vương vi hảo 欲與王為好 (mong muốn cùng vua bàn việc tốt lành).

*Thuyết văn giải tự, Hứa Thận viết: Hảo, mỹ dã 好美也 (Hảo là đẹp). Cho đó là chữ hội ý.

*Sách Phương Ngôn, Dương Hùng (楊雄, 53 TCN – 18) viết: Phàm mỹ sắc hoặc vị chi hảo 凡美色或謂之好 (Những gì chỉ về sắc đẹp được gọi là hảo).

*Kinh Thi khởi đầu với bài thơ Quan Thư xuất hiện vào 770 - 476 TCN, từ đời Tây Chu đến giữa thời Xuân thu:

Quan quan thu cưu 關關雎鳩
Tại hà chi châu 在河之洲
Yểu điệu thục nữ 窈窕淑女
Quân tử hảo cầu 君子好逑

Tản Đà dịch:
Quan quan cái con thu cưu,
Con trống con mái cùng nhau bãi ngoài.
Dịu dàng thục nữ như ai,
Sánh cùng quân tử tốt đôi vợ chồng.

Trong bài thơ này tiếng chim hót gọi nhau và hình ảnh thư cưu sánh đôi là sự ẩn dụ rằng bậc nam nhân đứng đắn mong ước tốt tìm được (hảo cầu) một nữ nhân đức hạnh để kết tóc xe duyên, ấy là chuyện trăm năm tốt đẹp. Ý thơ trên có lẽ ảnh hưởng đến Từ Khải 徐鍇 (thời Ngũ Đại, Nam Đường) nên trong Thuyết văn giải tự hệ truyện, ông viết: "Nữ sĩ dữ nam tử tại nhất khởi, biểu thị ái mộ" 女士與男子在一起表示愛慕 (Nữ nhi tài hoa gặp nam nhi phẩm chất tốt đẹp thì sinh lòng ái mộ nhau).

Lam Ngọc bưng một khay "trà ướp sen" mời cả nhà, rồi nhẹ nhàng góp lời:

- Dạ thưa! Theo con hiểu người xưa luôn cho rằng: Nét đặc trưng quan trọng ở phụ nữ, không những bên ngoài xinh đẹp, đoan trang, dịu dàng mà bên trong còn thiện lương, ôn hòa, siêng năng, cần kiệm thì mới có thể giúp chồng, dạy con, giao tế xã hội, đó là Hảo Phụ 好婦.

Nét đặc trưng ở nam nhân, nên là trụ cột gia đình, thương yêu bảo bọc vợ con, kế truyền sự nghiệp tổ tông, giữ gìn danh dự dòng tộc, tu dưỡng đạo đức để làm gương cho con cháu, đó là Hảo Phu 好夫.

Tân có vẻ tâm đắc với ý của Lam Ngọc, bèn tiếp lời:

- Cháu nhớ lại Kinh Thi có những chữ Hảo mang nghĩa như sau:

1. Theo nghĩa thuận hòa, giao hảo như hai bài thơ trong Tiểu Nhã 小雅:

Thường Lệ   裳棣
Thê tử hảo hợp   妻子好合
Như cổ sắt cầm   如鼓瑟琴

Tạm dịch:
*Vợ con thuận thảo sum vầy,
Trống đàn hòa nhịp so dây êm đềm.*

Lộc Minh   鹿鳴
Nhân chi hảo ngã   人之好我
Thị ngã chu hành   示我周行

Tạm dịch:
*Nếu người xử tốt với ta,
Thì xin chỉ dạy đường xa an lành.*

2. Theo nghĩa vui thích, tha thiết, thiện mỹ, như ba bài thơ trong Trịnh Phong 鄭風:

*Thúc Vu Thiểu   叔于狩
Bất như Thúc dã   不如叔也
Tuấn mỹ thả hảo   洵美且好

Tạm dịch:
*Nhìn chàng tuy rất đơn sơ,
Nhưng tâm hồn đẹp ai ngờ bên trong.*

*Tuân Đại Lộ Hề   遵大路兮
Vô ngã thù hề   無我醜兮
Bất cựu hảo dã   不寁好也

Tạm dịch:
*Xin chớ rẻ rúng chàng ơi!
Tình kia tốt đẹp đừng rời xa nhau.*

*Nữ Viết Kê Minh   女曰雞鳴
Cầm sắt tại ngự   琴瑟在御
Mạc bất tĩnh hảo.   莫不靜好

Tạm dịch:
*Sắc cầm hảo hợp đôi bên,
Vốn dĩ tươi đẹp chớ nên bất hòa.*

3. Theo nghĩa ân tình, xử sự phải lẽ… như bài "Mộc Qua" 木瓜 trong Vệ Phong 衛風:

Đầu ngã dĩ mộc qua   投我以木瓜
Báo chi dĩ quỳnh cư 報之以瓊琚
Phỉ báo dã   匪報也
Vĩnh dĩ vi hảo dã.   永以為好也

Tạm dịch:
*Chỉ quả đu đủ người cho,
Ta tặng lại ngọc chẳng mơ đáp đền.
Mong tình giao hảo vững bền,
Của cho đừng quý, hảo hiền cách cho.*

Ngại Tân nói quá đà, Lam Ngọc tế nhị vội chuyển qua hỏi ông Tư có ý kiến gì về chữ Hảo. Là người rất ưa thích thơ Đường Tống, ông vui vẻ nói:

- Tôi xin kể ra đây một vài bài thơ rất hay vào thời Đường Tống có chữ Hảo.

1. Đỗ Phủ 杜甫, 712 – 770

Xuân dạ hỉ vũ   春夜喜雨
Hảo vũ tri thời tiết.   好雨知時節
Đương xuân nãi phát sinh 當春乃發生
Hiểu khan hồng thấp xứ   曉看紅濕處
Hoa trọng Cẩm Quan thành 花重錦官城

Bản dịch của Trần Tế Xương:
*Khen thay con tạo khéo chia mùa
Hoa sớm mưa xuân những hẹn hò
Đưa nhẹ một cơn bừng giấc thắm
Rơi ra từng sợi thắm cành khô
Đồng không lối tắt mây nghi ngút
Sông vắng thuyền ai lửa thập thò
Phơi phới thành xuân ban sáng tạo
Chòi sương nặng trĩu mặt hoa đua*

2. Vi Trang 韋莊, 836-910
Bồ Tát Man (tên từ điệu), kỳ 3   菩薩蠻, 其3
Nhân nhân tận thuyết Giang Nam hảo
人人盡說江南好
Du nhân chỉ hợp Giang Nam lão
遊人只合江南老
…
Vị lão mạc hoàn hương,   未老莫還鄉
Hoàn hương tu đoạn trường   還鄉須斷腸

Tạm dịch:
*Ai ai cũng nói Giang Nam đẹp
Chỉ muốn ở chơi đến tuổi già
…
Chưa già thì chưa chịu về xứ
Bởi bỏ đi rồi dạ xót xa*

3. Tô Đông Pha 蘇東坡, 1037 - 1101
Tặng Lưu Cảnh Văn   贈劉景文
Hà tận dĩ vô kình vũ cái   荷盡己無擎雨蓋
Cúc tàn do hữu ngạo sương chi 菊殘猶有傲霜枝
Nhất niên hảo cảnh quân tu ký 一年好景君須記

Tối thị tranh hoàng quất lục thì 最是橙黃橘綠時
Tạm dịch:
Sen rũ lá sau cơn mưa trút xuống,
Cúc tàn chẳng giữ nổi giọt sương.
Một năm, cảnh đẹp vấn vương,
Quất xanh xen lẫn cam vàng xinh sao.
Nói đến đây, Ông Tư cao hứng nói thêm:

> Trong lịch sử văn chương nước nhà, nhiều người khó có thể quên Chu Thần Cao Bá Quát (1008 - 1855) có bài Tài Mai 栽梅 viết bằng chữ Nho với hồn thơ lớn, cao khiết, tràn đầy tinh thần nhân văn đẹp đẽ, xuân sắc:

Thí tưởng mai tử trịch sơn gian, 施將梅籽撼山間
Nhất ác thanh tư ký bích loan. 一握清姿寄碧巒
Ký thử lai thời xuân sắc hảo, 寄此來時春色好
Dữ nhân cộng tác họa đồ khan. 與人共作畫圖看
 Bản dịch của Hoàng Tạo (Hóa Dân 1900-1983)
Đầu non nắm hạt mai gieo,
Giống thanh gửi chốn núi đèo xanh tươi.
Nữa mai xuân điểm bầu trời,
Bức tranh tuyệt tác cho đời ngắm chung.

Nguyễn Công Trứ (1778 - 1858) là một trong những nhà thơ từ đầu thế kỷ 18, với tinh thần đầy tự tin, phóng khoáng, tài hoa, đa tình có bài thơ:

Ngày Xuân
Triều đình hữu đạo thanh xuân hảo,
朝庭有道青春好
Môn quán vô tư bạch nhật nhàn.
門舘無私白日閒
Hòa thượng Thích Như Điển dịch:
Triều đình sống đạo, mùa Xuân tốt
Nơi tiệc không riêng, chén rượu nhàn

Còn chữ Hảo theo nghĩa khơi gợi người đời lòng trắc ẩn, lòng muốn làm điều thiện, và gieo phúc lại cho người thành tâm cúng dường được diễn tả đầy cảm xúc qua những câu thơ từ dòng 995 trong Lục Vân Tiên của cụ Nguyễn Đình Chiểu như sau:

Máy ai ở đặng hảo tâm,
Nắng toan giúp nón mưa dầm giúp tơi.
Máy ai hay nghĩ việc đời,
Nhờ nơi nghèo khổ quên nơi sang giàu?

Ông Tư ngưng lời, mọi người cùng im lặng bùi ngùi nghĩ đến cụ Nguyễn Đình Chiểu, một nhà Nho tiết tháo, sống theo đạo nghĩa, y thuật và y đức vang vọng, lại yêu nước, trung hiếu vẹn toàn danh tiếng vào bậc nhất trong thời kỳ suy tàn của nền Nho học. Tân than thở:

- Cháu cảm thấy thật đáng tiếc cho cả một kho tàng văn hóa rực rỡ đồ sộ bằng chữ Nho của mình sắp sửa mai một, thậm chí một số từ ngữ Nho, nay gọi là Hán Việt cũng bị dùng với rất nhiều sự nhầm lẫn, nhân đây, nhờ bác Lý giải thích riêng về cách dùng đúng cách chữ Hảo, được không bác?

Ông Lý tán thành:

- Thông thường, một số người hiểu chữ Hảo chỉ có nghĩa là "tốt đẹp", và chỉ một âm đọc (tức một tiếng nhất định của âm thanh), nhưng thật ra có biến đổi nhiều âm. Phạm vi nghĩa của nó rất rộng tùy theo ngữ cảnh của câu văn hoặc vần thơ. Chẳng hạn:

- Sách Luận Ngữ, thiên Học Nhi, Hữu tử viết: Kỳ vi nhân dã hiếu đễ, nhi hảo phạm thượng giả, tiển hỉ; bất hảo phạm thượng, nhi hảo tác loạn giả, vị chi hữu dã 有子曰: 其為人也孝悌, 而好犯上者, 鮮矣; 不好犯上, 而好作亂者, 未之有也. (Hữu tử nói: Người biết hiếu thuận với cha mẹ, kính trọng người lớn tuổi hơn mà lại thích cãi cọ xung đột mạo phạm cấp trên là hiếm có; Người không thích mạo phạm cấp trên mà lại thích làm loạn là không có). Ở đây âm Hảo đọc thành âm Hiếu hoặc Hêu, có nghĩa là nhẫn nhượng, tôn kính…

- Cũng trong Luận ngữ, thiên Công Dã Tràng, viết: Tử Cống vấn viết: Khổng Văn tử hà dĩ vị chi "văn" dã? Tử viết: Mẫn nhi hảo học, bất sỉ hạ vấn, thị dĩ vị chi "văn" dã.

(Tử Cống hỏi: Khổng Văn tử vì sao đặt tên thụy là "văn"? Khổng tử nói: Ông ấy thông minh lại hiếu học, không cho là hổ thẹn khi cần hỏi người dưới mình, nên đặt tên thụy là "văn"). Ở đây, âm Hảo cũng đọc là Hiếu, có nghĩa là chuyên tâm theo đuổi học vấn.

Xin trích một trong nhiều điển tích "hiếu học" thời Chiến quốc. Sử Ký, Tô Tần truyện, ghi rằng: Tô Tần, người Lạc Dương, ngày đêm chăm chỉ đọc sách, để tránh cơn ngủ gục, ông treo búi tóc lên xà ngang nhà. Mỗi khi mệt mỏi và quá buồn ngủ, ông dùng cái dùi đâm vào đùi mình (truỳ thứ cổ) để có thể phấn chấn tinh thần tiếp tục đọc sách. Nước Nam ta cũng có tấm gương hiếu học mà tôi rất ngưỡng mộ đó là Lê Quát (1319-1386), một trong những học trò xuất sắc của thầy Chu Văn An, xuất thân trong một gia đình nghèo làm nghề quét rác, nhờ cố gắng học hành, sau thi đậu Tiến sĩ, làm quan lớn dưới triều vua Trần Minh Tông, người đời xưng ông là "Trạng Quét".

- Khổng Tử Gia Ngữ, quyển 3, thiên Quán Chu, viết: Hảo thắng giả, tất ngộ kỳ địch 好勝者, 必遇其敵 (Kẻ ham thắng, tất sẽ gặp địch thủ của hắn). Ở đây chữ Hảo đọc thành âm Háo, có nghĩa là ham muốn vượt qua người khác để tỏ rõ tài năng hoặc sức mạnh của mình.

- Chiến Quốc Sách, thiên Triệu Sách, viết: Quỷ hầu hữu tử nhi hảo 鬼侯有子而好 (Quỷ hầu, ông quan họ Quỷ có người con phẩm hạnh tốt). Ở đây chữ Hảo cũng đọc là Hiếu, có nghĩa là hiếu kính.

- Sử Ký, Bá Di truyện, thiên Phú Quý, viết: Như bất khả cầu, tùng ngô sở hảo 如不可求從吾所好 (Nếu như sự mong cầu không thành tựu thì thâm tâm vẫn vui vẻ chấp nhận). Ở đây chữ Hảo đọc thành âm Hầu, có nghĩa: thỏa mãn, hài lòng…

- Vương Sung 王充 (27 - 97)
Bộ sách Luận Hành, thiên Án Thư, viết: Hảo kỳ vô dĩ, cố kỳ danh vô cùng 好奇無已, 故奇名無窮 (Bởi ham thích điều mới lạ, cho nên sự tìm kiếm điều kỳ lạ cũng bất tận). Ở đây âm Hảo cũng đọc thành âm Hiếu hoặc Háo, có nghĩa tò mò, ham muốn tìm hiểu thêm về sự vật đặc thù, hiện tượng lạ.

- Vương Duy 王維 701 - 761, có bài thơ
Chung Nam Biệt Nghiệp 終南別業
Trung tuế phả hảo đạo 中歲頗好道
Vãn gia Nam sơn thùy 晚家南山陲
Hưng lai mỗi độc vãng 興來每獨往
Thắng sự không tự tri 勝事空自知
Tạm dịch:
Trung niên hướng về đạo
Gia trang tịnh núi Nam,
Khi vui một mình dạo
Ngắm đời một mình hay.

Ở đây chữ Hảo đọc thành Hiếu hoặc Hiếu có nghĩa: yêu thích, hướng về, hâm mộ…

Nhìn lại chữ Hảo xuyên suốt lịch sử không những là chữ nói lên tất cả những vẻ đẹp bên ngoài mà còn biểu đạt sự tu dưỡng bên trong. Phải chăng chỉ một chữ này thôi, cũng đủ bao dung trời đất, nhân gian mọi ý nghĩa tốt lành, chân, thiện, mỹ, đó là lý do mà người của tộc Hoa Hạ xưa nay khi gặp nhau đều dùng chữ Hảo để chào hỏi, bởi nó cùng lúc hàm nghĩa sức khỏe, vui vẻ và an lành.

Ông Lý ngưng lời vì nhìn thấy Minh Châu bước vào nhà lễ phép nói:

- Dạ thưa ông Lý, ông nội, ba mẹ con mới về, vừa rồi đứng ngoài cửa hồi lâu, nghe ông Lý giảng giải về chữ Hảo, con lại hiểu thêm câu kinh tán thán đức Phật mà tuần nào tụi con cũng tụng ở chùa như sau:

"A Di Đà Phật thân kim sắc
Tướng hảo quang minh vô đẳng luân".

Càng ngày con càng nhận thấy chữ Nho thật đúng là chữ Hảo! ∎

Nguyễn Chí Trung

VỀ ĐÂU GIÓ BÃO

K.C.

Đêm qua gió ở đâu về
Kéo qua vỡ mấy bờ đê trong hồn
Rã rời từ đã mấy hôm
Ta nằm thao thức để ôm mối tình

Đêm qua gió mạnh thật kinh
Lùa qua những ngõ phong phanh của lòng
Viết bài Thơ tưởng đã xong
Thế mà vẫn cứ chờ mong hoài hằng

Đêm qua gió lạnh như băng
Một cơn bão tuyết hung hăng trong đầu
Chia tay tưởng sẽ nhớ nhau
Biết đâu là kẻ đến sau – muộn rồi

Hôm nay bão cuốn từng hồi
Những gì ẩn dấu lại lôi ra ngoài
Cửa phòng thanh đóng then gài
Trong này thở vắn than dài ngoài kia

Hôm nay mưa đổ đầm đìa
Ống quần ướt đẫm chân lìa chiêm bao
Dù che chẳng thấm vào đâu
Gió đưa từng trận buồn sầu tạt ngang

Hôm nay bão lật mái nhà
Bơ vơ ta chẳng biết qua ngõ nào
Về đâu, ta biết về đâu?
Về đâu để hết mối sầu này đây?

Vương Thanh

ĐỌC THI PHẨM "ĐỘC TIỂU THANH KÝ" CỦA NGUYỄN DU

Câu thơ *"Bất tri tam bách dư niên hậu / Thiên hạ hà nhân khấp Tố Như"* của thi hào Nguyễn Du, nhiều người từng nghe qua, nhưng có thể không rõ xuất xứ ở đâu. Đó là hai câu kết trong bài thơ thất ngôn bát cú "Độc Tiểu Thanh Ký" (Đọc Bút Ký Tiểu Thanh), trong "Thanh Hiên Thi Tập", được sáng tác trong khoảng thời gian Nguyễn Du làm quan ở Bắc Hà (1802-1804). Bài thơ tưởng niệm Phùng Tiểu Thanh, một nữ sĩ Trung Hoa sinh trong đời nhà Minh. Để thưởng thức thi phẩm "Độc Tiểu Thanh Ký" trọn vẹn hơn, nên biết sơ về câu chuyện của nàng Tiểu Thanh.

Sơ lược câu chuyện nàng Tiểu Thanh [1].

Tiểu Thanh (1594-1612), họ Phùng, tên Văn Cơ, người Quảng Lăng, tỉnh Giang Tô. Mồ côi mẹ từ thuở nhỏ, được một bà sư nuôi và cho ăn học. Năm 16 tuổi, nàng làm thiếp một thư sinh họ Phùng, và để tránh đồng tính, nên gọi là Tiểu Thanh. Vì chính thê ghen ghét ác liệt, nàng ở nhà riêng của Phùng sinh trên núi Cô Sơn, cạnh Tây Hồ, và trong sự cô quạnh, cùng với những luật lệ khắt khe của chính thê áp đặt cho nàng, nàng uất ức mà chết đi khi nàng chỉ mới 18 tuổi, nay còn mộ nàng ở Cô Sơn.

Truyện kể về Tiểu Thanh gọi là Tiểu Thanh ký. Thi hào Nguyễn Du sáng tác bài thơ khi đọc truyện này.

---

[1] Nguồn: thivien.net, với vài sửa đổi của tác giả

Nguyên tác

讀小青記
西湖花苑盡成墟，
獨吊窗前一紙書。
脂粉有神憐死後，
文章無命累焚餘。
古今恨事天難問，
風韻奇冤我自居。
不知三百餘年後，
天下何人泣素如。

Phiên âm Hán Việt:

Độc Tiểu Thanh Ký
Tây Hồ hoa uyển tẫn thành khư
Độc điếu song tiền nhất chỉ thư
Chi phấn hữu thần liên tử hậu
Văn chương vô mệnh luỵ phần dư
Cổ kim hận sự thiên nan vấn
Phong vận kỳ oan ngã tự cư
Bất tri tam bách dư niên hậu
Thiên hạ hà nhân khấp Tố Như?

Vài lời về bản dịch nghĩa và những bản dịch Hán thi:

Trong Hán thi, đặc biệt là thể thơ thất ngôn bát cú và tứ tuyệt, thi sĩ thường lược bỏ từ ngữ để cô đọng ý nghĩa trong 7 chữ và sử dụng điển tích một cách tự nhiên, đôi khi khó nhận ra. Độc giả, dù là người Việt hay người Trung Hoa, người yêu thơ hay học giả, thường tự bổ sung những chữ bị lược bỏ trong tâm trí để hiểu rõ ý thơ. Chính vì sự bổ sung này và tính đa nghĩa của chữ Hán, một câu thơ có thể được hiểu theo nhiều cách khác nhau. Đây là một điểm đặc thù và hấp dẫn của Hán thi, mà cũng có thể là dụng ý của tác giả để tạo nên nhiều tầng ý nghĩa và sắc thái phong phú cho bài thơ.

Bản dịch của Vương Thanh:

Vườn hoa bên cạnh Tây Hồ
Xưa là cảnh đẹp, nay chừ bãi hoang!
Trước song, giấy mực viếng nàng
Thương ai bạc phận, trần gian sớm rời.
Thơ không số mệnh như người,
Có chi bị đốt, sót rơi vài tờ.
Hận kim cổ, hỏi trời ư
Trời cao thinh lặng, lặng lờ mây bay…
Sắc tài, phong vận bậc này
Nỗi oan kỳ lạ đoạ đày hồng nhan!
Dòng tâm lệ khóc Tiểu Thanh
Ba trăm năm nữa, ai chăng
Có rơi giọt lệ vì chàng Tố Như?

Bản dịch tiếng Anh của Vương Thanh:

On Reading Tiểu Thanh's Story
The garden by West Lake, once vibrant, now

lies in desolation.

Before the window, I honor poetess Tiểu Thanh with ink and paper.

Her grace and talent, after her passing, will be mourned by many.

Her literary legacy, though lacking human life, bears the weight of her sorrows.

Poetry books turned to ash, leaving behind but tattered remnants.

Deep resentments from the ancient past to the present echo unanswered in the heavens.

Elegant, gifted, and enchanting,

Yet she endures a profound injustice all alone.

I feel her anguish and weep quietly for her tragic fate.

Three hundred years hence, who will shed tears for Tố Như in this world?

Bản dịch nghĩa:

Tựa: Độc Tiểu Thanh Ký (Đọc Bút Ký Tiểu Thanh)

Câu 1: Tây hồ hoa uyển tẫn thành khư Vườn hoa cạnh Tây Hồ (ở Hàng Châu) đã thành bãi hoang.

Câu 2: Độc điếu song tiền nhất chỉ thư Nghĩa 1: Một mình viếng nàng bên song với một mảnh giấy (tác giả làm thơ tưởng niệm trên giấy)

Nghĩa 2: Một mình viếng nàng bên song cửa qua quyển sách. (bút ký Tiểu Thanh)

Câu 3: Chi phấn hữu thần liên tử hậu son phấn (chi phấn) sinh động, có hồn (hữu thần), thương tiếc/nuối tiếc(liên) sau khi chết (tử hậu). Son phấn chi thần là biểu tượng cho vẻ đẹp của giai nhân như có hồn phách.

Nghĩa 1: vẻ đẹp sinh động ấy, dù sau khi chết vẫn được người đời thương tiếc. Nghĩa 2: với dung nhan ấy, sau khi chết, hồn nàng vẫn ôm sự tiếc nuối.

Câu 4: Văn chương vô mệnh lụy phần dư Văn chương không có số mệnh, sự sống như con người, nhưng vẫn bị liên lụy (để rồi bị đốt đi) chỉ còn sót lại vài tờ.

Câu 5: Cổ kim hận sự thiên nan vấn Nỗi hận từ xưa đến nay, khó mà hỏi trời cho rõ

Câu 6: Phong vận kỳ oan ngã tự cư Nghĩa 1: Với phong thái và tài hoa của nàng lại phải sống cô quạnh một mình trên núi Cô Sơn và chịu đựng nỗi oan ức kỳ lạ. Câu này cũng biểu lộ đồng cảm của Nguyễn Du với nàng qua chữ ngã (ta/mình). Nhưng "ngã" ở đây nên hiểu là Tiểu Thanh, vì chỉ có Tiểu Thanh mới chịu nỗi kỳ oan, không phải là oan ức thông thường, mà nỗi oan khuất kỳ lạ, để nàng mang nỗi hận u uất trong lòng, trước sự bất công của vận mệnh và cuộc đời. Còn "phong vận" là phong thái, phẩm chất biểu lộ ra ngoài thường để tả vẻ đẹp của phụ nữ như trong câu thơ tả nàng Kiều của Nguyễn Du: "có chiều phong vận, có chiều thanh tân." Nhưng từ "phong vận" cũng có nghĩa khác, để nói về sự phong nhã của khách tài hoa, như trong nghĩa thứ 2.

Nghĩa 2: nỗi oan phong nhã của khách tài hoa (nói chung, không riêng Tiểu Thanh) phải chịu đựng một mình.

Câu 7, 8: Bất tri tam bách dư niên hậu / Thiên hạ hà nhân khấp Tố Như; Không biết ngoài ba trăm năm sau / Thiên hạ có ai khóc Tố Như chăng?

Hai bản dịch thơ tôi sưu tầm và tham khảo, xin chia sẻ với bạn đọc:

Bản dịch của Thi sĩ Vũ Hoàng Chương (1915-1976):

Trước song giấy mực viếng nàng,
Hồ Tây vườn cũ - gò hoang bây giờ.
Xưa nay trời vẫn làm ngơ,
Mối oan thêm một người thơ buộc mình.
Hoa tàn lệ rỏ hương thanh;
Văn chương phận mỏng chưa đành tro bay!
Rồi ba trăm năm sau đây
Còn ai khóc Tố Như này nữa chăng?

Bản dịch của Thi sĩ Quách Tấn (1910-1992):

Hồ Tây hoa kiểng: dải gò hoang,
Cửa hé trang thư chạnh điếu nàng.
Hận luống vương thêm hồn phấn đại,
Tro chưa tàn hết luỵ văn chương.
Thanh thương khó hỏi oan chồng chất,
Phong nhã đành chung nợ vấn vương.
Rồi Tố Như, sau ba kỷ nữa,
Trần gian ai kẻ sụt sùi thương? ∎

Hồng Thành, mùa Thu 2024.

Rừng thông Đà Lạt. Nguồn hình: Pinterest

Thái Công Tụng

Ngỡ lòng mình là rừng

Từ ngàn xưa, con người khi mới được con Tạo sinh ra cách đây non một triệu năm, đã nhờ rừng mà tồn tại: người thượng cổ phải săn bắn trong rừng hoang để kiếm sống, đau ốm thì cũng nhờ cây rừng để chữa bệnh. Giữa con người cổ sơ và rừng hoang dã có sự cộng sinh mật thiết. Con người ngày nay cũng nhờ vào rừng; người lính chiến thuở xưa sống nhờ măng tre (*măng trúc, mai, giang, nứa ...*) trong rừng:

Ba năm trấn thủ lưu đồn
Ngày thì canh điểm, tối dồn việc quan
Chém tre đẵn gỗ trên ngàn
Hữu thân hữu khổ phàn nàn cùng ai
Miệng ăn măng trúc măng mai
Những giang cùng nứa lấy ai bạn cùng

Trong mọi xứ, tín ngưỡng dân gian xem cây chứa đựng những linh hồn, những bà tiên, những bà phù thủy có phép màu nhiệm. Các thần thoại, các huyền thoại, các phônclo đều hàm ẩn những điều ấy.

Người Việt thuở xưa vì không chế ngự được thiên nhiên: gió, mưa, lụt lội, sấm sét, thú dữ nên tôn thờ mọi thần linh: thần lửa, thần mưa, thần gió, thần cây, thần đá và mọi vật linh như chim (trĩ, công...). Thần linh có mặt trong rừng, trên cây, khúc sông, thác nước... cho nên thường có những lễ hội cầu trời, cầu thần linh phù trợ cho con người. Ở nông thôn Việt Nam, người dân quê xem cây cổ thụ như chứa một cái gì linh thiêng, có thần cây tàng ẩn trong đó nên thường đem lễ vật, quê hương ra cúng bái. Họ tin thần cây có ma già như **bà Hỏa, bà Mộc, bà Rú (rừng)**. Thờ bà Hỏa là sợ cháy rừng lan vào nhà; thờ bà Mộc vì cây giúp cho nông dân cột nhà, che mưa, tránh gió; thờ bà Rú để giúp dân ở yên ổn, không bị lụt lội.

Các tôn giáo lớn luôn luôn nhắc nhở đến cây. Tại Ấn Độ, người ta thờ **Kalpavriksha**, cây trường sinh bất tử và trong sự thờ phượng tôn giáo Ba Tư Zarathoustra, cây thiêng liêng có tên gọi là **Om**: một cây trắng như tuyết mọc trên mọi nguồn của các dòng sông. **Cây sồi** (chêne) chứa nhiều thần thoại nhất. Nhiều dân tộc sùng bái: người Hy Lạp dâng cho Zeus; người La Mã dâng cho Jupiter; người Đức dâng cho Thor và Thánh Kinh kể lại Abraham đã tiếp ba vị thánh thần dưới bóng cây sồi. Cây sồi cho trú ẩn, cho thức ăn, sợi; làm thuyền, làm xe chuyên chở.

Trong thần thoại Bắc Âu, có Yggdrasil, cây vũ trụ nối liền trời, đất và địa ngục.

Cây **thông bá hương** (Cèdre) tượng trưng cho Chân Lý và Công Lý và có mặt trong cờ xứ Liban. Cựu Ước cũng nhắc nhở ở nhiều nơi trong kinh về sự song hành giữa cây và ý nghĩa cuộc sống. Khi vinh danh con người đặt lòng tin vào Thượng Đế và trọng luật Thượng Đế bày ra, kinh viết: '*Người ấy như một cây trồng bên cạnh dòng suối*' (Kinh chiều 1,3). Câu này còn có nghĩa là người nhiều lòng tin được dồi dào ơn phước như cây kia được tưới sẽ phát triển sum sê như bí ẩn nhất của Sáng Thế.

Cây ôliu có nhiều miền Trung Đông, trồng từ ngàn xưa, tượng trưng cho hòa bình. Lá cờ của Liên Hiệp Quốc có nhánh ôliu trên đó. Lá **cây phong** trên lá cờ Canada.

Trong Thánh kinh, nhiều cây có ở miền Trung Đông như **cây sung Địa Trung Hải** (figuier méditerranéen), **cây nho** được nhắc nhớ trong nhiều đoạn. Trong Phật giáo, Đức Phật Thích Ca cũng chứng ngộ được Đạo dưới **cây bồ đề** (*Ficus religiosa*) và các rừng tre, rừng **cây sala** (*Shorea robusta*) cũng thường được ghi nhận.

Cây thông tượng trưng cho người quân tử:

Kiếp sau xin chớ làm người
Làm cây thông đứng giữa trời mà reo

Trong mọi truyền thuyết dân gian, mối tình sâu xa giữa linh hồn của cây và của người luôn được nhắc nhở trân quý…

Tình yêu trai gái cũng sử dụng thiên nhiên để so sánh:

Chim xa rừng thương cây nhớ cội
Người xa người tội lắm người ơi
Chẳng thà không biết thì thôi
Biết nhau rồi mỗi đứa một nơi, răng đành

Vào rừng, giúp ta tránh được các căng thẳng của cuộc sống máy móc đô thị, giúp ta quên đi những nỗi nhọc nhằn của thể chất và của tâm linh, *ngỡ lòng mình là rừng, ngỡ hồn mình là mây* (thơ Hồ Dzếnh), để lắng nghe tiếng gọi nhiệm mầu của vạn vật trong **tương quan Thiên-Địa-Nhân**, một tương quan nhiều chiều, lồng ghép, chồng chéo lên nhau. Ta cũng thấy trước cảnh vật bao la của vũ trụ rằng con người chỉ là một thành phần nhỏ bé và từ đó cảm thấy khiêm tốn hơn. Mà khiêm tốn giúp cho con người đến đức tin chân thật và đức tin chân thật mới hướng dẫn con người đến được nơi có Thượng Đế ngự trị dễ đi vào nội tâm hơn. Trong đời, có nhiều lúc gặp rủi ro, nhưng rủi dạy ta đức khiêm cung, đào luyện ý chí. Cũng có lúc thất bại, nhưng nếu không thất bại thì kiêu sa nổi dậy. Những khổ đau giúp ta trưởng thành hơn, già dặn hơn và nếu giữ vững niềm tin, thì dù gặp trở ngại đức tin kiên trì cũng giúp ta đứng vững giữa phong ba, như lời khuyên của **Phan Khôi trong nhóm Nhân Văn Giai Phẩm**:

Làm sao cũng chẳng làm sao
Dẫu có thế nào cũng chẳng làm chi
Làm chi cũng chẳng làm chi
Dẫu có làm gì cũng chẳng làm sao
Làm sao cũng chẳng làm sao

Vào rừng, thở không khí trong lành, nhìn sao ban đêm, nhìn suối, nghe nước róc rách, bướm lượn nhởn nhơ, chuồn chuồn, nghe côn trùng rỉ rả, mặt trăng lên, sao đêm nở đầy trời, nhờ biết lắng nghe từng nốt nhạc, từng âm thanh mà sẽ không còn thấy có mình, có người, có chủ thể, có đối tượng hay có thù, có bạn mà tất cả đều chỉ là những hòa điệu của vũ trụ. Ngoại cảnh êm đềm trong sạch, không ô nhiễm, một môi sinh thái hòa giúp cho tâm an bình, tạo điều kiện giúp con người thoát tục dễ dàng hơn, buông xả được các bụi bặm phù du phiền muộn của cái tôi để hòa mình vào nhịp sống bao la của vũ trụ, giúp ta dễ đồng nhất với vũ trụ, cảm nghiệm lẽ trời trong tĩnh lặng để buông xả, để phá chấp.

Vào rừng, con người thấy mình nhỏ bé, dễ quên đối tượng gây tức giận nên giận dữ cũng sẽ không sinh khởi. Nhờ vậy, các tham, sân, si dễ trầm tích hơn, hận thù dễ vào lãng quên hơn: tâm mà có định thì mọi sự mới yên được, khi tâm còn xáo trộn, 'ở không yên ổn, ngồi không vững vàng', còn phân biệt thì không thể giải quyết điều gì hết: phân biệt giữa giàu/nghèo, sang/hèn, thông minh/ngu dốt, anh phải/tôi trái v.v… hoặc có/không mà chỉ thấy mọi việc không có tự thể, biến hóa không ngừng. **Nhân sinh quan của người Việt là biết tự nhìn bên trong mình**. Có nhìn bên trong, nhân tính mới được phát triển và con người mới trưởng thành và sáng suốt:

'Trăm hay không bằng xoay vào lòng'

Thực vậy, tùy thuộc vào bản chất của tâm chúng ta mà chúng ta làm những hành vi tốt hay xấu. **Tâm tiêu cực** sẽ dẫn chúng ta phạm vào những hành vi tiêu cực. Tâm tốt hay **thiện tâm** sẽ dẫn ta làm những hành động tích cực.

Nội tâm ảnh hưởng đến ngoại giới vì tâm hồn trống rỗng, buồn rầu thì nhìn cảnh vật xung quanh cũng bị lây theo:

Người buồn cảnh có vui đâu bao giờ
(Kiều)

Vào rừng, thân và tâm dễ đem đến an bình và khi con người có một nội tâm an tĩnh, sung mãn thì con người mới dễ đến được với Thượng Đế. Thật vậy, **tôn giáo phát sinh do lòng sùng kính, do cảm thông không thể nghĩ bàn**, bất khả tư nghị chứ không phải do sự bàn cãi lý luận.

Vào rừng, ta tìm được tĩnh lặng sâu thẳm. Với cảnh phố phường chật hẹp, người đông đúc, với sự đô thị hóa, con người hầu như đã sống trong một môi trường giả tạo, với các nhà xi-măng, với cao ốc mênh mông, hết liên hệ giữa họ và vũ trụ do đó, muốn lấy lại thăng bằng, con người ngày nay lại càng cần đi tìm những khu rừng, những ngọn núi cao vì chỉ ở đó, họ mới cảm thấy mình tan biến trong cái tĩnh lặng uyên nguyên:

Ta dại ta tìm nơi vắng vẻ
Người khôn, người đến chốn lao xao

Ngày nay, đô thị hóa ào ạt, kỹ nghệ hóa giúp con người thoát khỏi cảnh lam lũ đồng áng, đầu tắt mặt tối ở chốn bùn lầy nước đọng, đem đến cho ta nhiều tiện nghi văn minh: liên lạc nhanh hơn, thông tin nhanh hơn. Nhưng chính sự phát triển này lại cũng manh mún hóa những cá nhân; con người ở đô thị không còn những liên kết ràng buộc xã hội như thôn quê. Phát triển kỹ thuật cũng có nghĩa là thời gian bị đo lường, chắt bóp làm biến đi nhịp sống an nhiên tự tại. Do đó, con người, ngoài cái hướng ngoại như đọc sách, nghiên cứu khoa học, du lịch, thám hiểm cũng phải có chiều kích hướng nội nghĩa là quay vào cuộc sống nội tâm, suy nghĩ và trầm tư, tìm lại sự yên tĩnh và cân bằng trong cuộc sống tinh thần. Và chính khuynh hướng tìm về nội tâm là một tiền đề tạo đòn bẩy cho tôn giáo nảy nở. John Hick có viết: 'Tôn giáo là nỗi cô đơn của con người, chừng nào chưa có cô đơn, anh vẫn chưa đạt tới tôn giáo'.

Vào rừng thì con người thư giãn, thoải mái hơn, cởi mở hơn, từ đó tư tưởng có những 'chỗ trống' và chính các 'chỗ trống' giúp ta thâu nhận các tư tưởng mới lạ. Nó giúp ta nghiệm thấy một cái gì mới mẻ khác, vượt ra ngoài các quan niệm thông thường. Nó nâng tâm thức ta lên một bình diện mới, một thức dạng mới (new paradigm). Cũng không phải ngẫu nhiên mà Hoa Kỳ có Camp David là nơi thiên nhiên rừng núi mà Tổng Thống Mỹ thường đến nghỉ ngơi.

Văn minh thảo mộc. Nhà địa lý học *Pierre Gourou* gọi văn minh nước ta là văn minh thảo mộc (*civilisation du végétal*). Người Kinh miền xuôi sử dụng tre để làm đũa, đan vách, bẫy chuột, đan dụng cụ bắt cá ngoài ruộng, cắt tranh lợp nhà để ở. Người Thượng miền cao thì ở nhà sàn nên lại phải dùng cột nhiều hơn để làm nhà, cột làm cầu thang, cột để buộc trâu làm lễ tế thần; khi chết, quan tài bỏ trong rừng. Rừng gắn bó với cuộc sống và khi họ bỏ rẫy đi canh tác chỗ khác chờ rừng mọc lại thì cái nương rẫy đó vẫn thuộc về đất làng đó. Rừng không phải chỉ là tài nguyên hay môi trường vật lý mà rừng là tâm linh, là cõi vĩnh hằng, là cõi sâu thẳm của nội tâm, là 'một cõi đi về ' từ đó đi ra và nơi đó biền biệt cho nên nếu phá rừng, thì không còn văn hóa rừng nữa.

Sự cần thiết của một môi trường thiên nhiên trong sạch

Ngày xưa, dân số ít hơn, môi trường không ô nhiễm, con người có một nếp sống gần thiên nhiên hơn:

Thu ăn măng giá, đông ăn trúc
Xuân tắm hồ sen, hạ tắm ao
Rượu đến gốc cây ta sẽ nhắm
Nhìn xem phú quý tựa chiêm bao

Vì bớt cái cầu, bớt dục vọng nên tinh thần thảnh thơi hơn, đúng như **Nguyễn Công Trứ** đã viết:

Người ta ở trong phù thế
Chữ vô cầu là chữ thiên nhiên

Một môi trường hài hòa, êm ả giúp con người thảnh thơi trí óc để có thể có tư duy sáng tạo, tư duy thiền, tư duy triết… Những cảnh giản đơn, thăng hoa của đồng quê miền Bắc trong thơ của **Nguyễn Khuyến**:

Ao sâu nước cả khôn chài cá
Vườn rộng rào thưa khó đuổi gà

hoặc:

Ao thu lạnh lẽo nước trong veo
Một chiếc thuyền câu bé tẻo teo
Sóng biếc theo làn hơi gợn tí
Lá vàng trước gió khẽ đưa vèo

Hoặc bức tranh thủy mặc chấm phá trong thi ca của **Bà Huyện Thanh Quan**:

Gác mái ngư ông về viễn phố
Gõ sừng mục tử lại cô thôn
Ngàn mai gió cuốn chim bay mỏi
Dặm liễu sương sa khách bước dồn

làm ta cảm ứng ngay được thiền vị trong tâm tưởng.

Ngày nay, sống trong các cao ốc, con người miệt mài phố thị với cát bụi đô thành chẳng bao giờ nghe được tiếng ve, cảnh mặt trời lặn, những con đường lẩn vào mây, quờ tay là hái được sương mù, 'người ngồi xuống mây ngang đầu', mặt trời trong sắc hoa rực rỡ, thành phố thiếu không gian xanh, con người cảm thấy hụt hẫng và dễ đi đến chỗ trầm cảm. Bụi bặm, tiếng ồn, khói xe, các bụi lơ lửng trong không trung cũng dễ gây dị ứng cho hệ thống hô hấp.

Những đợt sóng ngầm.

Hiện nay, có nhiều đợt sóng ngầm lớn lao đang chuyển động âm thầm để từ từ tái cấu trúc lại xã hội, đặt lại vấn đề giữa con người với xã hội, với sự làm việc, với môi trường *Slow is beautiful* … Con người ở thời đại kỹ nghệ ngày nay có tâm trí luôn luôn bị động như robot suốt ngày, làm việc lắp ráp các bộ phận trong dây chuyền sản xuất từ máy điện toán đến ráp xe hơi, máy bay, mọi công đoạn đều lớp lang, có thời lượng quy định. Người ta tiến đến cái mà George Ritzer gọi là sự 'MacĐôNan-hoá xã hội' (The Mcdonaldization of society). Con người không ai biết nhau, xong việc là về nhà. Tâm lý bị dồn ép. Giá trị cuộc sống bị đảo ngược.

Sự tiến bộ kỹ thuật từ nhiều thập niên gần đây với sự tăng tốc, cái gì cũng Express, nào là XpressPost, Fast food, Café Express… làm phá vỡ cấu trúc các xã hội cổ truyền, lối sống…

Thế giới thay đổi quá nhanh, con người không kịp thích nghi với các chuyển biến của thời đại sinh ra mất thăng bằng về tâm lý. Các căng thẳng này kéo theo một lô bệnh của thời đại: lo âu, buồn rầu vô cớ, rồi từ đó là trầm cảm dễ đem đến hành vi tự sát. Do đó, trước đây người ta nói không bệnh tật là sức khỏe. Ngày nay, quan điểm về sức khỏe đã mở rộng hơn vì sức khỏe phải gồm ba phần: **sức khỏe cơ thể**: khỏe mạnh; **sức khỏe tâm thần**: vui đời, lạc quan; **sức khỏe xã hội**: hòa hợp với xã hội, cộng đồng.

Ba loại sức khỏe này liên hệ đến ba phạm trù khác nhau nhưng lại có quan hệ mật thiết với nhau: **nhân quyển *(anthroposphère)*, tâm quyển *(psychosphère)* và sinh quyển *(biosphère)*. Nhân quyển** bao gồm các sự tương quan giữa người và người trong xã hội, **tâm quyển** là đời sống tâm linh, tinh thần, đạo lý; **sinh quyển** như không khí, nước uống, rừng núi… Một **sinh quyển** không ô nhiễm tác động tích cực lên các mặt **tâm quyển** và **nhân quyển**: nó giúp giải tỏa mọi căng thẳng tâm thần và đem lại an bình cho con người.

Có thể vì vậy mà tại Nhật, có phong trào mở quán café Slow có phương châm *'Slow is beautiful'*, bắt chước một phương châm khác có từ trước là *'Small is beautiful'*. Đây chính là một mô hình kìm hãm được sự thao túng của kỹ thuật lên văn hóa, văn minh, thiên nhiên.

Lưỡi kiếm Damoclès. Vũ khí chết người càng ngày càng được thu nhỏ, có thể rơi vào tay quân khủng bố điên dại; môi trường sống bị smog (từ hai chữ fog và smoke) âm u bao phủ ở bầu trời và những bụi lơ lửng trên không đã tạo ra nhiều dị ứng (allergy); những bệnh tình dục như lậu, tim la tưởng chừng như đã bị tiêu diệt hẳn thì nay lại xuất hiện với siêu vi SIDA nguy hiểm hơn cả vạn lần, làm cả toàn thể Phi Châu, nhất là Uganda, Rwanda, Nam Phi, Botswana, Zimbabwe bị chết như rạ, gây ra toàn trẻ em mồ côi, kéo thêm sự nghèo đói. Siêu vi SIDA lan rộng với sự di chuyển thông thoáng của con người, với du lịch tình dục, với chích cần sa. Nói khác đi, lưỡi kiếm Damoclès luôn luôn nằm đâu đó trên đầu nhân loại. Con người trong môi trường đô thị vô danh làm nhân lên nỗi lo âu, cô độc, tác động lên cõi tâm linh sâu thẳm.

Con người sống vội vã không còn trầm tư mặc tưởng, tra vấn về ý nghĩa thực của cuộc đời: Ta là ai? Ta đi về đâu? Vào một công sở, vào một hãng tư cũng lạnh lẽo, không tình người. Thành phố Paris to lớn văn minh như vậy nhưng vòng luẩn quẩn BMW (Bus, Metro, Walk) hay metro, boulot, dodo tức chen xe, đi làm, đi ngủ đè nát cuộc đời, căng thẳng thần kinh, xói mòn thăng bằng thần kinh. Tóm lại chất lượng cuộc sống bị xuống dốc.

Hai giới từ bên cạnh và với. Sự gia tăng các phương tiện truyền thông đi cùng với sự nghèo nàn về truyền thông giữa các cá nhân: con người sống bên cạnh nhau nhưng không sống với nhau. Hai giới từ 'bên cạnh' và 'với' nghe tuy đơn giản biết bao nhưng lại có tầm quan trọng biết bao! Chính căn bệnh tâm hồn, bơ vơ lạc lõng, sống không ngày mai, thiếu tình thương làm bao thanh niên sa ngã, mua thuốc lắc, chích ma túy quên đi cuộc đời. Có thể họ tự nghĩ: tôi hút tức tôi hiện hữu? Các khao khát tuổi đôi mươi bị chìm đi. Thay vào đó là sự dửng dưng. Vì sự tuyệt vọng đó nên nhà nhạc sĩ **Trịnh Công Sơn** có diễn tả tâm trạng của mình, có thể để an ủi mình hay cho một người khác nữa:

'Đừng tuyệt vọng, tôi ơi! Đừng tuyệt vọng
Lá mùa thu rơi rụng giữa mùa đông
Hoặc:
'Tôi là ai mà còn trần gian thế
Tôi là ai? là ai? là ai?
Mà yêu quá đời này!'

Và chính vào giai đoạn của sự hoài nghi, của sự khủng hoảng tinh thần này lại đẻ thêm những hình thức chủ nghĩa bảo căn, nuôi dưỡng hận thù, cuồng tín, hận thù đến cao điểm như trận cảm tử không tặc đâm vào World Trade Center ngày 11 tháng 9, gây tang tóc cho hàng ngàn thường dân vô tội trong tíc tắc, rồi kéo theo một chuỗi hậu quả tiêu cực: máy bay không ai đi, khách sạn không ai ở, nhà hàng không ai tới, thể thao không ai xem, nên nhân viên bị đuổi hàng loạt vì không ai tiêu thụ.

Cuộc sống xô bồ ngày nay làm con người cứ chạy đua theo vật chất, theo tiêu thụ, y như người cứ uống nước mặn ngoài biển khơi, mà càng uống thì càng khát.

Chúng ta ngày nay sống thọ hơn nhưng sống ít ý nghĩa hơn.
Chúng ta chinh phục được vũ trụ nhưng không thắng được cõi lòng.
Giải trí thì nhiều mà niềm vui thì ít.
Đây là thời đại của thu nhập gấp đôi nhưng chia ly thì lại nhiều.
Cuộc sống tiện nghi hơn nhưng ít thời gian nhàn rỗi hơn.
Nhà cửa rộng rãi hơn nhưng con cái lại ít hơn.

Và đó chính là nghịch lý của thời đại ta đang sống.

Trào lưu trở về với Thiên Nhiên: Các tu viện Thiền, các làng Thiền, các môn phái sử dụng Thiền như là trọng tâm sinh hoạt nảy nở càng ngày càng nhiều, chính là để phản ứng lại với nếp sống xa rời các chuẩn mực của thiên nhiên. Các môn yoga, tập thở, y khoa mềm (médecine douce), các sách về tâm linh, nói về sự tu dưỡng tinh thần cho vững chãi trước những vòng xoáy của cuộc đời đầy cung bậc ngọt bùi cay đắng, đầy chuỗi vui, buồn, yêu thương, giận hờn... bán rất chạy.

Nông nghiệp ngày nay càng muốn trở về thiên nhiên: nông nghiệp sinh thái (agriculture écologique) sử dụng phân mục thay vì phân hóa học, tái chế biến các phế phẩm trong nông trại làm phân mục, ít sử dụng thuốc sát trùng, vì các loại thuốc trừ sâu, nếu tích tụ nhiều sẽ tiêu diệt sự điều tiết giữa các giống, trừ khử cùng một lúc cả các sâu hại lẫn sâu có ích. Khuynh hướng ngày nay là sử dụng côn trùng có ích đuổi côn trùng độc hại vì hầu hết các loại thuốc trừ sâu hóa học tổng hợp đều có hại đối với môi trường và con người nếu sử dụng quá liều lượng, không đúng cách. Hơn nữa, các thuốc hóa học tổng hợp gây ra tính đề kháng rất nhanh ở các côn trùng. Do đó, chỉ sử dụng khi thực sự cần thiết, nghĩa là khi mật độ côn trùng gây hại quá một ngưỡng nào đó.

Sử dụng phân heo, phân chuồng cho vào hầm ủ để tạo ra khí metan còn gọi là khí biogas để nấu ăn, vừa sạch, vừa không ô nhiễm, tiết kiệm củi đốt và lao động. Nước thải biogas (slurry) cũng dùng tưới cây cối. Rơm rạ dùng vào việc nuôi trồng nấm. Lá mục, cỏ mục, rễ mục dùng làm phân ủ, tiết kiệm phân hóa học.

Nông lâm kết hợp (agroforestry) tận dụng đất và mặt trời để trồng vừa cây rừng, vừa cây lương thực như vậy vừa có tác dụng bảo vệ đất nhưng cũng dùng lương thực cho con người. Lại có **hệ thống sinh học tổng hợp (integrated biosystems)** muốn tận dụng và tái sử dụng các phế thải trong từng công đoạn của sự sản xuất thực phẩm để cho môi trường không dơ bẩn, không hôi hám. Ví dụ: phế thải như cám dùng nuôi gà, phân gà trộn chung với rơm mục nuôi giun, giun cho gà ăn lại, phế thải thức ăn nuôi cá; phế thải cá phơi khô trộn làm thức ăn gia súc nuôi lợn gà...

Du lịch sinh thái, nghĩa là đi thăm núi rừng, đi bộ, nghỉ ngơi, vui chơi ngoài trời. Các loại du lịch dựa vào 3 S: Sand, Sun, Sea ... Du lịch sinh thái giúp con người tìm lại mối liên hệ với thiên nhiên, đi tìm lại niềm yêu thương lặng lẽ của đất, những dòng sông, những con suối 'ngoài đầu cầu nước trong như lọc', những giọt sương mai lấp lánh, mặt trăng lên từ mặt biển...

Nghĩa trang sinh thái. Trung Quốc càng ngày càng thiếu đất lập nghĩa trang; nhiều thành phố chỉ cho đốt chứ không cho chôn. Tro người quá vãng để trong một bình nhỏ trong vùng sa mạc và trên đó, thân nhân trồng một cây để kỷ niệm người quá cố và đồng thời chặn đứng làn cát bay, giúp cho thành phố Bắc Kinh tránh bớt nguy cơ bị sa mạc dần dần lấn chiếm vì thành phố này bị nhiều gió mạnh từ các sa mạc Mông Cổ thổi cát và hoàng thổ và cát đến.

Nông phẩm cũng vậy: dân Quebec muốn mua thịt gà nuôi theo lối thiên nhiên chứ không muốn ăn thịt gà vỗ béo bằng hocmon; các sản phẩm có nguồn gốc hữu cơ ('BIO'), sạch, không dùng hóa chất và thuốc trừ sâu, tuy đắt hơn nhưng nhiều người vẫn yêu chuộng vì tránh được ung thư, tránh được các ảnh hưởng phụ khác.

Thuốc men cũng khuynh hướng trở về thiên nhiên với dược thảo, tắm bùn. Hàng loạt sản phẩm có nguồn gốc từ thiên nhiên được bào chế làm thành thuốc uống.

Mỹ phẩm càng ngày cũng từ nhiên nhiên: cây chanh, bơ, bồ kết, bạc hà, táo tàu, trái kiwi, đào, nhân sâm, mật ong. Những chất chiết xuất từ chanh, hạnh đào, trà, cọ, gừng... đang được dùng trong các sản phẩm săn sóc sắc đẹp.

Ngay cả lúc xử lý chất thải kỹ nghệ, người ta cũng có *khuynh hướng dùng thực vật,* vì nếu sử dụng chất hóa học để xử lý thì môi trường lại chứa thêm chất hóa học: cây hướng dương có thể 'hút' uranium vì có tổng chiều dài hệ thống rễ rất dài, dương sỉ vô hiệu hóa arsenic, thảo mộc thuộc dãy núi Alps có khả năng ăn kẽm, bèo cám ('duckweed') hút bớt chất độc trong nước thải kỹ nghệ, cây dương (peuplier) làm tiêu hủy một số dung môi. Dùng thực vật để xử lý các chất thải gọi là phytoremediation.

Làm sao yêu thiên nhiên?

Trước tiên, cần để ý có mối quan hệ mật thiết giữa dân số và môi trường. Dân số cao quá sẽ ảnh hưởng tiêu cực đến môi trường vì lẽ dân số tăng thì nhu cầu không gian để ở, để có nhiên liệu cũng tăng và làm rừng sẽ giảm. Hội nghị Rio 1992 về môi trường và hội nghị Cairo 1994 về dân số đã nghiễm nhiên xác minh hệ thức đó. Vì vậy, yêu thiên nhiên là phải kiểm soát sinh đẻ, sinh đẻ có kế hoạch, cần có chất lượng thay vì số lượng. Nhưng dân số cũng lại liên hệ đến dân trí (trình độ hiểu biết, công dân) và dân sinh (nếp sinh hoạt, tăng gia chất lượng cuộc sống). Như vậy bài toán có tính cách đa chiều và giữa dân số, dân trí và dân sinh lại có thêm các quan hệ hữu cơ và tương thuộc lẫn nhau: dân trí cao, nếp sống cao sẽ làm dân số giảm xuống. Nhưng muốn nếp sống cao, thì phải có chương trình thực tế giúp người dân có thể giải quyết các nhu cầu cơ sở như nước uống, thực phẩm, chất đốt... Giáo dục phụ nữ, nâng cao trình độ giáo dục của phụ nữ rất quan trọng để giảm dân số.

Yêu thiên nhiên cũng còn là:

- Sử dụng các nguồn tài nguyên tái tạo được và không ô nhiễm như gió, như mặt trời, như nước... Những nhà máy khí sinh (biogas) nhỏ, rẻ tiền, dùng chất thải của người và động vật để nấu nướng, thắp sáng. Gió, dòng suối con có thể sản xuất điện ở các vùng xa, vùng sâu. Năng lượng mặt trời để sưởi nước nóng về mùa đông, để chạy máy bơm nước, sưởi ấm nhà cửa. Các nguồn năng lượng này giảm được sự phát thải các khí nhà kính (greenhouse gas) mà chính các khí này sẽ làm sưởi nóng toàn cầu, làm nước mặt biển tăng lên với hậu quả nhiều châu thổ thấp sẽ lún dưới nước biển, giảm đi diện tích canh tác trong khi dân số tăng lên;

- Tái chế biến và tận dụng các phế phẩm: thay vì đốn thêm rừng làm bột giấy, thì cần thu lượm giấy báo, sách cũ, giấy bìa... và tái chế biến ra giấy mới.

- Bảo tồn và làm giàu tài nguyên rừng: trồng cây gây rừng, trồng thâm canh ở các thung lũng hoa màu lương thực để giảm bớt sức ép trên các đất dốc; kết hợp trồng rừng và cây ăn quả; đề phòng nạn cháy rừng.

Thay lời kết

Ngôi làng toàn cầu (*global village*) bé nhỏ đi với các phương tiện truyền thông hiện đại. Nào là vệ tinh, nào là Internet, nào là e-mail khiến cho lượng truyền thông chuyển tải cực nhiều, cực sâu, cực nhanh. Con người ngày nay tạo ra nhiều nhịp

Nguồn hình: vanviet.info

sống, yêu cuồng, sống vội, sống xa rời thiên nhiên, đua đòi, không biết tri túc nên thân tâm biến loạn, nhiều căn bệnh tâm thần phát sinh ra... Như trên đã nói, sự tăng trưởng kinh tế một cách vô độ và sự tiêu thụ quá sức không những sẽ tạo nên suy thoái của *sinh quyển* (ô nhiễm không khí, ô nhiễm nước) mà còn đưa đến một tiến trình suy thoái của *tâm quyển* và *nhân quyển*.

Và như vậy, hiện nay, ta phải đối diện với cuộc khủng hoảng đa diện, nhiều chiều từ khủng hoảng môi sinh đến khủng hoảng kinh tế (thất nghiệp), khủng hoảng tinh thần (khủng bố...), khủng hoảng xã hội (SIDA, nghèo khó, chênh lệch lợi tức quá nhiều...) và các khủng hoảng này lại có quan hệ tương tác với nhau.

Trên hành tinh này, vạn vật nương nhau mà sống: cái này có vì cái kia có, vì mọi hệ sinh thái đều là những **hệ thống mở** (*open system*), nghĩa là có trao đổi vật chất và năng lượng giữa chúng: rừng cây sống là nhờ đất, đất phóng ra các dưỡng liệu nuôi cây là nhờ nước; nhưng nếu không có mặt trời thì không có quang hợp và cây sẽ chết. Phá rừng trong một lưu vực ảnh hưởng đến lưu lượng dòng sông, và trên khí hậu...

Như vậy, Trái Đất này không chỉ là một hành tinh vật lý **cộng với** một bầu sinh quyển **cộng với** một nhân loại mà là một tổng thể phức tạp có tính **vật lý/sinh lý/nhân loại**. Con người là một thành phần của Thiên Nhiên nhưng cũng là một con vật Siêu Nhiên, có bổn phận làm cho Trái Đất được tươi đẹp hơn, biến quả đất này, một tinh cầu lưu lạc trong vũ trụ thành cái bến bờ cứu rỗi của chúng ta.

CÔNG DÂN THẾ GIỚI CỦA LÀNG TOÀN CẦU, HÃY YÊU THƯƠNG TRÁI ĐẤT! ■

Thị Tâm Ngô Văn Phát

SỐNG LÂU NHỜ *học Phật*

Vừa qua, có hai Đạo hữu đến thăm tôi, có một người hỏi tôi: *Nhờ vào đâu mà bác Thị Tâm sống lâu hơn 95 tuổi vậy?* Không do dự, tôi trả lời ngay là nhờ bác học Phật.

Thật vậy:

A.- Nhờ học Phật, tôi mới biết được *mục đích của đạo Phật là giải thoát mọi khổ đau*. Pháp môn *Tứ Diệu Đế* là nền tảng của hệ thống Giáo Lý của Phật Giáo.

Cách nay 2568 năm, Thái tử Tất Đạt Đa, con vua Tịnh Phạn ở Ấn Độ đã từ bỏ ngai vàng điện ngọc, vợ đẹp con khôn xuất gia để tìm phương cách diệt cái khổ là Sanh-Lão-Bệnh-Tử của con người, trong đó có Thái tử.

Sau sáu năm khổ hạnh rừng già, bảy thất nghiêm tinh thiền tọa, Ngài chứng ngộ được pháp Vô Sanh, không còn Sanh Tử Luân Hồi, tức là thành Phật. Lần đầu tiên, Ngài giảng pháp Tứ Diệu Đế (Khổ-Tập-Diệt-Đạo) cho năm anh em Kiều Trần Như nghe tại vườn Lộc Uyển.

Con người chúng ta - không phân biệt chủng tộc, màu da, vua quan đến người dân bần cùng khố rách áo ôm - đều phải chịu vô vàn cái khổ. Phật Giáo tóm lược lại có 8 cái khổ chính là:

(1) Sanh; (2) Lão; (3) Bệnh; (4) Tử: (5) Thương mà phải xa cách nhau; (6) Ghét mà cứ gặp nhau hoài; (7) Cầu mong mà không được; (8) Thân Ngũ Ấm (sắc, thọ, tưởng, hành, thức) bất hòa như lửa chống nước. Tám khổ này nó đày đọa khắp mọi người.

Phương cách diệt tám cái khổ này là **Đạo, là Bát Chánh Đạo**. Nhờ siêng năng tu tập giáo lý Bát Chánh Đạo, tôi xa lìa dần cái khổ nên tâm tôi thanh tịnh không còn lo lắng, ít buồn phiền tranh chấp chuyện thế gian, tôi sống an lạc nên tôi sống lâu.

B. Nhờ học Phật, tôi mới biết được sự vận hành tự nhiên của nhân **duyên và nghiệp báo**, biết được tiền kiếp và hiện kiếp của tôi nó liên quan mật thiết với nhân quả và nghiệp báo như thế nào? Hễ tâm thanh tịnh thì gieo **Nhân** tốt, **Quả** thiện lành mau hay lâu cũng sẽ gặt hái được. Còn ngược lại, nếu tâm ô nhiễm thì gieo **Nhân** xấu, **Quả** khổ đau mau hay lâu cũng sẽ phải gánh chịu.

Biết được hai nguyên lý này, tôi luôn luôn làm lành lánh ác, giữ tâm thanh tịnh sống an lạc nên tôi sống lâu.

C. Nhờ học Phật, tôi mới biết được giáo lý **Lục Đạo** nó đi liền với Thiện và Ác như hình với bóng. Vì sao? Vì Thiện và Ác là Nhân, còn Lục Đạo là Quả. Không có Thiện Ác thì không có Lục Đạo. Lục Đạo còn được gọi là *„Sáu Cõi Luân Hồi"*. Sáu cõi này được chia làm hai phần:

Phần I- Cõi Thiện gồm có 3 cõi:
1. Cõi Trời của Chư Thiên
2. Cõi A-Tu-La của Thánh Thần
3. Cõi Người chúng ta đang sống

Phần II- Cõi Ác cũng gồm có 3 cõi:
4. Cõi Địa Ngục, nơi giam giữ những người khi còn trên dương thế đã phạm hai tội nặng: (a) **Ngũ Nghịch** là giết Cha, giết Mẹ, giết A La Hán, làm cho Tăng bất hòa hợp, làm thân Phật chảy máu. (b) **Thập Ác** (Sát sanh-Trộm cắp-Tà dâm-Nói dối-Nói Lời đường mật- Nói lời độc ác-Nói lưỡi hai chiều-Tham-Sân-Si).
5. Cõi Ngạ Quỷ của Ma đói
6. Cõi Súc Sanh của Thú vật

Theo Phật Giáo, trong Cõi Người mà chúng ta đang sống, ngoại trừ những bậc tu hành cao tột, trong đó có Thái Tử Tất Đạt Đa mới chứng ngộ được pháp Vô Sanh tức là thành Phật. Đồng thời quý vị Bồ Tát và A La Hán cũng là những vị đã vượt qua khỏi vòng Sanh Tử Luân Hồi.

Còn lại, tất cả mọi người không phân biệt chủng tộc, vua quan, người giàu sang hay người bần hèn v.v…sau khi chết sẽ tái sanh vào một trong sáu cõi: Trời, A-tu-la, Người, Địa Ngục, Ngạ Quỷ hay Súc Sanh,

Người nào trong tiền kiếp làm việc **Thiện**, tùy theo Thiện nhiều hay ít, sau khi chết sẽ được tái sanh vào một trong ba **Cõi Thiện** để tiếp tục tu hành qua nhiều kiếp cho đến khi nào chứng ngộ được pháp Vô Sanh, với điều kiện là phải tiếp tục làm việc thiện.

Còn ngược lại, người nào trong tiền kiếp chuyên làm việc **Ác**, tùy theo ác nặng hay ác nhẹ, sau khi chết sẽ bị đọa vào một trong ba **Cõi Ác**, để trả cái nghiệp báo mà mình đã gây ra không biết đến bao giờ mới hết!!!

Biết được sự vận hành của Lục Đạo, tôi luôn nguyện giữ tâm thanh tịnh, làm lành lánh ác, sống an lạc nên tôi sống lâu.

D. Nhờ học Phật, tôi mới biết được luật **Vô Thường**, có nghĩa là trong cuộc đời này luôn luôn vạn biến, thay đổi không ngừng. Con người cũng thế, ta không thể nào biết được việc gì sẽ xảy ra

ngày mai. Giữa sự sống và chết của con người chỉ tồn tại một thời gian nhất định mà ta gọi là „**Kiếp nhân sinh**", cho nên có một vị ẩn danh đã sáng tác ra mấy câu thơ dưới đây để nói lên sự vô thường của con người:

Nhân sinh là kiếp vô thường
Vô thường là kiếp… đoạn trường nhân sinh
Kiếp phù du tụ tán mấy lăm hồi
Thân người tuy có, có rồi hoàn không
Vô thường cuộc sống chớ bi quan
Biết để khi vui chớ rộn ràng
Khi buồn chấp nhận đời là thế
Sanh tử luân hồi nghiệp phải mang.

Đời là vô thường, dù ta có sống đến 100 tuổi, có giàu sang danh vọng đầy tràn, hay bần cùng chết yểu cũng đều buông bỏ trở về với cát bụi. Nhưng có một thứ mà ta phải mang theo từ tiền kiếp sang hiện kiếp và mãi mãi qua nhiều kiếp sau, đó là „**NGHIỆP**" mà ta đã và đang tạo ra. Vì sao? Vì vô thường không có tác dụng đối với nghiệp.

Biết được vô thường là không có gì mãi mãi và trường tồn vĩnh cửu nên đôi khi đối diện với sự mất mát, hay chia ly v.v… tôi liền nghĩ **đời là thế** nên lòng được nhẹ nhàng.

Biết được vô thường giúp cho cuộc sống của tôi an yên và bình lặng, sân si tham vọng không dính mắc, tâm hồn thanh thản sống bình an nên tôi sống lâu.

E. Nhờ học Phật, tôi mới biết được từ phía Tây này, qua mười muôn ức cõi nước chư Phật, có một thế giới tên là Cực lạc, nơi đó có Phật A Di Đà hiện đang nói pháp. Cõi ấy vì sao gọi là Cực Lạc? Bởi vì chúng sanh nơi cõi nước đó không có các khổ chỉ hưởng thuần vui, cho nên gọi là Cực Lạc.

Nguyện được sanh về cõi đó nên tôi quyết tâm học và đọc thuộc lòng kinh A Di Đà tiếng Việt, luôn luôn niệm Phật A Di Đà mấy chục năm nay. Khi bị bệnh từ tháng 5.2021 cho tới nay, tối nào trước khi đi ngủ, tôi niệm Phật xong đọc lời nguyện như sau:

a) Kính lạy Phật A Di Đà, con xin phát nguyện thường xuyên đảnh lễ Ngài từ nay cho đến lúc lâm chung: Thân không bệnh tật – Tâm không điên đảo phiền não – Không tham đắm ngũ dục.

b) Kính lạy Phật A Di Đà, con xin phát nguyện thường xuyên đảnh lễ Ngài từ nay cho đến lúc lâm chung: Tâm Niệm Phật Di Đà - Xả Ly Ta Bà Khổ - Tâm Nguyện Sanh Tịnh Độ.

c) Kính lạy Phật A Di Đà, con xin phát nguyện thường xuyên đảnh lễ Ngài từ nay cho đến lúc lâm chung: Con Thấy Kim Thân Phật – Ngài Phóng Quang Tiếp Độ - Liên Hoa Con Hóa Sanh.

d) Kính lạy Phật A Di Đà, con xin phát nguyện thường xuyên đảnh lễ Ngài từ nay cho đến khi vãng sinh Cực Lạc: Hoa Nở Tâm Khai Ngộ - Chứng Ngộ Pháp Vô Sanh – Chóng Viên Thành Toàn Giác.

Do đọc kinh, niệm Phật và lời phát nguyện thường xuyên kính dâng lên Phật A Di Đà cho nên nhờ Phật lực nhiệm màu chẳng thể nghĩ bàn của Ngài gia hộ cho tôi không bị tê liệt một phần nào thân thể khi bị đột quỵ ba lần, và tôi tâm nguyện rằng khi lâm chung sẽ được Phật A Di Đà phóng quang tiếp dẫn Hồn tôi về Quốc Độ của Ngài.

Qua kinh nghiệm bản thân, tôi xin tóm tắt là người Phật Tử muốn sống lâu phải sống trong tinh thần Từ Bi Hỷ Xả, làm lành lánh ác thì tâm hồn thanh thản, sống bình an, đương nhiên sẽ được sống lâu. Và tự chọn cho mình một phương pháp tu và hành để biết mình đi về đâu sau khi lâm chung.

LỜI CUỐI:

Tôi tự cảm thấy cuộc lữ hành trên dương thế của tôi sẽ chấm dứt một ngày gần đây, nhưng tôi vẫn lạc quan vui sống với những ngày còn lại vì tôi biết tôi sẽ đi về đâu sau khi lâm chung.

Tôi ra đi không còn luyến tiếc. Vì sao? Vì đời tôi đã sống trọn kiếp người với tất cả tấm lòng thành thương mến đến mọi người xa lạ cũng như thân quen. Trước khi ra đi giã từ cõi tạm, tôi trân trọng viết lên những lời Tri Ân dưới đây:

TẠ ÂN TAM BẢO

* Cho con được sống đến tuổi 95 mà tinh thần vẫn còn sáng suốt để thành tâm viết lên lời tri ân Cha Mẹ, quý Thầy Cô ở ngoài **Đời** cũng như trong **Đạo** đã nuôi dưỡng, dạy dỗ, hướng dẫn con nên người.

* Cho con được sống đến tuổi 95 để con làm chứng nhân lịch sử, nhìn thấy tận mắt, chứng kiến bao cuộc thăng trầm thay đổi, đổi thay vận mệnh của ĐẤT NƯỚC, từ năm 1940 đến ngày 30.04.1975.

* Cho con hưởng được cái **VINH** cũng như nhẫn nhịn chịu đựng được cái **NHỤC** trong cuộc chiến Huynh Đệ tương tàn của hai miền Quốc Nam và Cộng Bắc.

* Cho con được sống đến tuổi 95 mà tinh thần vẫn còn sáng suốt để thành tâm viết lên lời tri ân quý Bác Sĩ, Y Tá… đã dùng mọi phương tiện thuộc ngành y tối tân nhứt đánh bại tử thần, cứu con/tôi khỏi chết qua những căn bệnh hiểm nguy thập tử nhứt sanh sau bốn lần nằm bệnh viện từ tháng 5/2021 đến nay vì bệnh tim đột quỵ (Schlaganfall).

* Cho con được sống đến tuổi 95 mà tinh thần vẫn còn sáng suốt để thành tâm viết lên lời tri ân tất cả mọi người xa lạ cũng như thân quen, quý Đạo Hữu xa gần, quý Thân Bằng quyến thuộc, quý Bạn đồng môn Trường Võ Bị Quốc Gia Việt Nam, các Con Cháu đã điện thư, điện thoại thăm hỏi, cầu nguyện cho con/tôi bệnh tật tiêu trừ, tai qua nạn khỏi, sức khỏe phục hồi.

Cuối cùng, sang năm mới Ất Tỵ 2025, Mùng Một Tết nhằm ngày Thứ Tư 29.01.2025, tôi trân trọng kính chúc quý vị độc giả báo Viên Giác luôn luôn mạnh khỏe, nhiều nghị lực để vượt qua mọi khó khăn trong cuộc sống ly hương, và kính xin quý vị cùng tôi chắp tay cầu nguyện Phật Trời phù hộ cho thế giới hòa bình, nhân sinh an lạc không còn chiến tranh giết hại dân lành vô tội.

Thành kính nguyện cầu ∎

Laatzen ngày 07.09.2024 -
Thị Tâm (Tích Cốc) Ngô Văn Phát, cựu „tù nhân cải tạo"
ở Hoàng Liên Sơn Bắc Việt

Lương Nguyên Hiền

Phiếm luận:

Về già nói chuyện Duyên nợ và phận

Hôm nay trời mưa không dứt, những cơn mưa cuối mùa kéo về, ào ào như thác đổ, bầu trời xám xịt, âm u, mây phủ giăng kín. Tôi ở nhà một mình, ngồi bó gối chịu trận, không biết làm gì. Như thường lệ, đúng hơn thành một thông lệ lâu năm, khi không biết phải làm gì, tôi thường hay lục lạo trong đống sách vở trên bàn viết để tìm cái gì đọc cho bớt cảnh "nhàn cư vi bất thiện". Chợt bắt gặp bài viết "Vợ hiền" của Tràm Cà Mau. Xưa nay, tôi vẫn thích những câu chuyện ngắn thật cảm động và những vần thơ đầy cảm xúc của Tràm Cà Mau. Văn của Tràm Cà Mau vốn nhẹ nhàng, tinh tế, không cầu kỳ kiểu cách, luôn thể hiện một tấm lòng biết cảm nhận, biết thương xót thân phận con người. Trong chuyện ngắn "Ơn đời chứa chan", tôi rất thích 2 câu thơ của Tràm Cà Mau:

Vợ cũ, chó già, tô cháo nóng.
Ba nguồn thân thiết dạt dào thương.

Chỉ hai câu thơ ấy thôi đã nói lên hết được niềm hạnh phúc vô biên, cái thương yêu dạt dào dù cho cuộc sống đôi lúc có phần khó khăn, có lúc đau khổ và nhiều khi có bữa đói bữa no mà phần đông thì cháo đi thay cơm. Khác với Cao Bá Quát ở thế kỷ 19, thơ họ Cao có phần cay cú trước cảnh nghèo nàn của mình:

Nhà trống ba gian, một thầy, một cô, một chó cái,
Học trò dăm đứa, nửa người, nửa ngợm, nửa đười ươi.

Đọc truyện "Vợ hiền" của Tràm Cà Mau, tôi thấy có một niềm xúc động dâng lên đến nghẹn ngào trong lòng mình. Mai, người vợ trong chuyện đã đi bên cạnh chồng trong suốt thời gian mịt mù, bữa đói, bữa no. Người vợ đó đã luôn luôn „an ủi, khuyên nhủ và dịu dàng dắt tôi đi qua quãng đời đau khổ" nhưng luôn luôn „Em chỉ muốn làm cái bóng nhỏ và âm thầm bên đời anh thôi". Tác giả viết tiếp „Mai chưa hề đọc Thánh Kinh, nhưng nàng đã biết chọn chỗ ngồi thấp nhất để được nâng lên cao nhất trong lòng chồng con".

Mặc dù „Vợ hiền" chỉ là một câu chuyện ngắn, nhưng tôi tin là tác giả đã viết về người „vợ hiền" của mình. Viết một cách trung thực như để tạ ơn người, tạ ơn đời, tạ ơn em, tạ ơn người vợ bé bỏng đã đi theo suốt cuộc đời đa đoan của chồng. Tôi nhớ một câu của nhà Phật „con người gặp nhau nhờ duyên, yêu nhau bởi nợ và chia ly do phận". Tác giả đã nhờ duyên nên gặp được một người vợ hiền như Mai, cũng vì nợ nên đã họ yêu thương nhau, rồi lấy nhau, sinh con đẻ cái. Nhưng lại không có phận nên không chia lìa mà sống với nhau hạnh phúc đến đầu bạc răng long. Mà nhiều khi họ còn muốn đi xa hơn nữa, xa hơn cả một kiếp người. Như Từ Công Phụng viết trong bài ca "Giữ đời cho nhau":

Ơn em hồn sớm ngậm ngùi
Kiếp sau xin giữ lại đời cho nhau

Duyên:

Con người đến với nhau nhờ duyên và yêu nhau vì nợ. Ông cha ta đã nói là có duyên thì nghìn trùng xa cách cũng gặp mà khi không có duyên, nôm na gọi là vô duyên, thì có ngồi đối mặt cũng "bất tương phùng" coi như người đối diện không có mặt, không hiện hữu:

Hữu duyên thiên lý năng tương ngộ
Vô duyên đối diện bất tương phùng.

Nên hữu duyên hay vô duyên có thể nói là do ông trời xếp đặt, vợ chồng không phải ngẫu nhiên mà đến với nhau được, đều do nhân duyên mà ra, mọi vật đều do nhiều yếu tố kết hợp mà thành. Mà đã do nhân duyên rồi, thì tránh trời cũng không khỏi nắng, coi như định mệnh đã an bài. Ở thế kỷ thứ 18 nhà thơ Nguyễn Gia Thiều trong "Cung oán ngâm khúc" cũng than trốn làm sao cho đặng "tác hợp của trời":

Đường tác hợp trời kia run rủi
Trốn làm sao cho khỏi nhân tình

Khi „duyên phận" đã định, tức là lúc ông trời đã tác hợp, đôi nam nữ sẽ bị buộc vào nhau bằng một sợi dây vô hình mà người Việt gọi là sợi chỉ hồng:

Đấy với đây không dây mà buộc,
Anh với nàng không chuốc mà say.
("Lý Giao Duyên")

Gần đây hơn nhà thơ Tế Hanh trong "Anh đến với em là lẽ tất nhiên", coi điều anh đến với em như chuyện tất nhiên, như định luật của thiên nhiên, như sự chuyển động của trời đất, sông trở về biển, như sau cơn mưa trời lại sáng, như đông qua xuân lại đến:

Anh đến với em là lẽ tất nhiên
Như con sông trở về với biển
Như qua mùa đông mùa xuân lại đến
Như sau cơn mưa là lúc mặt trời lên

Người Tây Phương cũng có quan điểm chung với người Á Châu là tin vào "duyên định", họ tin là Thiên Chúa đã lấy khúc xương sườn của người đàn ông để tạo thành người đàn bà. Người đàn ông đầu tiên bị lấy mất khúc xương sườn là ông Adam để tạo nên bà Eva, người vợ của ông Adam. Đây chỉ là một hình thức diễn đạt sự hợp nhất đã định sẵn do "duyên trời" trong cuộc sống lứa đôi của người đàn ông và người đàn bà. Và cũng là sự "nhắc khéo" cho mấy đấng mày râu nào muốn cãi số trời, tự mình đi kiếm cái xương sườn đem về làm vợ. Chẳng may kiếm lộn cái xương sườn của người khác đem về, chỉ có nước đi khập khiễng suốt cuộc đời còn lại.

Hình chụp của tác giả LNH

Khi nhắc đến chữ duyên, người Việt chúng ta thường hay nói đến duyên nợ, duyên phận, duyên số, lương duyên, tùy duyên, giao duyên, duyên định, nghiệp duyên,… Nhiều vô số kể ra không hết, nhưng tựu chung đều được hiểu theo nghĩa của „nhân duyên" là một sự kết hợp, kết nối của nhiều nguyên nhân khác nhau mà tạo thành. Nhân là nguyên nhân như hạt giống được gieo xuống. Còn Duyên như là điều kiện, hoàn cảnh tương tác cho nhân phát triển. Để cho cây được lớn lên cần cả 2 yếu tố, hạt giống (nhân) và nước, ánh sáng (duyên). Nếu đủ nhân và duyên, cây sẽ lớn lên tốt tươi, sẽ sinh hoa tạo quả. Còn nếu thiếu 1 trong 2 yếu tố đó, cây sẽ không phát triển được. Nó giống như những mắt xích trong một chuỗi "Nhân duyên hòa hợp" khép kín. Nên theo quan niệm của Á Đông, đôi nam nữ một khi đã bị "Ông Tơ Bà Nguyệt" cột sợi chỉ hồng vào chân rồi thì coi như ván đã đóng thuyền, trốn đâu cũng không thoát cho dù bất cứ ở đâu xa hay gần, dù khác nhau về tuổi tác già hay trẻ, dù khác nhau về địa vị sang hay nghèo, vào đúng thời điểm sẽ gặp nhau, sẽ kết duyên nên nghĩa vợ chồng sống trọn kiếp nhân sinh.

Nợ:

Nhờ duyên mà gặp nhau thì dễ thành „duyên nợ", bởi „lửa gần rơm thì lâu ngày cũng bén", đôi trai gái lâu ngày gặp nhau tất sinh nên chuyện yêu đương. Và khi tình yêu tới, họ không cần gì ngoài hai chữ „yêu em" hay „yêu anh" và chỉ thế thôi, đủ lắm rồi vì tình yêu đi từ tim không phải từ môi:

Anh yêu em,
Anh chỉ nói thế thôi
Nói thế thôi cũng đủ rồi
Vì tình từ tim mà ngôn ngữ từ môi
(Vô danh)

Bởi không có *„ngôn ngữ nào anh nói hết yêu thương"* [1], nên một khi đã bén duyên, thì phải tính tới chuyện trả nợ, nợ nghĩa phu thê vì rằng "chó để lâu ngày lắm kẻ dèm pha". Rồi có một ngày, chàng và nàng mơ một đám cưới pháo nổ đỏ đường, để bắt đầu một cuộc sống chung mới:

Khi đã yêu thì mơ mộng nhiều
Mơ ngày mai pháo nhuộm đường vui
(Khi đã yêu thì mơ mộng nhiều, Phượng Linh)

Cổ nhân có nói "Cưới vợ phải cưới liền tay", anh chàng nào còn ỡm ờ, chậm chân để cô nàng trước khi bước lên xe hoa về nhà chồng còn phải ngoái cổ lại thốt lên lời đắng cay "Ba đồng một mớ trầu cay. Sao anh không hỏi những ngày còn không?" (ca dao), thì giờ đây phải ca bài *"Tôi đưa em sang sông"* [2] cho nguôi đi nỗi nhớ thương: *Hôm nao em sang ngang, bằng xe hoa thay con thuyền. Giờ phút cuối đến tiễn em, nhìn xác pháo vương gót chân.*

Chàng trai đau khổ ấy chỉ còn biết thẫn thờ nhìn theo xác pháo vương gót chân người yêu sang ngang. Sang ngang hay sang sông cũng chỉ là một cách nói khi người yêu bỏ đi lấy chồng.

Một khi đôi trai gái đã quyết "trả nợ" đời cho nhau để cùng đi xây tổ ấm, một mái nhà "tranh" với hai trái tim vàng. Chàng sẽ rước nàng về căn nhà mới xinh xinh: *Rồi đây anh sẽ đưa em về nhà; Nhà của đôi ta xinh xinh nhỏ bé* ("Rồi đây anh sẽ đưa em về nhà", nhạc sĩ Phạm Duy).

Đời sẽ đẹp lên vì trong căn nhà nhỏ bé đó sẽ vang lên tiếng cười rộn ràng, dù cho sau này đôi lúc phải chung lưng để vượt qua muôn vạn khó khăn:

Giờ mình có nhau rồi,
đời đẹp vì tiếng em cười.
Vượt ngàn trùng qua bể khơi,
dắt dìu cùng về căn nhà mới.
("Bài Tango cho em", nhạc sĩ Lam Phương)

Mà dù cuộc sống chung lứa đôi lâu năm dễ có những điều "bằng mặt, nhưng không bằng lòng". Bởi vì nhiều khi trong tình yêu, họ chỉ nhìn thấy màu hồng mà chưa thấy gai của hoa hồng. Nhưng không phải hoa hồng nào cũng có gai, mà cũng có những "thê hiền phu an", những người vợ hiền mang lại an vui cho chồng, cho con và biết hóa giải mọi nghịch cảnh để cho cuộc sống lứa đôi được thăng hoa:

Chồng giận thì vợ làm lành
Miệng cười chúm chím: thưa anh giận gì?
(Khuyết danh)

Phận:

Đời sống có nhiều cái thật nghịch lý. Khi bắt đầu "nợ mòn, con lớn", là lúc nợ đã trả xong, khỏi phải chật vật lo về tài chánh, con cái đã lớn khôn tự lập được, khỏi phải thức khuya dậy sớm lo cho chúng. Tưởng rằng khi cuộc sống đã ổn định, từ nay sẽ cùng nhau hưởng tuổi già nhàn hạ. Nhưng từ cái "no cơm ấm cật" đó, đâm ra *"sinh sự sự sinh"*, đẻ ra lắm thói hư, tật xấu. Bà thì tự nhiên về già phát tật hay nói, hay cãi. Để biện hộ cho cái nói nhiều của mình, bà nói:

Cãi nhau cái thú người già
Không gây không cãi, cửa nhà buồn tênh. [3]

Và rồi tất cả sẽ thành thói quen, chỉ khác nhau ở chỗ thói quen tốt hay xấu:

Hôm nào khó ở trong người
Không gây nhau thấy buồn ơi là buồn. [3]

Để cho đỡ buồn ơi là buồn, bà hay gây, bà hay cãi nhưng ông thì không lấy đó làm vui. Ông ngậm đắng nuốt cay, "hữu thân hữu khổ phàn nàn cùng ai?" [4]. Lâu ngày ông đâm trở chứng "đêm nằm với cơm, thơm thơm mùi phở". Có thể tại "phở" ít nói hơn "cơm" chăng? Chỉ có trời biết và ông biết. Ở đời có ba hành động vô ích phải tránh là: "Giận vợ, hờn làng, ghét người dưng". Ông biết thế nên cố gắng không giận vợ, mà theo gương người xưa "hãy cố yêu người mà sống. Lâu rồi đời mình cũng qua" [5]. Đời mình chưa qua, mà sức thì có hạn để yêu người mà sống. Ông ngồi đếm từng ngày "sống một ngày, sống ngày nào biết ngày ấy thôi" [6]. Rồi đến một ngày nào đó, ông thấy mình "cho rất nhiều, song nhận chẳng bao nhiêu" [7]. Ông đành thú thật với bà: *Còn anh nói đã trót yêu em rồi; Là hình như anh đang dối em.* [8]

Đến đây coi như là phận, hai ông bà đã tự mang thanh gươm Damocles treo lơ lửng trên đầu hạnh phúc gia đình mình và chỉ còn chờ ngày nó rơi xuống.

Nếu cho rằng duyên do trời mang lại, thì phận chắc chắn tại ta. Bởi ta là người tạo ra nghiệp. Nghiệp tốt thì phận đẹp, nghiệp xấu thì phận cũng tối đen như đêm ba mươi. Nếu **vợ chồng đối xử** với nhau "tương kính như tân" *[9]* **thì** thanh gươm Damocles sẽ tự nó biến mất. Còn nếu tạo nghiệp xấu thì **chuyện** "xô bát, xô đũa" trong nhà sẽ không tránh khỏi và ngày nào đó *"anh đi đường anh, tôi đường tôi, tình nghĩa đôi ta có thế thôi" [10]*. Coi như là phận, duyên nợ chấm dứt từ đây.

Kết:

Nói đến duyên nợ và phận, tôi lại nhớ đến một câu chuyện mà tôi đọc lâu lắm rồi và rất tiếc đã quên tên. Chuyện kể lại hai vợ chồng kia sống đã lâu năm với nhau nhưng vì giận nhau bởi nguyên có gì đó, nên tuy chung một nhà nhưng không chung một phòng, nghĩa là mạnh ai ở phòng người đó và với nhau rất tiết kiệm lời nói. Một đêm kia, ông qua phòng bà xin ngủ lại, bà nhất định không chịu, phản kháng đến cùng dù cho ông ba lần bảy lượt xin qua. Sáng mai, bà nhớ đến ông khi qua phòng ông thì thấy ông đã chết. Có thể trước khi mất, ông đã mường tượng được ngày cuối của mình nên muốn lần chót đến hòa giải với bà. Nhưng tiếc là không thành. Hai vợ chồng có duyên gặp nhau, có nợ nên yêu nhau và lấy nhau, nhưng đã chọn lựa phận: sống với nhau mà bất hạnh.

"Chung thì đụng", mà đụng thì đau mà đau thì khổ. Để tránh khổ đau, không có gì hơn là ta hãy hết lòng sống với nhau bởi cuộc đời vốn "sắc sắc không không", vốn vô thường, biến hóa vô lượng nay còn mai mất, nay mai chắc gì ta sẽ còn gặp lại nhau:

Trăm năm trước thì ta chưa gặp
Trăm năm sau biết có gặp lại không?
Cuộc đời sắc sắc không không
Thôi thì ta hãy hết lòng với nhau
(Ẩn Sĩ) ∎

Tài liệu:

[1] "Lời tình buồn", thơ của Chu Trầm Nguyên Minh do Vũ Thành An phổ nhạc.

[2] "Tôi đưa em sang sông", nhạc của Y Vũ và Nhật Ngân.

[3] "Đôi Vợ Chồng Già", nhạc của Quang Huấn

[4] "Trấn thủ lưu đồn", bài hát chèo thuộc dân gian

[5] "Bài Không Tên Số 5", nhạc của Vũ Thành An

[6] "Sống Một Ngày", nhạc của Nguyễn Đình Toàn

[7] "Yêu", thơ của Xuân Diệu

[8] "Trái tim không ngủ yên", nhạc của Thanh Tùng

[9] **"Tương kính như tân"** nghĩa là vợ chồng kính trọng nhau như khách quý đến nhà

[10] "Giây phút chạnh lòng", thơ của Thế Lữ

Hoàng Quân

Ngày Khai Trường

Lớp Rồng Bay trong ngày khai trường

Sau mấy tháng hè, hôm nay cô Thúy chào đón học trò lớp Rồng Bay trở lại trường Việt Ngữ Suối Mở.

Cô giáo mời học trò kể lại những sinh hoạt trong những ngày nghỉ hè và viết lá thư trong ngày khai trường như lời cảm ơn đến cha mẹ, gia đình.

Lớp Rồng Bay rộn ràng kể chuyện. Học trò được cùng ba mẹ, anh, chị, em đi chơi đó đây trong kỳ nghỉ hè. Vài trò theo ba mẹ về Á Châu như Việt Nam, Thái Lan, Đại Hàn. Vài trò khác đi Ý, Hòa Lan, Thổ Nhĩ Kỳ, Mỹ, Thụy Sĩ. Nhân tiện học trò kể chuyện về thăm ông bà nội ngoại ở Việt Nam, cô giáo hướng dẫn cả lớp ôn lại cách gọi họ hàng. Tiếng Đức chỉ đơn giản *Onkel* và *Tante*. Còn tiếng Việt, anh, chị, em của cha được gọi khác với anh, chị, em của mẹ. Sau mấy câu hỏi, đáp, học trò phân biệt rành rẽ họ hàng nội, ngoại: cô, chú, bác, dì, cậu...

Cô giáo phát giấy, bút, cũng như sô-cô-la, kẹo để học trò trang trí lá thư. Cô giáo chỉ gợi ý, học trò sáng tác và trang trí lá thư theo suy nghĩ của mình.

Học trò của lớp Rồng Bay dễ thương quá. Trò nào cũng chăm chút viết lá thư ngày khai trường thật đặc biệt. Trò Andy cố gắng tìm trong *Internet*

những chữ tiếng Việt cần dùng cho lá thư. Trò Minh cẩn thận viết lá thư bằng bút chì trước. Chờ cô giáo đọc xong, sửa lỗi, trò mới chép lá thư bằng bút mực. Trò Bình mải mê suy nghĩ, viết nháp lá thư dài, đến khi tiếng chuông báo hết giờ, trò chép lại chưa xong, nên hẹn về nhà sẽ viết tiếp.

Lá thư vào ngày khai trường với những dòng chữ đơn sơ mà đầy tình cảm là món quà nho nhỏ nhưng thật đẹp của học trò gửi đến Ba Mẹ và gia đình.

Lá thư ngày khai trường

Nhớ ngày tựu trường năm trước, cô giáo Thúy cùng học trò lớp Rồng Bay bắt đầu ngày mới của niên học với câu hỏi học trò đi chơi những đâu trong kỳ nghỉ hè. Không khí trở nên vui nhộn, học trò kể, nào là đi Việt Nam, đi Hòa Lan, đi Ý... Thấy vui vui, sẵn dịp, để học trò thi thố kiến thức địa lý, cô Thúy hỏi các trò còn biết nước nào ở Âu Châu. Thế là có nhiều cánh tay đưa lên: *Portugal, Rußland, Polen*... Cô giáo ghi lại những nước ở châu Âu, mà các trò biết tên tiếng Việt. Trò Bê Bê, trò Julia và trò Phi biết nhiều nhất. Trong lớp chỉ mỗi trò Phi biết *Belgien* là Bỉ. Cho nên, Phi phải lặp đi, lặp lại câu trả lời, vì các bạn cứ hỏi: "Bỉ là nước nào *welches Land*?".

Khi nói *Österreich* là nước Áo, có trò hỏi là áo để mặc phải không, và hỏi tại sao *warum*. Cô giáo giải thích theo suy nghĩ của mình. Áo, có lẽ do phiên âm qua tiếng Việt từ chữ tiếng Anh *Austria*. Cô giáo hơi lo lo, ít bữa khi học về châu Á, có nước *Mongolei*, tiếng Việt là Mông Cổ, thì cô phải cắt nghĩa làm sao cho ổn. Hầu như tất cả học trò đều biết *Deutschland* là nước Đức.

Cô giáo hỏi:

- Ở nước Đức con thích gì nhất?

Có tiếng nam sinh reo vui:

- Con thích đá banh.
- Con thích *Döner* nhất.

Trò Julia đưa tay, nói chậm rãi:

- Con thích nước Đức có *Freiheit*, có *Menschenrechte*.

Cô giáo nhắc lại cho cả lớp cùng nghe:

- Bạn Julia thích nước Đức có Tự Do và Nhân Quyền.

Cô giáo khen:

- Julia giỏi lắm.

Sau giờ địa lý ngoài chương trình, cô giáo dạy theo sách Tiếng Nước Tôi, học phụ âm kép "th", học chữ "thích". Cô bảo học trò đặt câu, một trò đặt ngay câu: "Em thích bạn em." Và sau đó, học trò tranh nhau kể: thích chơi, thích nói chuyện, thích thú vật... Nghe dễ thương hết sức.

Cuối giờ, trong lúc một học trò gặp cô giáo xin nghỉ học tuần sau, hai trò Bê Bê và Như cùng nhau lau bảng đen sạch sẽ.

Cô giáo cám ơn các học trò lớp Rồng Bay thật nhiều, đã cùng cô giáo và các bạn có ngày học đầu niên khóa thật vui. Nghe cô Thúy tường thuật, thầy Hưng "xuất khẩu thành thi".

Trường Việt có lớp Rồng Bay,
Có cô tên Thuý ra tay nhiều lần.
Cô hết sức, cô ân cần,
Các em học được nước gần, nước xa
Bê Bê, Phi đến Julia,
Từ nam đến nữ tham gia trả lời.
Cảm động, cô viết vài lời,
Các em giỏi quá, ông trời cũng khen.

Nhà trường rất mừng khi học trò vui vẻ trở lại trường Việt Ngữ, nhất là học trò có tiến bộ và cố gắng tham gia trong giờ học.

Như mọi năm, ngày khai giảng của trường Việt Ngữ Suối Mở diễn ra tưng bừng. Học trò, phụ huynh, cùng với thầy cô giáo và ban điều hành của trường chung tay bắt đầu cho niên học "Tiếng Nước Tôi" thành công, tốt đẹp. ∎

09.2024

Thu Hoài

NE ME QUITTE PAS – ĐỪNG XA EM

Tôi có người chị họ bên nội. Một đời góa bụa. Chị đi ra từ một Viện Cô Nhi. Và cũng chính nơi đây, dẫn dắt chị có được việc làm trên chiếc tàu Hồng Thập Tự màu trắng của Đức mang tên Helgoland, có mặt trên cảng sông Hàn vào những năm 1967 đến 1972.

Công việc chị được giao phó là may vá - nghề duy nhất chị biết được từ những cô nữ tu, hay còn gọi là ma-soeur, trong những năm sống đời mồ côi. Hiu quạnh.

Nếu, có niềm vui nào trong đời mang đến cho chị hạnh phúc chăng, có lẽ là cái máy hát bằng đĩa của một người thủy thủ để lại.

Không biết có phải vì nhớ ơn chị khâu vá, hoặc đâu đó đã vương vấn duyên tình trong thời gian còn qua lại trên chiếc tàu Helgoland. Lần cuối gặp nhau, anh đến tặng chị món quà này như một lời chia tay không hạn định, trong ngày phải về lại nước. Chị nâng niu. Có nhau như chiếc bóng theo hình. Yêu quý lắm.

Niềm quý mến không hẳn chỉ mỗi giá trị của cái máy thời đó, đáng nhớ là vỏn vẹn vài cái đĩa than với dăm ba bài hát xa xưa, nhưng chị nghe hoài không biết chán!

Đã vậy, phải tiếng Việt thì nói làm gì! Lạ lẫm là bài hát nào cũng toàn ngoại ngữ - biết chị có hiểu được gì không nhỉ?

Càng lạ vô cùng, ngoài công việc may vá, từ nhỏ đến lớn, chị có đi học gì đâu mà hiểu cho nhiều? Mỗi, trí nhớ như một chức năng tiềm ẩn trời cho, cho phép chị nhớ vanh vách hầu như từng lời đã được các Sơ, Cha truyền dạy qua kinh thánh, theo đó như khuôn phép xuống đời. Ngoài ra, viết và đọc tiếng Việt không biết đã xong chưa, nói gì đến những ngôn ngữ như Pháp, Anh hay Đức! Nên thật lòng mà nói, tôi hoàn toàn không hiểu!

Nhiều lúc, tôi mang cách suy nghĩ, vì mặc cảm thiếu thốn, bù đắp lại khoảng trống đầy vơi; chênh lệch giữa kẻ cao người thấp, nên chị bày đặt cho ra vẻ người sành sỏi về nhạc ngoại đó mà. Nhưng không! Tôi đã bắt gặp lắm lần, nhìn chị vừa làm; vừa mê say, lặp đi lặp lại, đắm đuối theo từng câu hát, tôi mãi hoài ngẩn ngơ, trôi lạc theo dòng cuốn. Bởi lẽ, một trong những bài hát chị thường nghe đi nghe lại, ngay chính cả tôi, tuổi xưa mới lớn - cũng đã mang cảm nhận có điều gì chừng như thu hút, sắt son, khiến tôi đem lòng yêu thích vô cùng.

Và không biết niềm mến yêu đó sẽ còn đi theo chị cho đến bao giờ nếu không vì đạn pháo bắn về trong một đêm, rơi ngay vào nơi chị cư ngụ bên kia sông. Mang chị ra khỏi cuộc đời vô thường, lặng lờ như hạt bụi bay lạc vào biển khơi; như sao băng vào cõi vô biên, vô tận.

Nhớ hôm, qua thắp hương trên bàn thờ chị, nhìn chiếc máy vẹo vọ, chi chít không biết bao dấu mảnh lỗ chỗ, trơ trọi bên những đĩa hát vỡ vụn, đặt riêng bên cạnh bàn để thờ - kỷ vật tưởng niệm đến người quá cố. Tôi mang nỗi nghĩ tưởng như vậy cũng đã an lòng. Là tất cả những gì chị mến yêu, đã theo về với chị trong giấc mơ, vĩnh viễn yên nằm không bao giờ trở giấc.

Những ngày sau đó, âm hưởng của bài hát vẫn còn lảng vảng theo tôi, mỗi khi nghĩ đến chị. Tuy nhiên, nỗi nhớ như cơn gió, kỷ niệm như áng mây. Có gặp nhau, rồi cũng ngỡ ngàng, không thể nào giữ mãi. Nơi đó, là những thể hình sẽ biến dạng theo thời gian. Lâu hoặc mau tùy theo không gian. Hoặc có thể thoáng qua, mơ hồ trong chốc lát.

Thời gian không ngừng trôi, tất cả tưởng chừng đã quên. Cho mãi đến những năm xa nhà, một hôm xuống phố, tình cờ ngồi nghe lại bài hát từ một quán cà phê bên đường. Thanh âm sao quá ư quen thuộc? Tìm hiểu, tôi mới hay rằng đây là bài hát yêu mến của năm nào.

Đó là bài hát nổi tiếng mang tên: *Ne Me Quitte Pas* của nhạc sĩ tài hoa, Jacques Brel người gốc Bỉ. Bài hát nguyên bản lời Pháp được viết vào năm 1959 và nhanh chóng trở thành một trong những tác phẩm nổi tiếng nhất của ông. Rất thịnh hành ở thập niên 70s. "Ne Me Quitte Pas" được dịch sang tiếng Anh là "Don't Leave Me".

Đặc biệt, sau khi Jacques Brel qua đời vào năm 1978, bài hát đã được chuyển dịch qua rất nhiều thứ tiếng. Bài hát nói về tình yêu sâu đậm, sự tuyệt vọng và khao khát mãnh liệt khi sợ mất đi người mình quan tâm. Cầu xin người yêu của mình không rời xa. Hứa sẽ làm mọi điều để giữ người mình yêu bên cạnh. Lời bài hát đầy hình ảnh sống động. Nhiều người hâm mộ tin rằng Brel đã viết bài hát dựa trên trải nghiệm cá nhân về tình tan vỡ. Và phải nói, cứ mỗi lần nghe lại bài hát, với tôi, cảm xúc đến như lần đầu. Không thay đổi.

Mặc dầu, với sự phổ biến rộng rãi của Youtube lúc sau này, cơ hội được nghe bài hát trình diễn qua nhiều nam ca sĩ nổi danh trên thế giới, chẳng hạn như Frank Sinatra, Neil Diamond, Julio Iglesias...

tôi vẫn thích được nghe chính tác giả, Jacques Brel, trình bày.

Nhìn, nghe thấy ông hát, có thể ghi nhận trong

Đĩa nhạc xưa ca sĩ Jacques Brel. Nguồn hình: Internet

từng cảm xúc: rung động, bịn rịn của mồ hôi, khắc ghi trên khuôn mặt. Cùng lúc, có thể cảm nhận được nước mắt, rưng rưng tận trong đáy lòng phát ra thanh âm tiếng hát. Tôi bất chợt nhớ đến vô cùng hình ảnh người chị họ năm xưa. Mới thấu đáo vì sao chị thích bài hát này.

Nhưng, ngay cả ngày đó và cho mãi đến hôm nay tôi vẫn không hiểu tại sao, cũng như không tin rằng chị hiểu gì về lời hát. Và lời hát đó, lúc chị lắng nghe, dẫu là lời Pháp hay đã chuyển dịch qua tiếng Đức hay Anh ngữ, nhưng chắc chắn không phải là Việt ngữ.

May ra, tôi chỉ có thể tạm hiểu, là trong những niềm vui về tinh thần mà đa số tìm đến. Có một niềm vui không cần thiết phải có trình độ nhiều về văn hóa. Đó là âm nhạc.

Đơn giản, trong âm vang đi ra từ thiên nhiên; trong sâu thẳm của mỗi cảm nhận, theo mỗi tâm trạng hoặc đau khổ vì ruồng bỏ, hay hân hoan bên hạnh phúc, người nghe âm nhạc không cần thiết phải giỏi về nhạc lý, hoặc có năng khiếu về lĩnh vực này.

Chẳng hạn, cảm giác đến thế nào khi nghe tiếng róc rách bên bờ suối; nghe tiếng mưa về trong một buổi chiều xa quê, hay đi lại đường xưa có tiếng chim hót vào một ngày xuân nắng ấm… Có phải vì vậy mà chị họ tôi đã yêu quý, mê say "Ne Me Quitte Pas", "Don't Leave Me", ngay cả khi chẳng hiểu lời - đang nói gì trong bài hát.

Hoặc có thể, trong tận cùng sâu thẳm của trái tim, mỗi lời hát đã là mỗi rung động mà chị dành riêng chân thành cho người mình yêu - người thuỷ thủ?

Nhưng đến thế nào, tôi phải nói rằng nhờ chị, để biết đến một trong những bài hát mà tôi cũng vô cùng yêu mến. Đã mở cho tôi cánh cửa cảm xúc của tâm hồn. Như thuở mới biết yêu. Như nụ hôn lần đầu! Để biết giá trị chân thật như thế nào là rung động. ∎

___

Nghe: *Ne Me Quitte Pas* - tiếng hát của Jacques Brel
https://www.youtube.com/watch?v=q_bq5mStroM

Nguyễn Hoàn Nguyên

Rừng Mai

Mùa xuân đã về phủ một màu vàng tươi quanh ngôi chùa nằm giữa rừng mai. Ngôi chùa nhỏ, đơn sơ nhưng vẫn toát ra vẻ uy nghi. Chiếc mái cong nhô lên bầu trời xanh cùng những tấm vách và cột gỗ đen chống đỡ bên dưới vẫn còn vững chãi trước vô thường. Các phiến đá trên lối đi vào đóng một lớp rêu dày. Ngôi chùa tựa hồ bị bỏ quên ở nơi hẻo lánh này.

Rừng mai nằm nghiêng nghiêng dọc theo vách đá, rồi trải dài xuống hướng chân núi tưởng chừng như vô tận. Trong những ngày xuân đẹp trời như hôm nay, sau thời kinh sáng và tuần trà, Sư cụ bỏ dở công việc thường nhật bước ra khỏi chùa chuẩn bị đi dạo trong rừng mai. Nắng ấm cũng vừa chan hòa, thời tiết đã bớt giá lạnh nhiều. Cũng như thường lệ Sư cụ không cất bước ngay mà hãy còn đứng lặng yên giây lát ở sân chùa. Người nhìn lên bầu trời, nhìn xuống nền đất, nhìn cả những cây cỏ dại bên các phiến đá. Sau đó người bắt đầu dạo từng bước vào rừng mai.

Năm nào cũng thế, mai trổ nụ vào tháng mười một. Do thời tiết lạnh lẽo ở vùng rừng núi, phải đến tháng hai mai mới bắt đầu nở rộ. Từ trên đỉnh cao nhìn xuống rừng mai bên dưới, màu hoa tựa như dải lụa vàng bao la từ trời buông xuống. Có những cây mai đã trở thành cổ thụ, gốc to, thân nhỏ dần, mọc thẳng bên vách núi đá thành những hình dạng khác nhau. Hoa mai vùng này nở thành chùm, mỗi đóa hoa có năm cánh màu vàng tươi của quả chanh chín mọng. Trong không khí giá lạnh của rừng núi, hoa tỏa ra mùi hương dịu nhẹ gây cảm giác sảng khoái. Trời càng lạnh, nồng độ hương hoa càng tăng phần thanh khiết. Dù đã lê gót vân du cả nửa đời người trước khi dừng chân tại ngôi chùa vắng này, Sư cụ chưa từng thấy một loại hoa mai như thế. Người thường cảm nhận như đang nhắp một chung trà ngon ướp hoa. Đôi lúc cao hứng, người mang theo cả một bình trà pha sẵn lang thang suốt ngày trong rừng mai đang độ.

Sư cụ vừa cất bước vừa ngắm nhìn những đóa hoa mai trên cành. Màu vàng của mai rợp trời. Những đóa hoa rụng cũng tô vàng tấm thảm thiên nhiên lót dưới bước chân người. Đi đến khúc quanh, Sư cụ nhìn lên phía trước. Một người đã đứng yên lặng tự bao giờ. Sư cụ chỉ nhìn thấy phía sau lưng chiếc áo khoác trắng như bông, búi tóc đen và ngang vai người đó nhô lên một chuôi kiếm cũng cùng màu trắng. Cơn gió xuân vừa thoảng qua, hoa mai rơi rụng như cơn mưa vàng nặng hạt, thêu lên áo và tóc người áo trắng. Không muốn phá tan sự chiêm ngưỡng xuất thần của chàng kiếm sĩ trước vẻ đẹp của rừng mai, Sư cụ toan rẽ sang lối khác. Mặc dù bước chân của người rất êm, tiếng gió thổi qua rừng cây vang tiếng xào xạc, nhưng chàng kiếm sĩ dường như cảm nhận có người hiện diện. Chàng quay phắt lại, bàn tay đã tự động đặt trên chuôi kiếm. Nhìn thấy nhà Sư già, chàng buông chuôi kiếm, chắp hai tay thi lễ. Cử động ứng biến thật nhanh nhưng vẫn nhẹ nhàng, từ tốn. Chàng kiếm sĩ toan mở lời nhưng Sư cụ đã lên tiếng:

- Lão tăng xin lỗi đã quấy rầy tráng sĩ. Cử động vừa rồi của tráng sĩ khiến lão tăng hiểu được tráng sĩ đôi phần.

Trên vầng trán rộng đôi mày của chàng kiếm sĩ khẽ nhíu lại trong tích tắc. Đôi tay chàng trong tư thế thi lễ vẫn chưa rời ra. Dù thoáng ngạc nhiên về câu nói của nhà Sư già mới gặp lần đầu, nhưng thấy thái độ của nhà Sư thân mật, hòa nhã, chàng kiếm sĩ bèn hỏi:

- Bạch Sư cụ, người đã hiểu gì về con?

- Lão tăng hiểu rằng đối thủ của tráng sĩ khó có cơ hội thấy được hình dạng thanh kiếm của tráng sĩ.

Chàng tráng sĩ mỉm cười trước câu trả lời của Sư cụ, hỏi tiếp:

- Nếu Sư cụ có nhận xét như thế, ắt hẳn người cũng thấu hiểu nghệ thuật sử dụng kiếm và cũng đã từng dùng kiếm.

Sư cụ tươi cười:

- Lão tăng vốn không có kiếm tráng sĩ à.

Chàng kiếm sĩ và Sư cụ cùng cười thoải mái. Cơn gió xuân lại thổi qua, một cơn mưa vàng lại được dịp đổ xuống. Những đóa mai vàng tiếp tục thêu lên màu áo trắng của chàng kiếm sĩ. Sư cụ đưa tay làm dấu và quay bước. Chàng kiếm sĩ lẳng lặng bước theo. Nơi chàng kiếm sĩ đã đứng vẫn còn hai dấu chân. Những đóa mai vàng chưa kịp rơi trên đó.

***

Sương chiều lãng đãng trong rừng mai như các đám mây mỏng. Những cây mai đằng xa chợt ẩn chợt hiện. Màu vàng tươi buổi sáng biến thành sậm hơn. Hàng vạn mảnh nhung tí hon thay đổi theo màu sắc của ánh thái dương đang dần rơi xuống sau núi. Dáng áo trắng của chàng kiếm sĩ vô danh hiện ra trong sương chiều. Chàng lang thang suốt ngày trong rừng mai, quên cả ăn uống và quên cả sương chiều miền núi thấm lạnh.

Sáng nay trong một cuộc cờ gay go cùng Sư cụ, chàng đã cáo lỗi bỏ dở dang và bước nhanh ra rừng mai. Chính Sư cụ cũng khuyên chàng nên nhân thời điểm này mà thưởng thức hoa mai đang nở. Ồ những đóa mai vàng! Chàng chợt nhớ đến khung cảnh im vắng trên chánh điện của ngôi chùa lúc lên lễ Phật. Điều lạ lùng là bàn thờ Phật vẫn khói hương nhưng không có một cành mai nào được chưng bày. Nhìn kỹ, chàng chỉ thấy một vài đóa mai nằm gọn trong chiếc đĩa sành. Mỗi đóa mai có đài hoa xanh đỡ năm cánh mỏng màu vàng xếp hình rẻ quạt rời nhau, viền cánh hoa lượn sóng, nhụy hoa cũng cùng màu vàng chanh. Đó là tất cả những gì của rừng mai mà Sư cụ đem cúng dường chư Phật.

Khu rừng mai thật bao la. Sương chiều càng xuống mờ, hương mai càng bốc lên nồng nàn. Chàng kiếm sĩ quay lại đường cũ để trở về chùa bằng lối cửa sau. Chàng bỗng cảm nhận một mùi hương lạ lẫn trong hương mai. Khứu giác chàng không thể lầm lẫn được. Mùi hương tuy lạ, nhưng gây cảm giác sảng khoái thanh khiết. Tò mò chàng đi theo mùi hương lạ đó. Rừng mai đang thay đổi từ giây phút và mùi hương lạ phảng phất như đang dẫn dắt chàng kiếm sĩ bước đi trong mơ. Chiếc áo bào trắng khẽ lay động theo từng bước chân. Mùi hương lạ càng lúc càng đậm đà hơn. Lúc dừng lại nơi xuất phát mùi hương lạ, chàng kiếm sĩ suýt buột miệng kêu ồ lên một tiếng. Trong khoảng rừng gần ngõ sau chùa, trên dải đất như ngọn đồi con, một cây mai mọc vươn lên với những cành khẳng khiu vô cùng mỹ thuật. Dưới ánh chiều tà còn sót lại, chàng kiếm sĩ kịp nhận ra vô số bông hoa trắng đậu trên những cành trụi lá như một đàn bướm nhưng đông đảo. Chàng bước đến gần cây mai, một đóa mai trắng từ cành nhẹ rơi xuống phía trước. Chàng kiếm sĩ đưa tay hứng lấy. Đóa mai trắng trong lòng bàn tay chàng có sáu cánh xếp cạnh nhau, dày và mịn hơn năm cánh của hoa mai vàng.

Chàng kiếm sĩ chưa từng thấy một cây mai nào với hương hoa như thế trên bước đường phiêu bạt giang hồ. Đứng sững chiêm ngưỡng cây mai, trước khi kịp ý thức, bàn tay chàng đã đưa đóa mai trắng lên môi tự bao giờ. Nhưng chàng kiếm sĩ chợt quay phắt lại với phản ứng của kẻ luôn cảnh giác cao độ trong bất cứ hoàn cảnh nào. Không phải Sư cụ. Một dáng thân yểu điệu đang đứng nhìn chàng. Mái tóc cô gái lạ đen tuyền phủ xuống bờ vai. Người nàng khoác xiêm y toàn màu trắng. Đó phải là thứ xiêm y kết lại bằng những cánh mai trắng chàng vừa thấy. Nàng xuất hiện thật liêu trai, ma quái giữa khung cảnh chiều tà nơi vùng rừng núi. Nơi đây chỉ có ngôi chùa nhỏ, chung quanh toàn là rừng mai và tùng, bách. Dù ngạc nhiên nhưng chàng kiếm sĩ vẫn êm đềm hỏi một câu ngắn gọn:

- Nàng là ai?

Cô gái lạ nhìn chàng dịu dàng, giọng nói như ru:

- Thiếp có hề hỏi tráng sĩ là ai đâu?

Đây là lần thứ hai trong cùng một ngày chàng kiếm sĩ thoáng phân vân khi đối thoại với người trước mặt. Nếu chàng phân vân như thế trong chiều kiếm trước một đối thủ, có lẽ giờ này chàng đã không còn đứng nơi đây. Chàng lên tiếng:

- Giữa ta và nàng không biết ai là kẻ lạ?

Cô gái áo trắng lại cất giọng ôn nhu:

- Nếu tráng sĩ biết yêu hoa mai thì thiếp và chàng đều không phải là kẻ lạ.

Hương mai trắng vẫn lãng đãng hòa lẫn với hương mai vàng. Bỗng cô gái xoay người lại nhẹ nhàng cất bước. Nàng bước nhanh nhưng dáng thân vẫn thướt tha. Mái tóc dài đổ xuống quá ngang lưng, tà áo trắng khẽ bay ẩn hiện trong sương chiều. Không dừng được, chàng kiếm sĩ đuổi theo bước chân cô gái áo trắng nhưng vẫn giữ khoảng cách. Hai bóng trắng xuyên qua sương chiều, lướt qua những gốc mai. Đột nhiên bóng nàng khuất đi sau một cội mai. Chàng kiếm sĩ có cảm tưởng cô gái đang bay bằng hai tà áo trắng. Chàng lướt đến thật nhanh và nhận ra nàng đã trở về nơi cũ. Cô gái đang đứng tựa vào gốc mai trắng. Bóng tối rơi nhanh xuống rừng mai nhưng chàng kiếm sĩ vẫn còn nhận ra một đóa mai trắng đang đậu trên mái tóc của nàng...

Chàng kiếm sĩ về chùa rất muộn. Ngọn bấc trên chiếc bàn gỗ nâu trong hậu liêu vẫn còn cháy leo lét. Ánh sáng ngọn bấc soi lờ mờ các quân cờ trên bàn cờ dang dở buổi sáng. Những ngày kế tiếp cũng như thế. Ban ngày chàng kiếm sĩ lang thang trong rừng mai. Khi buổi chiều sắp xuống, chàng quay bước trở về nơi cây mai trắng. Rồi trở về chùa rất muộn. Bàn cờ vẫn dang dở. Chàng kiếm sĩ vẫn chưa mở lời hỏi nhà Sư trụ trì về gốc gác của cô gái áo trắng trong rừng mai.

***

Hai tuần đã trôi qua. Màu vàng của hoa mai vẫn tươi nhưng trên đầu cành đã xuất hiện những chiếc lá non. Màu lá lại xanh mướt, không hề nhuộm các sắc tím, vàng như lá mai non bình thường.

Đêm đó nàng để yên đôi tay mình trong lòng bàn tay của chàng kiếm sĩ. Trời trong, trăng treo chênh chếch tỏa ánh vàng nhợt nhạt xuống rừng mai. Hai bóng trắng gần như hòa làm một. Nàng chợt lên tiếng, âm thanh vẫn êm đềm nhưng lần này như vọng lại từ cõi xa xăm nào:

- Chàng nhất định ra đi vào sáng mai?

Chàng kiếm sĩ nhìn vào cây mai trắng. Dưới ánh trăng chàng nhìn thấy rõ những đóa hoa trắng và vô số những lộc non. Trong cái ẩm lạnh của sương đêm, chàng có cảm tưởng những đóa mai trắng đang âm thầm chờ đợi câu trả lời:

- Năm nào cũng thế, ta đều hẹn tái ngộ với bằng hữu của ta ở miền Nam vào khoảng thời gian này. Đó là người bạn thân duy nhất của đời ta. Lần này chắc ta trễ hẹn. Có lẽ nàng và rừng mai đã biết tại sao.

- Người đó cũng là một kiếm sĩ như chàng?

- Không. Hắn chỉ là một kẻ lang bạt biết làm thơ. Nhưng những bài thơ của hắn còn sắc bén và mãnh liệt hơn đường kiếm của ta rất nhiều. Lưỡi kiếm ta chỉ chạm được một người, thơ hắn có thể chạm trăm người, ngàn người cùng lúc.

Sau khoảnh khắc im lặng, chàng kiếm sĩ nói tiếp:

- Ta còn có những chuyện phải giải quyết. Mong nàng hiểu tại sao ta phải ra đi vào sớm mai.

- Thiếp đã hiểu. Bởi vì hoa mai nở rồi lại tàn. Bởi vì chàng đã là kiếm sĩ. Tuy nhiên thiếp vẫn chờ đợi chàng.

Giọng chàng kiếm sĩ cũng chìm vào cõi xa xăm:

- Ta sẽ trở lại vào tháng hai mùa hoa mai nở năm sau.

Chàng khẽ vuốt tóc nàng. Trong lòng bàn tay những sợi tóc mềm mại như nước chảy. Dưới ánh trăng bàn tay của chàng kiếm sĩ hiện rõ trên nền đen của màu tóc. Bàn tay năm ngón thuôn, bàn tay của kẻ cầm đàn hay cầm bút. Nàng ngẩng đầu lên nhìn chàng, đôi mắt như ướt đẫm sương đêm. Tiếng động của núi rừng về khuya chợt im bặt. Hai bóng trắng dìu nhau ẩn hiện qua những cành mai.

Sáng ngày hôm sau chàng tráng sĩ nai nịt gọn gàng để ra đi. Chàng bước vào hậu liêu để giã từ Sư cụ. Người ngồi bên chiếc bàn có bàn cờ dang dở. Chàng kiếm sĩ quỳ xuống thi lễ:

- Con xin tạ ơn tấm thịnh tình của Sư cụ trong những ngày qua.

Sư cụ vẫn ngồi yên, khẽ gật đầu. Chàng tráng sĩ đứng lên thưa tiếp:

- Con lên đường bây giờ và sẽ không quên cuộc hội ngộ cùng Sư cụ và rừng mai. Kính chúc Sư cụ pháp thể khinh an.

Chàng kiếm sĩ quay lưng dợm bước đi. Chợt tiếng trầm trầm của Sư cụ vang lên:

- Bàn cờ hãy còn dang dở tráng sĩ à.

Chàng kiếm sĩ bước đến chiếc bàn gỗ nâu. Mỗi đêm chàng đều có dịp trông thấy bàn cờ dang dở này. Tiếng Sư cụ lại vang lên:

- Nước cờ này đến lượt tráng sĩ.

Sau khoảnh khắc do dự, chàng tráng sĩ đi liền một nước cờ. Sư cụ chợt thở dài. Tiếng thở dài của nhà Sư làm chàng kiếm sĩ lạnh buốt. Chàng có cảm tưởng đường kiếm sắc lẻm của một cao thủ vừa lướt qua ngấn cổ mình.

- Tráng sĩ vừa đi nước mã. Bàn cờ này xem như tráng sĩ thua cuộc. Hãy cẩn trọng khi sử dụng thanh kiếm của mình.

Chàng kiếm sĩ nhìn lại bàn cờ rồi bước nhanh ra cửa. Sư cụ vẫn ngồi im lặng bên chiếc bàn gỗ nâu.

***

Năm nay hoa mai cũng nở đúng kỳ hạn vào tháng hai. Cả một vùng rừng núi khoác áo vàng tươi. Bước chân từ tốn của Sư cụ đặt trên con đường trải lá mai rụng vào mùa đông vừa qua. Người đi đến khúc quanh, nơi đã gặp chàng tráng sĩ năm nào. Dáng áo bào trắng năm xưa biệt tăm. Ngọn gió xuân lướt nhẹ qua. Những đóa mai rơi không có cơ hội thêu lên màu áo của chàng kiếm sĩ.

Xuân, Hạ, Thu, Đông. Rồi lại Xuân. Sư cụ thong thả dạo bước. Một đôi bướm đang lượn qua những cội mai vàng phía trước. Năm nay côn trùng thức giấc khá sớm. Thời tiết có những điều khác lạ. Tà áo người phất phơ theo những làn gió nhẹ. Những đóa mai vàng rơi rụng có cơ hội thêu trên màu áo nâu, cũng chỉ đậu lại trong khoảnh khắc rồi rơi xuống. Dường như hoa không thể bám vào áo của Sư cụ. Bước chân của người như giẫm trùng lên những bước chân năm rồi. Người cũng vừa đến khúc quanh quen thuộc. Một người khoác áo choàng trắng đang đứng im phía trước.

Chàng kiếm sĩ đã trở lại rừng mai. Vẫn thế đứng như ngày nào, lưng quay về hướng Sư cụ. Có lẽ chàng đứng im như vậy lâu lắm. Tóc và vai áo đã điểm đầy các đóa mai rơi. Sư cụ lẳng lặng rẽ sang hướng khác, tiếp tục bước đi thong dong như chưa hề trông thấy chàng kiếm sĩ.

Một ngày trong rừng núi trôi qua nhanh. Mặt trời lặn khá sớm. Sư cụ châm ngọn bấc trên chiếc bàn gỗ nâu. Bên ngoài cửa bóng tối đã phủ dày đặt xuống rừng mai. Trời trở lạnh vào đêm. Sư cụ bước đến khép cánh cửa lại. Dưới ánh sáng lờ mờ của ngọn bấc, bàn cờ và các quân cờ năm nào vẫn còn nằm an vị. Thế cờ chưa thật sự chấm dứt.

Cánh cửa xịch mở, một bóng trắng len vào. Chàng kiếm sĩ bước đến, quỳ xuống thi lễ:

- Bạch sư cụ, người vẫn an khang?

Sư cụ mỉm cười:

- Lão tăng chờ tráng sĩ đã lâu. Nhưng tráng sĩ không cần phải khách sáo như thế. Hãy đứng dậy và ngồi xuống đây.

Chàng kiếm sĩ ngồi vào bàn. Một khoảng im lặng. Sư cụ và chàng kiếm sĩ như hai pho tượng, một nâu và một trắng. Chính giữa là bàn cờ. Chợt chàng kiếm sĩ nghe giọng trầm của Sư cụ:

- Phải chăng tráng sĩ khám phá ra có điều bất ổn trong đường kiếm của mình dù đường kiếm vẫn nhanh như ánh chớp?

- Vâng! Kể từ lúc con rời chùa hành trình về phương Nam. Bạch Sư cụ, ngôi chùa, rừng mai, nàng con gái áo trắng. Tất cả tụu thành cái đẹp. Sau giây phút thâm cảm, con bỗng nhận ra …

- …

- Con bỗng nhận ra nghệ thuật sử kiếm của mình có chỗ sơ hở. Nhất là lúc đi nước cờ sau cùng khi từ giã Sư cụ là cả một sự phân vân trong lòng. Kể từ lúc đó…

- Kể từ lúc đó tráng sĩ thừa hiểu nếu gặp một cao thủ, tráng sĩ đã mất mạng trong khoảnh khắc bất an đó.

- Vâng!

Giọng nói Sư cụ vẫn đều đều:

- Nhưng kể từ lúc tráng sĩ trở lại rừng mai và không gặp cô gái áo trắng, một tay kiếm tầm thường cũng có thể đánh bại tráng sĩ dễ dàng.

Chàng kiếm sĩ lặng thinh, sau đó cất tiếng hỏi:

- Bạch Sư cụ, người biết rõ về cô gái áo trắng ấy?

- Lão tăng biết rõ lai lịch nàng. Lão tăng sẽ kể cho tráng sĩ nghe. Nàng và tráng sĩ chẳng lạ gì nhau bởi tráng sĩ là một người biết yêu hoa mai.

Chàng kiếm sĩ động tâm. Sư cụ vừa nói một câu tương tự như câu nói của cô gái huyền bí. Sự tịch mịch lại buông xuống trong liêu phòng. Rồi giọng trầm của Sư cụ lại đưa lên:

- Trong rừng mai, trên lối dẫn về phía sau chùa, hẳn tráng sĩ đã thấy một cây mai trắng. Cây mai trắng duy nhất của rừng mai.

- Thưa vâng.

- Mùi hương của những đóa mai trắng thật đặc thù. Có thể xem đó là một cây mai chúa của rừng mai. Theo năm tháng ban ngày mặt trời soi, ban đêm mặt trăng chiếu, cây mai hấp thụ khí âm dương nên tượng thành một cô gái vô cùng xinh đẹp. Nàng mặc toàn một thứ lụa trắng, trắng như các đóa hoa mai. Hàng đêm nàng đều nghe tiếng kinh kệ nên căn tính của nàng thật hiền hòa. Nhưng cỏ cây vốn còn nặng nghiệp. Tráng sĩ đã lạc bước đến rừng mai năm kia và tình cờ cũng là người biết thưởng thức tận cùng vẻ đẹp của hoa mai. Vô tình giữa nàng và tráng sĩ có sự chiêu cảm với nhau. Nàng yêu thương tráng sĩ từ ngày đó và đã chờ đợi tráng sĩ đến mỏi mòn.

Chàng tráng sĩ nói như biện minh:

- Sau khi gặp người bạn tri âm ở miền Nam, với nghiệp kiếm sĩ, con còn có những chuyện phải làm. Con không quên lời hẹn trở lại rừng mai. Nhưng Sư cụ đã biết rõ biến động bất an trong lòng của con, nó ảnh hưởng đến nghệ thuật sử kiếm kể từ khi con rời khỏi rừng mai. Trong rừng núi hoang vu ở những nơi khác, con đã tập dượt đường kiếm của mình hàng ngàn lần, nhưng cũng thế thôi. Thấm thoát mà đã hai năm.

Rồi chàng kiếm sĩ lên tiếng hỏi:

- Bạch sư cụ, hiện cô gái áo trắng ở đâu, tình trạng của nàng như thế nào?

- Chắc tráng sĩ đã nhìn thấy cây mai trắng? Đang vào thời điểm mai rừng nở rộ nhưng hoa mai trắng đã rụng quá nhiều, ngay cả những nụ chưa kịp nở, cây lại rất ít hoa hơn bình thường.

- Thưa vâng!

- Điều đó chứng tỏ cô gái áo trắng đang lâm trọng bệnh vì mong đợi tráng sĩ theo lời hẹn ước. Nàng sẽ qua đời khi những đóa mai trắng trên cành rụng hết.

Giọng chàng kiếm sĩ như nghẹn lại:

- Bạch sư cụ. Con phải làm cách nào để cứu nàng.

- Hãy còn cứu vãn được. Tráng sĩ phải gìn giữ những đóa mai trắng còn lại rơi đúng kỳ hạn.

- Bằng cách nào, bạch Sư cụ?

- Bằng chính tình yêu của tráng sĩ. Điều này đối với một người yêu hoa mai như tráng sĩ không khó lắm. Tình yêu cũng có sự nhiệm mầu. Nó có thể làm chết người mà cũng có thể cứu sống người. Để cứu cô gái áo trắng, ngoài tình yêu, tráng sĩ còn phải đối phó với hoàn cảnh bên ngoài. Lão tăng xem thiên văn đoán rằng từ lúc nửa đêm cho đến rạng sáng, thời tiết của vùng rừng núi này sẽ có nhiều biến đổi bất thường. Thôi, tráng sĩ hãy đến với cây mai trắng ngoài kia.

Chàng kiếm sĩ thi lễ, bước vội ra ngoài. Liêu phòng trở lại tịch mịch sau cánh cửa khép kín.

***

Chàng kiếm sĩ đứng lặng người nhìn cây mai trắng. Đêm khá lạnh, bầu trời chi chít những vì sao. Với nhãn lực của chàng và nhờ ánh sao, chàng thấy rõ ràng từng phần của cây mai. Hoa mai rụng nhiều quá, chỉ còn trơ lại những cành khẳng khiu, gầy guộc. Chàng đếm thử, chỉ hơn một chục đóa mai trắng còn sót lại. Chàng phải giữ những đóa mai này rơi đúng kỳ hạn. Sương đêm xuống càng lúc càng nhiều. Các đóa mai trắng đẫm sương như đang nức nở. Chàng từ từ quỳ xuống ôm lấy gốc mai trong đôi tay, thì thầm những lời xin tha lỗi vì đã trễ hẹn ước năm xưa. Dường như cả thân cây đều chuyển động. Chàng kiếm sĩ hôn nhẹ thân cây và ngẩng mặt nhìn lên. Chợt chàng nghe mát lạnh. Một đóa mai trắng vừa rơi trên mặt chàng. Cơn gió núi vừa thổi qua.

Chàng đứng vụt dậy, đem thân mình chắn gió bảo vệ cây mai. Gió bắt đầu nổi lên, càng về khuya càng mạnh dần. Áo choàng của chàng kiếm sĩ bay phất phới. Chàng tựa như con đại bàng trắng đang vỗ cánh trong đêm. Đôi lúc gió thổi quá mạnh làm các đóa mai trắng sau lưng chàng run rẩy từng hồi. Những vì sao biến mất sau các đám mây đen. Một tia chớp lóe lên, kéo liền theo âm thanh vang dội như muốn xô bạt cả núi rừng. Ánh sáng tia chớp giúp chàng kiếm sĩ thấy rõ vài đóa mai trắng lại biến mất trên cành. Núi rừng vẫn vang vọng tiếng sấm sét không ngừng.

Từ trên cao những hạt nước nhỏ li ti nhưng lạnh buốt bắt đầu rơi xuống. Núi rừng phủ thêm màn mưa mỏng. Một tiếng sét lại vang lên, mưa đột nhiên đổ xuống như thác. Chàng kiếm sĩ quay lại nhìn lên cây mai. Còn đúng mười đóa hoa oằn oại trong mưa gió qua ánh sáng của sấm sét. Chàng chưa kịp phản ứng, trận mưa dồn dập đã làm rơi liền ba đóa hoa một lúc. Rất nhanh, chàng mở áo choàng và tung lên. Chiếc áo choàng như một đám mây trắng phủ xuống cành mai, che chở các đóa hoa còn lại trước những giọt mưa phũ phàng. Trong giây phút bận rộn cột góc áo choàng vào các cành mai, một cơn gió thổi mạnh qua người chàng. Lại thêm ba đóa mai bị cuốn đi mất.

Như để trêu gan chàng tráng sĩ, gió bây giờ không thổi theo chiều nhất định mà giật mạnh từ nhiều hướng khác nhau. Thêm ba đóa mai bị thổi tung đi mất. Qua ánh sáng của tia chớp, trên cành chỉ còn một đóa mai trắng duy nhất run rẩy trước cơn thịnh nộ của núi rừng.

Chàng kiếm sĩ cắn chặt răng lại, bàn tay đặt lên chuôi kiếm, ánh thép lóe lên. Chàng vừa lướt người quanh gốc mai vừa xuất ra hàng loạt chiêu kiếm. Bây giờ đóa mai được che chở thêm bởi bức tường loang loáng ánh thép. Gió mưa có mãnh liệt đến đâu cũng bị ngăn lại bên ngoài rồi dội đi bốn hướng. Chàng kiếm sĩ như không còn nghe tiếng gió hú thổi qua núi đá, tiếng ầm ì của sấm sét cùng tiếng cây rừng ngã đổ. Trong cuộc đời mình chưa bao giờ chàng kiếm sĩ sử dụng nhiều chiêu kiếm như thế.

Thời gian trôi qua không biết bao lâu, gió mưa bắt đầu thưa dần. Tốc độ của chàng kiếm sĩ cũng chậm lại. Cả biến động trong đêm chỉ còn lại những hạt mưa cuối cùng với các luồng gió nhẹ. Gom hết sức lực, chàng kiếm sĩ vung lên chiêu kiếm cuối cùng. Ánh thép lóe lên cùng lúc với ánh dương đầu tiên của ban mai. Trời sáng dần.

Thanh kiếm đã được tra vào người chàng kiếm sĩ, chỉ còn chuôi kiếm nhô lên khỏi vai. Chàng đứng thẳng người nhìn quanh. Hầu hết những cây mai gần đó nằm ngả nghiêng, đưa lên những chiếc rễ bê bết bùn đất. Màu sắc rừng núi thay đổi đột ngột sau cơn bão tố. Không còn đóa mai nào sót lại trên cành. Trên mặt đất lầy lội những dòng nước chảy xuống bên dưới, cuốn theo những cánh hoa mai giập nát vẫn còn vương lại màu vàng như tiếc nuối thời xuân sắc đã vội trôi qua. Chàng quay lại nhìn cây mai trắng, đưa tay mở nút thắt, rút nhanh chiếc áo choàng phủ trên đó. Một đóa hoa trắng hiện ra rực rỡ dưới ánh mặt trời mới mọc, lay nhẹ trong gió ban mai như đang mỉm cười cùng chàng kiếm sĩ. Đóa hoa duy nhất còn lại của rừng mai.

Cuộc chiến đấu cùng thiên nhiên đã qua. Cũng là lần đầu tiên trong đời chàng kiếm sĩ thật sự thấu hiểu thế nào là kiệt sức. Những ngày rong ruổi trên đường, những ngày bất an trong lòng, những ngày sầu khổ đứng bất động trong rừng mai cộng với cuộc chiến vừa qua thấm sâu vào thân thể. Chiếc áo trắng ướt đẫm dán sát vào người. Chàng kiếm sĩ có cảm tưởng mình sắp ngã xuống. Nhưng chàng vẫn đứng vững để thấy một bóng dáng với xiêm y trắng đang bước đến gần. Chính là nàng. Tóc dài buông xõa, đôi môi nhợt nhạt, gương mặt hao gầy nhưng ánh mắt vẫn tha thiết cuốn hút như ngày nào. Nàng đến bên chàng. Nàng hiện thân bằng xương bằng thịt do chính tình yêu của chàng.

***

Sư cụ khẽ động thân, sau đó thực hiện các nghi thức xả thiền. Người vẫn ngồi yên lặng trong tư thế kiết già suốt đêm qua trong khi gió bão giăng đầy rừng núi. Người bước sang hậu liêu. Trên nền nhà còn đọng lại một vũng nước mưa, dấu tích thời tiết của đêm qua. Người tự nhủ:

- Chàng kiếm sĩ chắc đủ dũng lực để chiến thắng được gió bão. Nhưng thanh kiếm của chàng không thể cắt đứt được một đóa hoa mai.

Sư cụ nhìn xuống bàn cờ, trên đó đã phủ một lớp bụi mờ:

- Thế cờ của chàng kiếm sĩ thật ra vẫn còn có nước cứu vãn.

Sau thời kinh, Sư cụ thu xếp công việc, đặt một bình trà nóng mới pha trong chiếc giỏ con, bước ra ngoài sân chùa. Sư cụ không tiếp tục cất bước mà hãy còn đứng yên giây lát. Người nhìn lên bầu trời, nhìn xuống nền đất, nhìn cả những cây cỏ dại bên các phiến đá, rồi cất bước đi bách bộ, ngắm cảnh tang thương của rừng mai. Hoa mai đều rụng hết. Mưa cũng đã tạnh. Núi non trở nên tịch mịch. Mùa xuân lại tàn tạ. Trong rừng mai bỗng vang một tiếng chim kêu. ∎

(*) Đoạn kết của truyện ngắn "Rừng Mai" mượn lời và tứ thơ của hai câu cuối trong bài thơ "Sơn Phòng Mạn Hứng Kỳ Nhị" của Tổ Trúc Lâm Đại Đầu Đà Điều Ngự Giác Hoàng Trần Nhân Tông:

Hoa tận vũ tình sơn tịch tịch,
Nhất thanh đề điểu hựu xuân tàn.

Dịch nghĩa:

Hoa rụng hết, mưa đã tạnh, núi non tịch mịch,
Một tiếng chim kêu, lại cảnh xuân tàn.

TRANG Y HỌC & ĐỜI SỐNG

Bác Sĩ Trương Ngọc Thanh & Dược sĩ Trương Thị Mỹ Hà phụ trách

> **WHO - Tổ chức Y tế Thế giới** định nghĩa tình trạng sức khỏe tốt là: "Sức khỏe không chỉ đơn thuần là không mắc bệnh hay tật nguyền, mà là trạng thái toàn diện về thể chất, tinh thần và giao tiếp xã hội" – "Health is a state of complete physical, mental and social well-being and not merely the absence of disease or infirmity".
> ẤY CHÍNH LÀ TRẠNG THÁI **THÂN TÂM AN LẠC**

Bác Sĩ Trương Ngọc Thanh & Dược sĩ Trương Thị Mỹ Hà phụ trách

UỐNG RƯỢU, BIA CÓ THỂ LÀM TĂNG NGUY CƠ BỊ UNG THƯ VÚ

VB biên dịch

Nhiều chiến dịch quảng cáo thường sử dụng hình ảnh những người phụ nữ thành đạt và quyến rũ, vui vẻ nhấm nháp chút rượu trong các buổi tiệc tùng, sau một ngày làm việc căng thẳng. Tuy nhiên, ẩn sau đó là những tác hại khôn lường, chẳng hạn như nguy cơ ung thư vú…

Nhiều phụ nữ không nhận ra rằng những ly rượu, ly bia mà họ thường uống cùng bạn bè, hoặc để thư giãn trong "giờ nhậu của mẹ" (wine mom moment, một số bà mẹ thích nhâm nhi vài ly rượu hoặc lon bia để thư giãn sau khi bận rộn chăm sóc con cái và gia đình) có thể làm tăng nguy cơ mắc bệnh ung thư vú. Tuy điều này có vẻ không vui, nhưng lại là sự thật: Rượu, bia thực sự có thể làm tăng nguy cơ mắc bệnh ung thư vú.

Theo Tổ Chức Y Tế Thế Giới (WHO) và Học Viện Quốc Gia về Lạm Dụng Rượu và Nghiện Rượu (NIAAA), so với những người không uống rượu, chỉ một ly rượu mỗi ngày có thể làm tăng nguy cơ mắc ung thư vú từ 5% đến 9%.

Vào năm 2021, các nhà nghiên cứu về rượu và ung thư đã thực hiện một nghiên cứu với hơn 5.000 phụ nữ từ 18 tuổi trở lên trên khắp Hoa Kỳ, để tìm hiểu xem họ biết gì về mối liên quan giữa rượu và ung thư vú, cùng với những thông tin về thói quen uống rượu và các vấn đề về sức khỏe của họ. Nhóm nghiên cứu đã rất ngạc nhiên khi biết rằng chỉ 1/4 phụ nữ biết rằng rượu, bia là yếu tố gây nguy cơ ung thư vú. Điều đáng lo ngại hơn nữa là có 35% phụ nữ không tin rằng có bất kỳ mối liên quan nào giữa rượu, bia và bệnh ung thư vú. Và có 40% khác không chắc chắn.

Ngoài ra, nhóm nghiên cứu cũng nhận thấy sự hiểu biết về mối liên quan này khác nhau dựa trên độ tuổi, trình độ học vấn và chủng tộc.

Những phụ nữ trẻ hơn, có trình độ học vấn cao hơn, và những người phải đối mặt với các vấn đề liên quan đến rượu, bia thường sẽ biết rõ hơn về mối liên quan giữa rượu, bia và nguy cơ ung thư vú. Những phụ nữ cao niên, người có trình độ học vấn thấp hơn, và những người đã không uống rượu, bia trong một năm, thường sẽ ít biết về việc rượu có thể gây ung thư vú hơn. Phụ nữ gốc da đen thường ít nhận thức được nguy cơ giữa rượu và ung thư vú hơn so với phụ nữ gốc da trắng.

Bớt uống rượu để giảm nguy cơ ung thư vú

Dù các nhà nghiên cứu, viên chức y tế và nhiều chuyên gia khác đã cố gắng cảnh báo về các tác hại của rượu, bia, và nguy cơ bị ung thư vú, nhưng có vẻ như thông điệp này vẫn chưa đến được với hầu hết mọi người.

Ngoài ra, còn có nhiều lầm tưởng phổ biến về lợi ích của rượu, bia, và nhiều người không muốn thừa nhận rằng uống rượu, bia có thể gây hại cho sức khỏe.

Để giải quyết vấn đề, cần có chiến dịch truyền thông toàn diện để giúp nâng cao nhận thức về tác hại của rượu, bia và mối liên quan với ung thư vú. Các chiến dịch giáo dục cũng nên nhắm đến nhiều nhóm đối tượng khác nhau để giúp họ hiểu rõ hơn về nguy cơ này.

Bên cạnh đó, các chính sách về quảng cáo và tiếp thị rượu, bia cần được kiểm soát chặt chẽ hơn và việc tăng thuế đối với rượu, bia có thể góp phần giúp giảm tác hại liên quan đến rượu, bia. Một vấn đề nhức nhối hiện nay là tiếp thị rượu, bia thường nhắm mục tiêu vào phụ nữ, cố tình tán dương việc phụ nữ uống rượu, bia là một hình ảnh hấp dẫn mà phớt lờ các nguy cơ sức khỏe.

Ngày nay, tìm đến rượu, bia để giải tỏa những căng thẳng trong cuộc sống có vẻ như là một việc rất đỗi bình thường. Nhưng trước khi "mở nắp," quý vị hãy suy nghĩ kỹ về tác hại của rượu, bia đối với sức khỏe của mình, để có thể đưa ra lựa chọn sáng suốt cho bản thân.

VB biên dịch từ: "Your favorite drink can cause breast cancer – but most women in the US aren't aware of alcohol's health risks" được đăng trên trang TheConversation.com. Nguồn: Việt Báo

Các Infografik về Y khoa thường thức của nhóm Bác sĩ CN St (Đức)

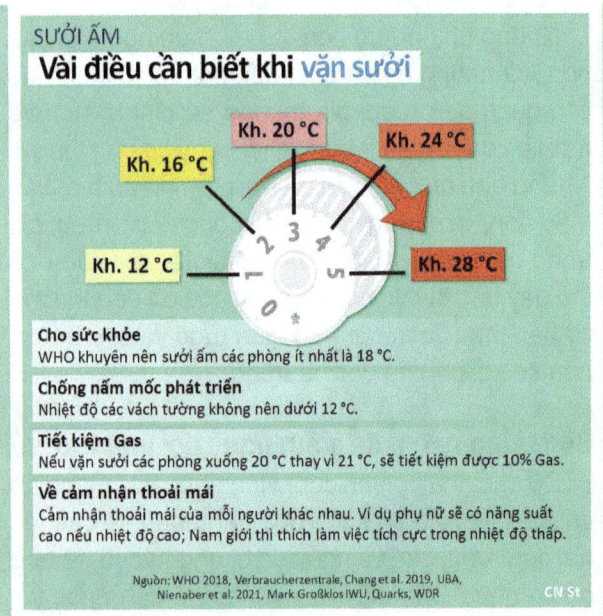

Trần Đan Hà
ƯỚC NGUYỆN ĐẦU XUÂN

*Mừng Xuân Mới dẫu Đông Tây Nam Bắc
những tấm lòng chung ước nguyện như nhau:
Thế giới Thanh bình, Nhân sinh An lạc
Cùng đón xuân trong cảnh sắc muôn màu*

*Dẫu trong nước hay đồng bào hải ngoại
lòng bâng khuâng trong mỗi độ xuân về
mong tìm lại phương trời xanh mộng ước
những đóa hoa thân ái… dẫu phai hương*

*Tình còn vẫn nhu một trời nghiêng xuống
nguyện chở che cho duyên kiếp cuộc đời
ngày vẫn đẹp nhu bình minh thắp sáng
mơ thanh bình đến cùng khắp muôn nơi*

*Đến với Việt Nam lâu ngày vắng bóng
bởi hận thù cùng phân hóa triền miên…
giờ khép lại một tương lai mơ ngóng
thắp sáng tin yêu Dân tộc hai Miền*

*Và những người đang làm thân lưu lạc
nguyện một ngày trở lại với quê hương
con đường làng, bóng cây đa mát rượi
nơi cội nguồn che chở giữa nắng sương*

*Cùng tận hưởng niềm vui ngày đoàn tụ
Hân hoan chào Xuân mới đến bên nhau
xóa tan hết những ngày buồn xưa cũ
mong cùng nhau xây dựng lại bước đầu*

*Lời cầu nguyện chưa bao giờ ngưng nghỉ
mong Xuân về không còn cảnh ly tan
nguyện cầu chúc muôn người được như ý
gió thuận buồm đưa mơ ước thênh thang*

*Nơi hải ngoại muôn người chung tay góp
phụng sự nhân sinh Văn hóa Tổ Tiên
"Báo Viên Giác" sưởi lòng người viễn xứ
Sưởi ấm hồn bên giá lạnh ngày qua!*

TIN SINH HOẠT CỘNG ĐỒNG & TIN PHẬT SỰ

Đại Nguyên & Nguyên Đạo thực hiện

* 13.11.2024 Thượng Viện Quốc Hội California vinh danh bà Khúc Minh Thơ

SANTA ANA, California (NV) – Lễ vinh danh bà Khúc Minh Thơ, ân nhân của cựu tù nhân chính trị, được Tập Thể Chiến Sĩ Việt Nam Cộng Hòa Hải Ngoại tổ chức vào Chủ Nhật, 13.10, tại nhà hàng White Palace 2, Santa Ana.

Tại buổi lễ, Thượng Nghị Sĩ Janet Nguyễn đã trao bằng tưởng lục của Thượng Viện California vinh danh bà Khúc Minh Thơ vì những công lao của bà đã ròng rã trong hơn 30 năm để thiết lập hồ sơ "Tù Cải Tạo," vận động các cơ quan hành pháp và lập pháp Hoa Kỳ chấp nhận cho các cựu tù nhân chính trị và gia đình được định cư tại Hoa Kỳ theo chương trình H.O.

Bà Khúc Minh Thơ đã từng gõ cửa các vị dân cử các cấp ở Quốc Hội Mỹ để nhờ can thiệp cho những trường hợp tù chính trị Việt Nam Cộng Hòa (VNCH) được qua Mỹ theo diện H.O, mà bà cũng là ân nhân của những thuyền nhân vượt biển ở các trại tị nạn sau năm 1975 cũng được xét định cư tại Mỹ.

Sau cuộc chiến Việt Nam, hàng chục ngàn sĩ quan, công chức VNCH bị đi tù "cải tạo," vợ con họ bị đẩy vào đường kinh tế mới, không được học lên cao, hàng ngàn gia đình con lai bị kỳ thị và bạc đãi, cuộc sống không hy vọng và không tương lai.

Gần 300,000 cựu tù nhân chính trị, gồm những cựu quân nhân Quân Lực VNCH và các viên chức dân sự, cùng gia đình đến được xứ sở tự do theo chương trình H.O., đến hôm nay con số ấy đã lớn lên đến hàng triệu người Việt, để con cháu thành công nơi hải ngoại trong mọi lãnh vực.

Buổi lễ vinh danh bà Khúc Minh Thơ như một "Bà Tiên," còn có tên gọi thân thương là "Cô Bảy Sa Đéc," một vị nữ lưu đáng kính, dù tuổi cao đã không đến dự được nhưng với trái tim nhân ái, vẫn lưu lại trong lòng những người được cứu và sống cuộc đời đáng sống nơi xứ người.

(ĐN tóm lược tin của Văn Lan - Báo Người Việt)

*Hội VAF Đức kêu gọi đóng góp chương trình thi công cạo rong rêu, quét vôi, sửa chữa những ngôi mộ tại Nghĩa Trang Quân Đội Biên Hòa nhân dịp Tết Nguyên Đán và Lễ Thanh Minh.

Mọi ủng hộ tài chánh xin gởi

- *Qua Trương Mục:* Sparda-Bank Hamburg eG.
Tên: Thi Bich Lien Dam
IBAN: DE47 2069 0500 0001 6300 75.
Lý do: Nghia Trang Quan Doi VNCH.
- *Gởi tiền mặt qua:* Nguyễn Tích Phùng
Syringenweg 34 - 22523 Hamburg
Xin ghi rõ: Ủng hộ Nghĩa Trang QĐ Biên Hòa
(08.10.2024: đã nhận được 100€ của MTQ. Nguyen Van Cong).

* Thị trưởng (Oberbürgermeister) thành phố Koblenz (Đức) viếng thăm Chùa Bảo Thành

Vào ngày 11.09.2024, lúc 17:30 Thị trưởng thành phố Koblenz, ông David Langner (SPD) cùng các viên chức chính quyền đã đến thăm Chùa Bảo Thành. Ni Sư Trụ Trì Thích Nữ Minh Hiếu cùng chư Ni và khoảng 15 Phật tử đã vân tập để tiếp đón phái đoàn và trò chuyện. Ông thị trưởng tỏ ra quan tâm đến sinh hoạt Phật Giáo và các hoạt động xã hội của Chùa Bảo Thành, và hứa sẽ sẵn sàng lưu ý những khó khăn của cộng đồng Phật Giáo tại thành phố.

* Lễ Húy Nhật Hòa Thượng Thượng Nhân Thích Trí Quang, và lễ Tiểu Tường Hòa Thượng Thích Tuệ Sỹ tại chùa Phật Ân,

Đồng Nai, Việt Nam.

Sáng ngày 12 tháng 10 năm Giáp Thìn âm lịch (thứ Ba ngày 12/11/2024), chư tôn đức Tăng-già cùng đông đảo Phật tử gần xa đã vân tập về chùa Phật Ân, Long Thành, tỉnh Đồng Nai trang nghiêm cử hành lễ Hiệp Kỵ qua các thời nghi thức trì tụng Kinh Di Giáo, cúng Ngọ, cung tiến Giác Linh và lễ Tưởng Niệm tri ân nhị vị Thượng Nhân Long Tượng, là hai bậc xuất chúng với Tam Tạng Giáo Điển, Pháp Học uyên thâm, Thiền Gia mô phạm Thích Trí Quang - Khai sơn chùa Phật Ân và Hòa Thượng Thích Tuệ Sỹ - Đệ Lục Tăng Thống GHPGVN Thống Nhất.

Đặc biệt, đến dâng hương tưởng niệm còn có sự hiện diện của vị thượng khách là ông Rustum Nyquist, Viên Chức Chính Trị, Tổng Lãnh Sự Quán Hoa Kỳ tại thành phố Sài Gòn đi cùng thông dịch viên.

Hòa Thượng Thích Trí Quang viên tịch vào ngày 12 tháng 10 năm Kỷ Hợi 2019. Hòa Thượng Thích Tuệ Sỹ viên tịch vào ngày 12 tháng 10 năm Quý Mão 2023.

(Tóm lược tin của Tâm Không Vĩnh Hữu).

*Hình: HT Thích Nguyên Siêu đang phát biểu.
Vị bên mặt trong hình là HT Thích Tịnh Từ*

* Hội Đồng Hoằng Pháp GHPGVNTN tổ chức Lễ Tiểu Tường Cố Trưởng lão Hòa Thượng Thích Tuệ Sỹ và Ra Mắt Thanh Văn Tạng đợt 2 tại chùa Kim Quang California Hoa Kỳ.

Chủ nhật 17.11.2024 từ 10:00 giờ, giờ địa phương, Hội Đồng Hoằng Pháp GHPGVNTN đã long trọng tổ chức Lễ Tiểu Tường Cố Trưởng lão HT Thích Tuệ Sỹ. Buổi lễ có sự tham dự của chư Trưởng lão Hòa Thượng Thích Tịnh Tịnh Từ, Thích Nguyên Siêu, Thích Nhật Huệ, Thích Thông Đạt… Sư bà TN Đồng Kính và chư Tôn Đức Tăng Ni tại Hoa Kỳ. Buổi lễ còn có sự tham dự của đông đảo trí thức Phật giáo ở Hoa Kỳ, các Huynh trưởng các cấp GĐPT, đại diện Báo chí và Truyền thông Cộng đồng Việt Nam. HT Thích Nguyên Siêu đã thành kính nhắc lại 6 công hạnh cao quý của Đức Cố TLHT, đặc biệt là công hạnh thứ 6: Phiên dịch Tam Tạng Thánh Điển và Thành lập Hội đồng Phiên dịch Tam Tạng Lâm thời, nối tiếp hoài bão của 18 vị Tôn Túc Dịch Sư từ năm 1973. HT Thích Tịnh Từ trong phần Đạo từ đã nhắc lại những kỷ niệm với HT Tuệ Sỹ tại Huế, khuyến tấn hàng hậu học nối tiếp công hạnh của Ngài. TT Thích Nguyên Thịnh cũng đã trang trọng giới thiệu 8 tác phẩm Thanh Văn Tạng đợt 2 mà HĐHP vừa hoàn thành đặt trước hương án để dâng cúng Ngài nhân dịp Tiểu tường. Sau phần thọ trai, lúc 1 giờ chiều có buổi Hội thảo đặc biệt chủ đề: **Di Sản Tuệ Giác Tuệ Sỹ.** *(Tin NĐ)*

CHÙA VIÊN GIÁC THÔNG BÁO PHÁT HÀNH LỊCH TREO TƯỜNG ẤT TỴ 2025

Trân trọng thông báo đến quý Đạo Hữu & Phật Tử, giá phát hành Lịch Treo Tường năm Ất Tỵ (2025) như sau: **Lịch Treo tường**

Giá tại chùa Viên Giác	14 €
gởi Bưu điện trong nước Đức	18 €

(Cuối tuần mua lịch tại chùa Viên Giác xin liên lạc: Sư cô Hạnh Bình)

* Nidderau (gần Frankfurt), 04.01.2025: Lễ Phật Cầu An – Tiệc Chay – Ca Nhạc gây quỹ xây dựng **Học Viện Phật Giáo Viên Giác Hannover** tại Kultur- und Sporthalle Heldenbergen; Friedberger Straße 92, 61130 Nidderau. Tóm tắt chương trình:

•**10:00** giờ: Lễ Cầu An Đầu Năm, Nhận Lộc Lì-xì, Thỉnh Pháp do HT Thích Như Điển chủ lễ.

•**12:00** giờ: Ngọ Trai.

•**13:00-16:00** giờ: Phật Pháp Vấn Đáp, Thảo Luận Sinh Hoạt Phật sự.

•**18:00** giờ: Chương Trình **Ca Nhạc chủ đề Xuân Yêu Thương** do các nghệ sĩ thượng thặng đến từ Hoa Kỳ đến như: *MC Nam Lộc, Nữ ca sĩ Quỳnh Giang, Nam ca sĩ Gia Huy*; cùng các ca sĩ Âu châu góp mặt, như ca sĩ Khắc Khoa, Thanh Xuân, Kiều Thu, Việt Anh, Tuyết Phượng, Mỹ Linh, Đăng Bình, Ban Nhạc Band The Friends

Liên lạc: *Nguyễn Ngọc Thơ (0155 60 71 47 69)*| Nguyễn Việt Hùng (0173 66 03 749) | Huỳnh Lê Diệu (0157 64 84 566) | Phạm Thị Bích Thủy (0155 66 56 96 18).

(Chi tiết xem tờ quảng cáo ở trang kế tiếp).

Xuân yêu thương

MC Nam Lộc
CS Gia Huy — **CS Quỳnh Giang**

NS Khắc Khoa · CS Thanh Xuân · CS Kiều Thu · CS Việt Anh · CS Tuyết Phượng · CS Mỹ Linh · CS Đặng Bình

Âm thanh ánh sáng Trung Tín · Band The Friends

Chương Trình Văn Nghệ Gây Quỹ Xây Dựng
Học Viện Phật Giáo Hannover

Thứ 7 | Ngày 04.01.2025
Chương Trình Bắt Đầu Đúng 18H

Kultur- & Sporthalle Heldenbergen
Friedberger Strasse 92 | 61130 Nidderau

Vào Cửa Miễn Phí
Có Bãi Đậu Xe Sát Hội Trường
Có Bán Đồ Ăn Gây Quỹ

Liên Hệ BTC Công Ty Limpext
☎ 0172-709 88 88 & 0155-607 10 286
✉ info@limpext.de

Thông Tin
Chương Trình Quyên Góp

Chùa Viên Giác

LimpExt gastro verpackung

Tịnh Bình

HƯƠNG TẾT

Sáng sớm rơi tờ lịch mỏng
Cuối năm lòng gió bâng khuâng
Cúi nhặt tuổi mình đâu đó
Nắng xuân ai thắp trong ngần

*

Chợt nghe xốn xang hương Tết
Ban mai lành lạnh rét về
Tiếng chim hòa âm cùng gió
Lời gì trong vắt say mê

*

Thanh tân chồi non lộc biếc
Trà thơm dưới cội mai vàng
Nhành xuân la đà giỡn nắng
Đất trời như thể mênh mang

*

Tiễn mình bước qua năm cũ
Thinh không lặng một dấu trầm
Hái một chùm mây trắng muốt
Cài lên mái tóc nàng xuân...

Tôn Nữ Mỹ Hạnh

NHƯ HẠT SƯƠNG MAI

Trong như hạt ngọc sương mai
Long lanh sắc biếc trên đài sen thơm
Chuông chùa lắng đọng chiều hôm
Thanh âm nhẹ thoảng sóng dờn khơi xa.

Nhẹ lòng kinh kệ Pháp Hoa
Chén trà buổi sớm chan hòa niềm thương
Tự mình thắp đuốc soi đường
Chờ chi đêm tối chán chường thở than.

Ngày vui nào cũng phải tàn
Trăm năm hạnh ngộ thời gian được gì
Sợi dây mê đắm tình si
Tâm bình nào muốn so bì cùng ai.

Có qua bể khổ đêm dài
Sáng nghe chim hót bên tai dịu dàng
Thực hư giữa chốn hồng trần
An nhiên dưới cội hoa vàng thiện lương.

Bão giông giữa cõi đời thường
Khát khao hạnh phúc dặm đường chông gai
Trong veo từng giọt sương mai
Trôi về bến giác áng mây trong lành.

TIN THẾ GIỚI

Quảng Trực phụ trách

*Bầu cử tại Hoa Kỳ: Cựu TT Donald Trump tái đắc cử

Trong Cuộc Bầu cử TT Hoa Kỳ hôm 5/11/2024, cựu TT Donald Trump đã tái đắc cử với các điểm quan trọng đáng ghi nhận:

- Thắng đa số cử tri đoàn: Trump 312 / Kamala 226;
- Thắng tất cả 7 tiểu bang chiến địa.
- Thắng đa số tiểu bang: Trump 31 / Kamala 19 (+ Washington DC);
- Thắng đa số phiếu phổ thông trên cả nước: Trump 72 triệu phiếu / Kamala 67 triệu.

*Liên Minh Châu Âu Cân Nhắc Thay Thế Khí Thiên Nhiên Hóa Lỏng Nhập Cảng Từ Nga

Bà Ursula von der Leyen, Chủ tịch Ủy ban Châu Âu, vào 8/11/2024, phát biểu với các phóng viên rằng Liên minh Châu Âu có thể cân nhắc thay thế khí đốt tự nhiên hóa lỏng (LNG) nhập cảng từ Nga bằng khí đốt từ Hoa Kỳ. Bà cho biết cách tiếp cận của EU đối với các chính sách thương mại được áp dụng khi ông Donald Trump tái nắm quyền tổng thống Hoa Kỳ vào tháng Giêng 2025 sẽ là tương tác, xem xét các lợi ích chung và đàm phán. Bà Von der Leyen đã đưa ra bình luận này vào cuối hội nghị thượng đỉnh không chính thức của EU do ông Viktor Orban, Thủ tướng Hungary kiêm đồng minh của ông Donald Trump, chủ trì. Ông nói khối này sẽ có một "cuộc đàm phán khó khăn" với ông Donald Trump nhưng ông hy vọng hai bên sẽ đạt được một "thỏa thuận tốt". Trước khi giành chiến thắng trong cuộc bầu cử tổng thống Hoa Kỳ, ông Donald Trump đã khuyến cáo rằng khối 27 quốc gia này sẽ phải "trả giá đắt" vì không mua đủ hàng xuất cảng của Hoa Kỳ và đã đe dọa sẽ áp thuế 10% đối với tất cả hàng nhập cảng của Hoa Kỳ.

*Ngũ Giác Đài Cho Biết Bắc Hàn Đã Gửi Khoảng 10.000 Quân Tới Nga Để Chiến Đấu Ở Ukraine

Bắc Triều Tiên đã gửi khoảng 10.000 quân đến Nga để huấn luyện và chiến đấu ở Ukraine trong "vài tuần tới", Ngũ Giác Đài cho biết trong một hành động mà các nhà lãnh đạo phương Tây cho rằng sẽ làm gia tăng cuộc chiến kéo dài gần ba năm và làm rung chuyển mối quan hệ ở khu vực Ấn Độ Dương – Thái Bình Dương. Phát ngôn viên

Ngũ Giác Đài Sabrina Singh cho biết một số binh lính Bắc Triều Tiên đã tiến gần hơn đến Ukraine và được cho là đang hướng đến khu vực biên giới Kursk, nơi Nga đang phải vật lộn để đẩy lùi cuộc tấn công của Ukraine. Trước đó vào thứ Hai, Tổng thư ký NATO Mark Rutte NATO đã xác nhận các báo cáo tình báo gần đây của Ukraine rằng một số đơn vị quân đội Bắc Triều Tiên đã có mặt ở khu vực Kursk. Việc đưa thêm hàng ngàn binh lính Bắc Triều Tiên vào cuộc xung đột lớn nhất của châu Âu kể từ Thế chiến II sẽ gây thêm áp lực lên quân đội của Ukraine. Các viên chức phương Tây cho biết, điều này cũng sẽ làm gia tăng căng thẳng địa chính trị ở Bán đảo Triều Tiên và khu vực Ấn Độ Dương – Thái Bình Dương rộng lớn hơn, bao gồm cả Nhật Bản và Úc. Ông Rutte nói với các phóng viên tại Brussels rằng việc bố trí quân của Triều Tiên cho thấy "một sự leo thang đáng kể" với sự tham gia của Bình Nhưỡng vào cuộc xung đột, và là "một sự mở rộng nguy hiểm của cuộc chiến tranh của Nga". Tổng thống Joe Biden cũng gọi việc bố trí này là "Rất nguy hiểm".

*Trái Đất Trên Đà Nóng Lên 3,1 độ C Nếu Thế Giới Không Tăng Cường Hành Động

Theo báo cáo của Liên Hiệp Quốc vào hôm 24/10/2024, các chính sách khí hậu hiện nay sẽ dẫn đến tình trạng nóng lên toàn cầu hơn 3 độ C (5,4 độ F) vào cuối thế kỷ, cao gấp đôi mức tăng đã được thống nhất cách đây gần một thập niên. Reuters cho hay báo cáo Emissions Gap hàng năm, đánh giá lời hứa của các quốc gia trong việc giải quyết vấn đề biến đổi khí hậu so với thực tế, nhận thấy thế giới sẽ phải đối mặt với mức tăng nhiệt độ lên tới 3,1 độ C (5,6 độ F) so với mức trước thời kỳ kỹ nghệ vào năm 2100 nếu các chính phủ không đưa ra hành động mạnh mẽ hơn để cắt giảm lượng khí thải gây nóng lên toàn cầu. Các chính phủ đã ký Thỏa thuận chung Paris vào năm 2015 và giới hạn mức nóng lên ở mức 1,5 độ C (2,7 độ F) để ngăn chặn một loạt tác động nguy hiểm. Báo cáo này cho biết lượng khí thải nhà kính toàn cầu đã tăng 1,3% trong giai đoạn 2022 – 2023, đạt mức cao mới là 57,1 gigaton carbon dioxide tương đương. Báo cáo nêu rõ theo các cam kết hiện tại về hành động trong tương lai, nhiệt độ vẫn sẽ tăng từ 2,6 độ C (4,7 độ F) đến 2,8 độ C (5 độ F) vào năm 2100. Dữ kiện này phù hợp với những phát hiện trong ba năm qua. Hiện nay, nhiệt độ thế giới đã nóng lên khoảng 1,3 độ C (2,3 độ F).

*Hoa Kỳ Bày Tỏ Mối Lo Ngại Với Israel Khi Cuộc Không Kích Vào Bệnh Viện Gaza 'Thiêu Sống Thường Dân'

Bộ Y tế Palestine cho biết ít nhất 15 người Palestine đã thiệt mạng trong các cuộc không kích của Israel vào đêm qua tại Dải Gaza, trong khi quân đội Israel vẫn tiếp tục cuộc chiến chống lại nhóm được Iran hậu thuẫn tại đây và chống lại Hezbollah ở Lebanon. Tòa Bạch Ốc đã chỉ trích một trong những cuộc không kích của Israel được thực hiện ở Gaza vào hôm thứ Hai, 14/10/2024, sau khi các video được đăng trực tuyến cho thấy ít nhất một người nằm trên mặt đất giẫy giụa khi họ bị nhấn chìm trong biển lửa. Cuộc không kích này đã tấn công vào khuôn viên Bệnh viện Al-Aqsa Martyrs ở Deir al-Balah, miền trung Gaza, nơi nhiều người Palestine di tản đã trú ẩn trong một trại lều tạm bợ. Bộ y tế Palestine điều hành xác nhận bốn người đã thiệt mạng. Một phát ngôn viên của Hội đồng An ninh Quốc gia Hoa Kỳ nói với CBS News vào tối hôm thứ Hai, 14 tháng 10, tuyên bố "những hình ảnh và video quay cảnh thường dân di tản bị thiêu sống sau một cuộc không kích của Israel là vô cùng đáng sợ, và chúng tôi đã nêu rõ mối lo ngại với chính phủ Israel. Israel có trách nhiệm phải gia tăng nỗ lực để tránh thương vong cho dân thường — và những gì đã xảy ra ở đây thật kinh hoàng, ngay cả nếu Hamas đang hoạt động gần bệnh viện trong nỗ lực sử dụng dân thường làm lá chắn sống".

*Nhà Văn Nữ Nam Hàn Han Kang Đoạt Giải Nobel Văn Chương 2024

Tác giả người Nam Hàn Han Kang đã giành giải Nobel Văn chương năm 2024 vì những bài "văn xuôi thơ mãnh liệt của bà, đối mặt với những chấn

Hình bìa nguyên tác "The Vegetarian - Người Ăn Chay" của nhà văn nữ Han Kang. Nguồn: https://han-kang.net/

thương lịch sử và phơi bày sự mong manh của cuộc sống con người". Giải thưởng do Viện Hàn lâm Thụy Điển trao tặng và có giá trị 11 triệu crown Thụy Điển (1.1 triệu Mỹ Kim). Anders Olsson, chủ tịch Ủy ban Nobel của viện hàn lâm, cho biết trong một tuyên bố: "Bà có nhận thức độc đáo về mối liên hệ giữa thể xác và tâm hồn, giữa người sống và người chết, và với phong cách thơ ca và thử nghiệm của mình, bà đã trở thành một nhà cải cách trong văn xuôi đương đại." Han Kang, người Nam Hàn đầu tiên giành giải thưởng văn học, bắt đầu sự nghiệp của mình vào năm 1993 với việc xuất bản một số bài thơ trên tạp chí Văn học và Xã hội. Sinh năm 1970, Han Kang xuất thân từ nền tảng văn chương, cha của bà là một tiểu thuyết gia được đánh giá cao. Trong cuốn tiểu thuyết đoạt giải Booker International Prize "The Vegetarian – Người Ăn Chay", sau khi vật lộn với những cơn ác mộng kinh hoàng tái diễn, nhân vật Yeong-hye, một người vợ đảm đang, đã nổi loạn chống lại các chuẩn mực xã hội, từ bỏ ăn thịt và khiến gia đình lo lắng rằng cô bị bệnh tâm thần. Hai cuốn tiểu thuyết của Han Kang đã được chuyển thể thành phim; "The Vegetarian" năm 2009, do Lim Woo-Seong đạo diễn, và "Scars" năm 2011, do cùng một đạo diễn thực hiện. Han Kang là người Nam Hàn thứ hai giành giải Nobel. Người đầu tiên là cựu Tổng thống Kim Dae-jung, người đã giành giải thưởng hòa bình năm 2000.

*Các Nhân vật đoạt Giải thưởng Nobel khác của năm 2024 gồm có:

Giải Nobel Hóa học 2024: Những Đột Phá Trong Kiến Thức Protein: các nhà khoa học Hoa Kỳ David Baker và John Jumper cùng Demis Hassabis của Anh Quốc đã giành giải Nobel Hóa học năm 2024.

* *Giải Nobel Vật Lý: Hai nhà khoa học tiên phong trong lĩnh vực máy tự học.* Ông John Hopfield, nhà khoa học người Mỹ, và ông Geoffrey Hinton, nhà khoa học người Anh Quốc-Canada, vừa giành giải Nobel Vật lý năm 2024 cho những khám phá và phát minh giúp đặt nền móng cho lĩnh vực máy tự học.

Giải Nobel Y sinh: Hai nhà khoa học người Mỹ, GS Victor Ambros đang làm việc tại Trường Y thuộc Đại học Massachusetts, Hoa Kỳ) và GS Gary Ruvkun đang làm việc tại Trường Y Harvard, Hoa Kỳ, được trao giải Nobel Y sinh vì phát hiện ra một loại microRNA mới, có vai trò quan trọng trong việc điều hòa gen sau phiên mã.

Giải Nobel Hòa bình được trao cho tổ chức Nihon Hidankyo của Nhật Bản. Đây là một phong trào cấp cơ sở của những người sống sót sau vụ đánh bom nguyên tử ở Hiroshima và Nagasaki, còn được gọi là Hibakusha.

Giải Nobel Kinh tế vinh danh GS Daron Acemoglu đang làm việc tại Viện Công nghệ Massachusetts, Hoa Kỳ, GS Simon Johnson đang làm việc tại Viện Công nghệ Massachusetts, Hoa Kỳ và GS James A. Robinson đang làm việc tại Đại học Chicago, Hoa Kỳ.

TIN VIỆT NAM

Quảng Trực phụ trách

*CS Việt Nam Đối Mặt Cơ Hội Và Thách Thức Thương Mại Trong Nhiệm Kỳ Mới Của Ông Trump

CSVN đang đối mặt với sự bất ổn thương mại do ảnh hưởng từ nhiệm kỳ tổng thống mới của ông Donald Trump. Theo Reuters việc ông Trump quay lại Tòa Bạch Ốc có thể mang đến cơ hội và thách thức cho Việt Nam, vốn đang hưởng lợi từ căng thẳng thương mại Hoa Kỳ – Trung Cộng. Là một nhà xuất cảng lớn sang Hoa Kỳ với thặng dư thương mại 90 tỷ Mỹ kim, Việt Nam có thể được lợi khi chuỗi cung ứng dịch chuyển từ Trung Cộng. Tuy nhiên, các biện pháp bảo hộ của ông Trump, chẳng hạn đe dọa áp thuế 60% lên hàng hóa Trung Cộng và 20% lên tất cả hàng nhập cảng, cũng có thể gây tổn thất đến Việt Nam. Trong bối cảnh này, giới chức Việt Nam tỏ ra lo lắng vì thặng dư thương mại lớn với Hoa Kỳ, chủ yếu do Việt Nam đóng vai trò là nơi lắp ráp linh kiện từ Trung Cộng, đôi khi gây ra các lệnh trừng phạt từ phía Hoa Kỳ. Để xoa dịu căng thẳng, Việt Nam có thể xem xét mua thêm các mặt hàng lớn từ Hoa Kỳ như khí tự nhiên hóa lỏng (LNG) và máy bay quân sự C-130. Các chuyên gia cho rằng nếu ông Trump tiếp tục chính sách bảo hộ, Việt Nam có thể hưởng lợi từ việc các công ty chuyển sản xuất từ Trung Cộng sang, dù vẫn đối diện nguy cơ từ các rào cản thương mại mới.

*Tướng Quân Đội Lương Cường Được Quốc Hội CS Bầu Giữ Chức Chủ Tịch Nước

Quốc hội CSVN vào chiều 21/10/2024 đã bầu Lương Cường, Uỷ viên Bộ Chính trị và Thường trực Ban Bí thư của ĐCS, cho chức vụ Chủ tịch nước nhiệm kỳ 2021-2026. Lương Cường, 67 tuổi, người giữ chức Chủ nhiệm Tổng cục Chính trị Quân đội Nhân dân Việt Nam trong giai đoạn 2016-2024 và sau đó là Thường trực Ban Bí thư, được Quốc hội bầu kế nhiệm Tô Lâm, người giữ chức vụ này từ ngày 22/5/2024 thay cho Võ Văn Thưởng bị miễn nhiệm hai tháng trước đó. Lương Cường nhận được toàn bộ 440 phiếu tán thành của các đại biểu Quốc hội tham gia biểu quyết. Với việc giữ chức Chủ tịch nước CS, Lương Cường sẽ là người đứng đầu Nhà nước CS, thay mặt đất nước về đối nội và đối ngoại. Ông cũng thống lĩnh lực lượng vũ trang nhân dân, giữ chức Chủ tịch Hội đồng quốc phòng và an ninh.

*Bộ Thông Tin Và Truyền Thông Cộng Sản Muốn Sử Dụng Các Kol Để Làm Công Cụ Tuyên Truyền

Ngày 15/10/2024, Bộ Thông tin và Truyền thông CS đã có những đề nghị về giải pháp cai quản, sử dụng người có tầm ảnh hưởng trên mạng xã hội hay còn gọi là KOL, tăng cường trách nhiệm của các bộ, ngành, địa phương để cai quản nghệ sĩ, người nổi tiếng, KOL. Đồng thời, tập hợp, kết nối với các KOL để họ tham gia tuyên truyền chủ chương chính sách của nhà cầm quyền, hình ảnh đất nước, con người Việt Nam. Bộ Công an sẽ chủ trì rà soát, xây dựng danh sách, xác thực danh tính, thông tin liên lạc, đánh giá tổng quan hoạt động của các đối tượng KOL cần tập trung cai quản. Bộ Văn hoá, Thể thao và Du lịch chỉ đạo các đơn vị thuộc cấp rà soát, cai quản hoạt động của người nổi tiếng, KOL về nghệ thuật biểu diễn, quảng cáo; chủ trì, phối hợp với Bộ Thông tin và truyền thông để xây dựng và thực hiện hạn chế phổ biến hình ảnh, âm thanh trên báo chí, mạng xã hội, hạn chế tham gia hoạt động nghệ thuật, hoạt động quảng cáo của người nổi tiếng, và các KOL không tuân thủ pháp luật, và chuẩn mực đạo đức. Bộ Thông tin và truyền thông chỉ đạo thuộc cấp rà soát, giải quyết vi phạm của người nổi tiếng, và các KOL về hoạt động cung cấp thông tin, quảng cáo trên mạng; xem xét có cơ chế đánh giá KOL, khen thưởng, trao giải tôn vinh đóng góp của các KOL. Bộ Công thương thì tăng cường cai quản hoạt động thương mại, tư vấn, bán hàng hoá, dịch vụ của các KOL. Bộ Tài chính tăng cường cai quản thu nhập, và thực hiện nghĩa vụ thuế của các KOL để ngăn chặn việc trốn thuế. Bộ Y tế rà soát, giải quyết vi phạm của người nổi tiếng, KOL trong hoạt động quảng cáo cho thực phẩm bảo vệ sức khoẻ, thuốc, cơ sở khám chữa bệnh, dịch vụ y tế, thẩm mỹ. Các bộ, ngành khác cũng cần tăng cường rà soát, cai quản các KOL trong lĩnh vực họ cai quản.

*Hai Nhà Cầm Quyền Cộng Sản TC Và VC Ký 10 Văn Kiện Tăng Cường Kết Nối

Trưa 13/10/2024, Phạm Minh Chính, Thủ tướng CSVN và người đồng nhiệm Trung Cộng là Lý Cường đã chứng kiến việc trao văn kiện hợp tác hai bên, nhân dịp ông Cường thăm Việt Nam. Có 10 văn kiện hợp tác đã được chứng kiến gồm. *Thứ nhất* là, bản ghi nhớ giữa Bộ Giao thông vận tải Việt Nam và Uỷ ban Cải cách và Phát triển Quốc gia Trung Cộng về phương án kỹ thuật kết nối hoả xa của hai nước. *Thứ hai,* khảo sát hiện trường nghiên cứu tính khả thi dự án viện trợ lập Quy hoạch các tuyến hoả xa khổ tiêu chuẩn ở Đồng Đăng – Hà Nội và Móng Cái – Hạ Long – Hải Phòng. *Thứ ba,* hợp tác giữa Bộ Kế hoạch và Đầu tư Việt Nam và Tổng cơ quan Hợp tác phát triển quốc tế quốc gia Trung Cộng về dự án sửa chữa, bảo trì Cung Hữu nghị Việt- Trung. *Thứ tư,* bản ghi nhớ giữa hai cơ quan này về tăng cường hợp tác phát triển nguồn lực trong khuôn khổ Sáng kiến Phát triển toàn cầu. *Thứ năm,* ghi nhớ giữa Bộ Công thương Việt Nam và Bộ Thương mại Trung Cộng về tăng cường hợp tác xây dựng chuỗi cung ứng nông sản bền vững. *Thứ sáu,* bản ghi nhớ hai cơ quan này về việc thành lập Nhóm công tác nghiên cứu về mô hình xây dựng khu hợp tác kinh tế quan biên giới hai nước. *Thứ bảy,* Kế hoạch hành động giữa Tổng cơ quan Hải quan hai nước về thỏa thuận công nhận lẫn nhau Chương trình Công ty ưu tiên của Hải quan Việt Nam và Chương trình Cai quản tín nhiệm công ty của Hải quan Trung Cộng. *Thứ tám,* hợp tác giữa Thông tấn xã Việt Nam và Đài phát thanh truyền hình Trung ương Trung Cộng. *Thứ chín,* hợp tác toàn diện giữa Đại học Quốc gia Hà Nội và Đại học Bắc Kinh. *Thứ mười,* ghi nhớ giữa Công ty cổ phần Thanh toán quốc gia Việt Nam và Công ty UnionPay International về triển khai dịch vụ thanh toán xuyên biên giới qua mã QR của hai nước.

Các nhà cung cấp của Apple tìm kiếm nhân sự sau khi chuyển nhà máy từ TC sang VN

Đối với các nhà cung cấp của Apple tại Việt

Nam, cuối mùa hè là mùa tuyển dụng. Trong những tháng trước khi diễn ra đợt mua sắm lễ hội bận rộn, các công ty như Luxshare và Foxconn đang cố gắng lấp đầy hàng nghìn công việc lắp ráp cố định và tạm thời, chế tạo các sản phẩm như AirPods và iPad. Sự cạnh tranh cho những công việc này từng rất khốc liệt. Nhưng trong vài năm trở lại đây, khi ngày càng nhiều nhà sản xuất chuyển từ Trung Cộng sang Việt Nam, lợi ích của sự lựa chọn đã chuyển sang người lao động. Trên TikTok và Facebook, các nhà sản xuất và nhà tuyển dụng đang cố gắng thu hút sự chú ý của những người lao động tiềm năng bằng cách đăng video và tổ chức các buổi phát trực tiếp hàng ngày về công việc mà họ cung cấp. Một số công ty hứa hẹn mức lương hàng tháng lên tới 12 triệu đồng (492 mỹ kim), cộng với tiền thưởng khi ký hợp đồng. Chỉ riêng năm ngoái, sự suy thoái trong khâu sản xuất điện tử của Việt Nam đã làm hàng chục nghìn công nhân mất việc. Tuy nhiên, theo dữ kiện từ S&P Global, trong quý 2/2024, lượng đơn đặt hàng cho các nhà sản xuất Việt Nam đã đạt mức gia tăng mạnh nhất trong hơn một thập niên. Việt Nam là địa điểm phổ biến nhất đối với các nhà sản xuất kỹ thuật muốn đa dạng hóa khỏi Trung Cộng để tránh thuế của Hoa Kỳ.

- **Bỉ**: Nguyên Trí Hồ Thanh Trước.
- **Hòa Lan**: Hà Bạch Trúc, Nguyễn Hoàn Nguyên
- **Thụy Sĩ**: Trần Thị Nhật Hưng, Song Thư, Vũ Ngọc Ruẩn.
- **Áo**: Nguyễn Sĩ Long.
- **Ý**: Trương Văn Dân, Huỳnh Ngọc Nga.
- **Hoa Kỳ**: Diệu Minh Tuệ Nga, Lâm Minh Anh, Thu Hoài, Thylanthao, Diễm Châu Cát Đơn Sa.
- **Canada**: Thái Công Tụng.
- **Úc Châu**: Quảng Trực Trần Viết Dung.
- **Việt Nam**: Tịnh Bình, Nguyễn An Bình, Lê Hứa Huyền Trân.

* THƯ & SÁCH BÁO

- **Đức**: Buddismus aktuell 4/2024.
- **Ý**: *Trương Văn Dân: *Gia Đình, Những Nỗi Đau Ngọt Ngào* (Truyện ngắn, tản văn)

  *Elena Pucillo Trương: *Hạt Bụi Lênh Đênh* (Tập Truyện Ngắn)

- **Taiwan**: Hai Ch'ao Yin Bi-monthy Volume 105/8-2024.

Trong thời gian qua VIÊN GIÁC đã nhận được những thư từ, tin tức, tài liệu, bài vở, kinh sách, báo chí của các Tổ Chức, Hội Đoàn, Tôn Giáo và các Văn Thi Hữu khắp các nơi gửi đến.

* THƯ TÍN & BÀI VỞ

- **Đức**: HT Thích Như Điển, Ngô Văn Phát, Nguyễn Quý Đại, Hoa Lan, Tịnh Ý, Nguyên Hạnh HTD, Thi Thi Hồng Ngọc, Lương Nguyên Hiền, Hoàng Quân, Đỗ Trường, Hương Cau, Trần Phong Lưu, Đại Nguyên.
- **Pháp**: Hoang Phong, Chúc Thanh.

Ngày....... tháng .... năm 202 ....

PHIẾU ỦNG HỘ BÁO VIÊN GIÁC

Số hiệu độc giả (SH) ....
Họ và tên: ....
Địa chỉ: ....
....
Tel./Email: ....
Số tiền   : ....

Giấy chứng nhận khai thuế: Có ☐   Không ☐

Độc giả mới ☐   Độc giả cũ ☐

Nếu thay đổi địa chỉ nhận báo, xin ghi rõ địa chỉ cũ dưới đây:
....
....

Số trương mục: Congr.d.Verein Vietn.Buddh.Kirche
Abteilung i.d Sparkasse Hannover
Konto Nr. 910 403 066
BIC: SPKHDE2HXXX
IBAN: DE40 2505 0180 0910 4030 66

PHÂN ƯU

Nam Mô Tiếp Dẫn Đạo Sư A Di Đà Phật.
Nhận được tin thân mẫu của
Ni Sư Thích Nữ Hạnh Khánh, Trụ trì chùa Quán Thế Âm tại Odense, Đan Mạch là:

Cụ Bà Phật tử Pháp danh NHƯ QUẢNG
Nhũ danh: PHẠM THỊ CÓONG

đã vãng sanh vào lúc 20 giờ ngày 26.10.2024 nhằm ngày 24.09 năm Giáp Thìn tại tư gia ở thủ đô Berlin Đức quốc, thượng thọ 93 tuổi.
Nhất tâm cầu nguyện cụ bà Pháp danh Như Quảng Vãng sanh Cực Lạc Quốc.

Kính nguyện
Hòa Thượng Thích Như Điển (Chủ nhiệm Sáng lập), Cư sĩ Nguyên Đạo (Chủ bút) và toàn thể Ban Biên Tập, Tòa soạn, Cộng tác viên BÁO VIÊN GIÁC

phương danh cúng dường

(Tính đến ngày 31.10.2024)

Trong thời gian qua, Chùa Viên Giác có nhận được tiền của quý Đạo Hữu gửi bằng cách chuyển qua Ngân Hàng hay bằng Bưu Phiếu, nhưng không ghi rõ mục đích. Thí dụ như Cúng Dường, Tu Bổ Chùa, Ấn Tống Kinh, Pháp Bảo v.v...

Ngoài ra có Đạo Hữu nhờ người khác đứng tên chuyển tiền nhưng không rõ chuyển tiền giùm cho ai để Cúng Dường hoặc thanh toán vấn đề gì. Do đó khi nhận được tiền, Chùa không thể nào ghi vào sổ sách được.

Để tránh những trở ngại nêu trên, kính xin quý Đạo Hữu khi chuyển tiền hoặc gửi tiền về Chùa nhớ ghi rõ Họ & Tên, địa chỉ đầy đủ và mục đích để Chùa tiện thống kê sổ sách.

Ngoài ra khi quý vị xem Phương Danh Cúng Dường xin đọc phần trên cùng là tính đến ngày?... tháng?.... để biết rằng tiền đã chuyển đi ngày nào và tại sao chưa có tên trong danh sách. Chùa có số Konto mới và Tu Viện Viên Đức cũng đã có số Konto (xin xem phía sau). Kính xin quý vị thông cảm cho.

Danh sách PDCD của quý Đạo Hữu & Phật Tử, chúng tôi xin phép chỉ đánh máy một lần chữ **ĐH** (Đạo Hữu) ở bên trên.

TAM BẢO

ĐH. Bành Tâm Sơn (Niddatal-Assenheim) 10€. Sư Cô TN Hạnh Trì (USA) 707,17€. Ẩn danh (Thành phố Dallas/USA) 369,68€. Trần Duệ Triết 20€. Trương Tô Hà 70€. Vũ Trọng Anh 550€. Trần Hữu Lượng 100€. Hugo Cardenas Krenz 200€. Chi Thanh Leuchtweis 100€. Lý Khánh Minh (Thích Hạnh Bổn) 1.633,02€. Sơn Nguyễn 1.88,74€. Nguyễn Văn Lợi 500€. Gđ. HL Mai Thị Ngọc Ann Katrin 1.000€. Gđ. HL Hồ Thanh Võ 300€. Gđ. HL Đặng Thị Ngọc Dung 100€. Gđ. Pt Thiện Phước, Thiện Lộc, Ngọc Cẩn & Ngọc Hiền 60€. Gđ. Liên Hạnh 50€. Gđ. Cu Trúc 30€. Đồng Khánh Lê Thị Thanh Lịch 20€. Đào Thị Thu Hằng 20€. Nguyễn Vinh 10€. TA 200€. Dương Thanh Sang Pd Tục Tâm Trọng 80€. Hoàng Văn Giang 70€. Tiền "bo" của khách hàng TT 50€. Gđ. Dương Xuân Trường, Lê Thị Thanh Lịch, Dương Xuân Đức Daviol & Dương Thanh Liên Linda 50€. Hoàng Văn Hai 50€. Trần Hà Hoan 26€. Gđ. Trần Minh Hơn 20€. Peter 20€. K.L Blumenthal 20€. Fam. Dương 40€. Stephan Tomaszewski 20€. Hương Otto 50€. Trang Bửu Châu 120€. Hoàng Minh Tuấn 50€ HHHL Thiện Nam Hoàng Nguyên Hải. Phạm Thị Thảo 50€ HHHL Thiện Nam Hoàng Nguyên Hải. Nguyễn Minh Tường 50€. Xuân Tiên Rohr 30€. Valentin Le 100€. Đỗ Đình Bình (Thích Hạnh Định) 1.633,11€. Diệu Phương Huỳnh Thị Ngọc Châu 200€. Minh Đạt Đoàn Văn Hữu 50€. Sumitra Karsuwon 25€. Nguyễn Thị Trai 20€. Fam. Sutjipto 10€. Thanh Đức 7.000€. Đặng Quốc Chí (cúng thất) 150€. T.H. Nhẫn 100€. Diệu Hạnh 100€. Ẩn danh 100€ HHHL cho Mẹ Thiện Ý vãng sanh Phật quốc. Gđ. Pt Ngọc Cẩn Trần Thị Lan 100€. Gđ. Pt Liên Hạnh 50€. An Duyên 30€ HH công đức cho chị Trang. Nguyễn Thị Thu 30€. Nguyễn Thị Thủy Chung 20€. An Duyên 20€ HH công đức cho anh Hiền và chị Xoan ở Hildesheim. Đồng Khánh Lê Thị Thanh Lịch 20€. Tan Zugui 20€. Fam. Sutjipto 20€. Bi 20€. Cô Hạnh Bình 50€. Thị Thanh Zadow 500€. Đặng Thu Thủy (Böhnke) 70€ HHHL Ông Hoa Tâm Đặng Kim Thanh và Bà Diệu Nga Đỗ Thị Kim Tuyến. Huỳnh Thoại Dương 50€. Gđ. HL Phan Thị Xuân 50€. Pt. Viên Hồng 50€ HH cầu an Cha Nguyễn Trung Thảo và Mẹ Thái Thị Ngọc. Pt.

Chơn Nhân Hiếu & Pt. Diệu Hạnh 50€. Nguyễn Hồng Thu (Kaiser) & Leon Kaiser 30€. Phương Mai Anh Nguyễn Pd Diệu Mỹ 30€. Trần Tuấn Vinh 20€. Phan Thanh & Đồng Thiện 5,20€. Vũ Thu Thủy & Trần Minh Mẫn 100€. Tô Lê Hoa 50€. Lê Thị Bích Châu 50€. Chử Thị Thành 20€. Pt. Huệ Tịnh 20€. Thắm 20€. Nguyễn Phước Hạ Uyên 20€. Nhuận Thanh & Đồng Thế 100€. (Nürnberg): Trần Thị Phúc & Trần Văn Danh 40€. Chị Dung 850€. Thiện Nữ Phạm Thị Kim Tiên (Essen) 10€. Đào Thị Hồng Nguyên (Edewecht) 100€. Trần Nương Bảo (Frankfurt/M) 20€. Đặng Thị Hải Vân (Ulm) 10€. (Halle): Diệu Hân Nguyễn Thị Tâm 50€. Fam. Nguyễn Thị Tuyết Thanh & Lê Gia Bình 20€. (Bielefeld): Gđ. Đồng Ngọc 50€. Hạnh 20€. (Lehrte): Gđ. Phạm Văn Sơn (Hải) & Đồng Hoa Nguyễn Thị Thu Hương 130€. Gđ. Pt Đồng Hoa Nguyễn Thị Thu Hương 20€ HHHL Yếu tử Trần Gia Tý. (Hannover): Pt. Trần Hoàng Việt 20€. Minh Thảo Hà Phước 50€. Gđ. Pt Phan Văn Mài 5€. Chú Như Thân 550€. Vũ Thị Thu Huyền 20€. Diệu Ngọc Nguyễn Thị Thu 20€. Tạ Tú Văn (Wallenhorst) 20€. (Berlin): Diệu Minh Lê Thị Kim Thắm 20€. Gđ. Nguyễn Trung Hiếu & Lê Thị Hạnh 50€. Gđ. Vũ Trọng Huy 20€. Mạnh Cam On & Mạnh Cam Huynh 100€. Vũ Minh Thông (Quabenbrüch) 200€. Nguyễn Thị Thanh Lan (Leipzig) 200€. ĐH. Huỳnh Thị Chấn (Braunschweig) 20€. Huyền Trân (Gronu/Lein) 20€. Kunde Marie Noelle Pd Huệ Thông, Marie Louis Pd Đồng Liên, Joséfine Pd Đồng Thảo & Pascal Pd Đồng Hiếu (Rehburg-Loccum) 20€ (Vía Quan Thế Âm). (Celle): Nguyễn Thị Hồng Diệp 20€. Fam. Dương 90€. Nguyễn Văn Bảo (Geneve/Schweiz) 200€. (France): Lý Quốc Bình 100€. Đặng Thị Liên 30€. Phạm Phương Anh (Aschensleben) 50€. (Hildesheim): Hồng Minh Kiệt 100€. Hoàng Minh Thịnh (Hennigsdorf) 20€. Nguyễn Văn Kế (Furtwangen) 50€. Pt. Mỹ Tuyết Trương Ngọc Huệ & Nguyễn Phúc Thịnh (München) 400€ HHHL: Võ Thị Nga, Nguyễn Văn Duẩn, Nguyễn Thị Sinh, Nguyễn Phúc Xá, Mai Thị Thiên Hương Trường An, Giang Nữ & Trương Ngọc Phượng. Thiện Đức Huỳnh Lê Diệu Phước (Frankfurt) 500€. (Worms): Pt. Phùng Thị Hoa & Nguyễn Thùy Linh 50€. Pt. Dương Thị Lan 20€. Đỗ Thu Thủy & Nguyễn Thị Phương Lan (Wolfsburg) 20€. Phạm Phương Anh (Ascherleben) 20€. Nguyễn Thị Liễu (Wernigerode) 20€. Mạnh Dung (Schweden) 50€. Lê Tiến Dũng (Trier) 20€.

* Sư Cô TN Hạnh Bình (Hannover) 200€. Thiện Lộc Đặng Lâm Quang, Ngọc Cẩn Trần Thị Lan, Ngọc Hiền Đặng Hải Lâm & Thiện Phước Đặng Trần Hải Minh (") 150€. **Berlin**: Chùa Linh Thứu 1.500€. Tâm Thứ & Thiện Định 100€. Cháu Sư Cô Hạnh Ngộ 100€. Diệu Minh 100€. Quý Phật Tử chùa Linh Thứu 300€. Thiện Giới (Friedrichshafen) 200€ (HHHL Quách Văn Khánh Pd Thiện Vân). **USA**: Chơn Nhàn Hiếu Diệu Hạnh 100€. Suzan Đoàn Thị Tâm 270€. Sư Cô TN Hạnh Trì 924€. Gđ. Thiện Minh & Diệu Nghiêm 2.773€. Sư Cô Chơn Phương Bảo 92€. Đồng Lợi 92€. Ngọc Liên 92€. Hiền Tâm & Đồng Quang 92€. Diệu Lạc 46€. Đồng Diệu Ngọc Trân 92€. Chơn Ngọc 185€. Đồng Hiếu Thanh 185€. Group Tu học Phổ Hiền 924€. Đỗ Trọng Phong & Đỗ Trọng Mỹ 555€. Tịnh Mỹ, Tịnh Giải & Huệ Châu 277€. Tịnh Băng 46€. Diệu Lạc 92€. Từ Bi Nguyện 92€. Hà Văn Đức 185€. Gđ. Đh Hồng Tiên (San Jose) 462€. Nguyễn Thìn Lưu (England) 200€. Đồng Hoa Nguyễn Thị Thu Hương 50€.

* **Báo Viên Giác**

Nguyễn Thị Gái 40€. Trần Xuân Hải 40€. Lê Thọ Hang 30€. Phan Văn Hiệp & Trịnh Phương Kim 20€. Đặng Văn Hậu 20€. Trần Thế Hùng (Văn Công Tuấn) 20€. Châu Thanh Hoa (Koblenz) 20€. Phạm Thị Liên (Holland) 30€. (Braunschweig): Lý Quốc Kinh 20€. ĐH. Huỳnh Thị Chấn 20€. (Bonn): Nguyễn Bạch Tuyết 30€. Nguyễn Kim Nguyên 20€. Tạ Thị Hương (Fam. Huỳnh/Ta) (Westerstedt) 30€. Hoàng Bá Nhựt (Stuttgart) 20€. Huỳnh Văn Mạnh (Belgique) 30€. Lý Trung Hà (Osnabrück) 20€. Trần Văn Hùng (Hanau) 25€. (Berlin): My Lee Tran 20€. Diệu Minh Lê Thị Kim Thắm 30€. Nguyễn T. Thanh (Aachen) 20€. Trần Thiện Lành (Trần/Hồ) (Dußlingen) 20€. (Frankfurt/M): Trần Nương Bảo 30€. Võ Thị Hồng Trung 100€. Tạ Tú Văn (Wallenhorst) 20€. Vũ Thị Tam (Schorndorf) 30€. (France): Nguyễn Anh Chương 30€. Nguyễn (Võ) Thị Xuân Lan 30€. Bà Phạm Văn Thảng 50€. Vũ Thị Kim Oanh (Bensheim) 50€. (München): Hồ Thị Nguyệt 50€. Pt. Mỹ Tuyết Trương Ngọc Huệ 200€. Nguyễn Mạnh Nhật (Bad Hönningen) 30€. Nguyễn Phước Hải (FrankfurtM) 20€. Nguyễn Ngọc Thạch (Norway) 42,31€. Trần Quang Trọng (Finland) 150€. Trần Thị Phúc & Trần Văn Danh (Nürnberg) 40€.

* **ẤN TỐNG**

- **Thiền Môn Nhựt Tụng**: Mme Jeannine Chung 50€. Nguyễn Ngọc Lâm (Münster) 55€.

* **TƯỢNG PHẬT**

-**Phật Quan Âm:** Vũ Công Định 120€. Lâm Kim Khánh (Mönchengladbach) 120€. Lý Trung Hà (Osnabrück) 30€.

-**Tượng Phật trên Tháp:** Shau Wen Wang 60€.

* **Tu sửa Chùa**

Nguyễn Văn Kế (Furtwangen) 50€. Trần Thị Phúc & Trần Văn Danh (Nürnberg) 40€.

* **Học Viện Phật Giáo Viên Giác**

Phi Kewin Ho 5.000€. Duc Vy Le (Hà, Hạnh & Hương) 300€. Cao Nguyen Bao Ngoc 13,02€. Gđ. Pt. Diệu Phi Nguyễn Phương Danh 1.500€. Lý Tùng Phương 100€. Duy Hung Dao 100€. Scheible, Ulf 9.000€. Trần Mạnh Thắng & Trần Thị Thu Liên 1.000€. Nhà Xanh GmbH 300€. Trịnh Kim Yến 500€. Trần Tuấn Khanh 100€. Gđ. Ngô Thuy Chương 100€. Phạm Thị Hằng 100€. Lý Mỹ Dung 300€. Nguyên Anh 200€. Bùi Đức Lâm 100€. Pt. Diệu Từ Amilie 1.000€. Pt. Quảng Trí Andy Nguyễn 1.000€. Pt. Quảng Đức Tùng Anh 1.000€. Đồng Tâm 50€. Nguyễn Thúy Hà 200€. Nguyễn Hữu Mừng Chi 1.000€. Nguyễn Ngọc Lành 100€. Chúc Đạt Lê Hữu Tòng 200€. Dr. Trịnh Thị Nam 1.000€. Diệu Ngọc & Quảng Tâm 500€. Trần Thị Minh Tâm 200€. Phạm Bích Thủy 1.500€. Lê Xuân Vương 10€. Michael Trần 50€. Limpext GmbH & CO. KG 1.000€. Trần Anh Tuấn 10€ Trần Thị Thu Trang 50€. Như Hương & Như Mỹ 50€. Chùa Viên Quang 3.000€. Thiện Ý Nguyễn Thị Thân 2.000€. Đồng Tâm 50€. Thiện Đức Huỳnh-Lê Diệu Phước 2.500€. Thiện Nhứt 3.000€. Thiện Nhơn 1.500€. Thiện Tác 1.500€. Thiện Phước 1.500€. Đồng Thiên 1.500€. Đồng Hưởng 1.500€. Đồng Đơn 4.500€. Đồng Thọ 1.500€. Đồng Hoa 1.500€. Thị Khai 2.000€. Bành Tâm Sơn (Niddatal-Assenheim) 20€. Gđ. Pt Diệu Nghiêm (Houston TX/USA) 1.000€. (Schweiz): Nguyễn-Phạm Thị Nga Jacqueline 1.058,33€. Phạm Thị Hồng Vân 1.058,33€. (USA): Quảng Minh Hậu (Little Sàigòn) 90,10€. Ni Sư TN Minh Huệ (Chùa Pháp Thắng/Vũng Tàu) 4.504,50€. Sư Cô Đại Nhẫn, Andy Nguyễn 180€. Trần Ngọc, Pt Đồng Diệu 450,45€. Lê Văn Quang, Đồng Huệ 450,45€. Cô Diệu Hoa, Sacramento 90,10€. Huệ An & Huệ Thiện 45€. Gđ. Nhật Sanh 270,27€. Gđ. Tâm Đại, Tâm Lạc, Tâm Thiện, Tâm Phước & Tâm Như 450,45€. Thánh Hòa 90,10€. Diệu Hương 90,10€. Sư Cô Chơn Phương Bảo 900,90€. Bình Trần 90,10€. Diệu Liên 45€. Thiện Hạnh 90,10€. Tâm Dương 45€. Nhật Chi 90,10€. Lâm Kim Khánh Pd Quảng Lạc 225,22€. Hoa Minh 13,51€. Thánh Hằng 90,10€. Diệu Châu 90,10€. Tịnh Băng 90,10€. Diệu Xuân 45€. Chân Niệm 72€. Phương Anh 18€. Từ Phúc 45€. Từ Trân Bảo 90,10€. Nhật Linh 45€. Diệu Tâm 45€. Diệu Thiện 45€. Đoàn Mai Liên 270,27€. Cô Hương 18€. Nhật Định 90,10€. Diệu Yến 90,10€. Gđ. Chánh Lực 18€. Benson Lau 2.702,70€. Diệu Nghĩa 18€. Diệu Xuân Mai Nguyễn 45€. Hải Huệ Sacramento Hà Nguyễn 90,10€. Chơn Phương Trinh 45€. Minh Như 36€. Huệ Ánh 18€. Từ Minh 45€. Quảng Tường 90,10€. Ngô Kim Liên 45€. Quả Lang 54€. Diệu Cát 45€. Như Ý Châu 45€. Nguyên Đức 54€. Kim Anh 18€. Nguyễn Thị Xuân Lầu 9€. Trần Thị Châu Pd Nguyên Đạo 45€. Đắc Nguyễn Thục Thảo 45€. Giác Chơn 90,10€. Diệu Trí 36€. Diệu Ngã 90,10€. Đồng Long 18€. Kathy Mai 9€.

Diệu Kim 18€. Bác Diệu Kim 90,10€. Nguyên Đức 18€. Nguyễn Đình Quỳnh Pd Huệ Chiếu 90,10€. Ẩn danh 4,50€. Tịnh Minh 90,10€. Vân Anh 450,45€. Nhuận An 90,10€. Gđ.Pt Nguyên Hưng 270,27€. Nguyên Phương 45€. Nhật Nguyên 36€. Hoàng My 180,18€. Tịnh Ý 45€. Ngọc Hải 18€. Chân An Tịnh 270,27€. Gđ. Pt Phúc Lưu 90,10€. Nguyên Minh 90,10€. Nguyên Minh & Nguyên Lợi 90,10€. Diệu Minh 90,10€. Cô Pt Tâm Hạnh 45€. Cô Pt Nguyên Trí 45€. Gđ. Thọ Nguyên 72,07€. Tâm Khiết 90,10€. Gđ. Tâm Tu 90,10€. Ngọc Tín 18€. Ẩn danh 18€. Quảng Trang 90,10€. Diệu Khai Phát Đạo 90,10€. Chơn Phương 36€. Ẩn danh 18€. Group Tu học Phổ Hiền San Jose Đồng Từ 4.054€. Ẩn danh 45€. Nhuận Phương 18€. Đồng Phúc Kim Loan 90,10€. Quảng Chuyển 90,10€. Diệu Kim 45€. Từ Thịnh 18€. Diệu Thuận 45€. Diệu Ngọc 45€. Đoàn Kha 90,10€. Pt. Vân & Lân 27€. Nhóm Liên Đăng 180,18€. Hiếu Ngọc 45€. Chánh Lục 18€. Sơn Trần 45€. Nguyễn Thị Nhé Pd Diệu Minh 45€. Diệu Thảo 45€. Trần Thị Liên Pd Diệu Liên 1.801,80€. Minh Thái 36€. Diệu Trí 36€. Tuyết Mai 90,10€. Phương Vũ 90,10€. Ẩn danh 18€. Tâm Hạnh Diệu Lạc 180,18€. Nguyễn Đình Quỳnh 45€. Thành Phước 180,18€. Hoàng Hoa Pd Như Khai 90,10€. Ẩn danh 18€. Ca sĩ Gia Huy DVD 504,50€. Thầy Thích Pháp Cẩn 180€. Gđ. Cô Ngọc Hòa 900,90€. Diệu Tiên 1.801,80€. Gđ. Bác Đồng Phát Tài, Nhật Hạnh 450,45€. Hoàng Chương 18€. Vo Nhung 90,10€. Ẩn danh (Tịnh thất Hòa Bình) 90,10€. Quý Phật Tử của Thầy Pháp Cẩn 793,69€. Trương Thị Minh Phương 90,10€. Chị Tina Cao Pd Tịnh Hội 270,27€. Gđ. Hoa Nguyên (Indian Apolis) 180,18€. Gđ. Chu Thị Hồng Dương 270,27€. Pt. Diệu Liên 900,90€. Gđ. Hiền Tâm 90,10€. Hồ Bùi 92,42€. Nguyên Diệu 92,42€. Tâm Lắng Nghe 55,45€. Ẩn danh 46,21€. Jackie Bông 184,84€. Ẩn danh 18,48€. Catlyn Nguyễn 462,10€. Ẩn danh 9,24€. Ẩn danh 36,96€. Ẩn danh 23,10€. Đồng Hòa 18,48€. Minh Liên 18,48€. Thái Family 92,42€. Thủy Đỗ 18,48€. Mỹ Tứ 92,42€. Tâm Thiên 18,48€. Ẩn danh 9,24€. Diệu Nhã 46,21€. Thái An Đường 184,84€. Ẩn danh 110,90€. Gđ. Tâm Trang, Phước Hoài 924,21€. Nguyễn Hiền 92,42€. Tâm 92,42€. Tina Đỗ 27,72€. Tâm Thanh Lương 277,26€. Tâm Quang 18,48€. Pt. Chùa Liên Hoa, Las Vegas 231,05€. Châu Diệu 277,26€. Ngọc Diệp Dương 184,84€. Đồng Tuệ 92,42€. Diệu Tánh & Tuệ Chất 92,42€. Diệu Thanh 18,48€. Diệu Khoai 46,21€. Hoa Bảo 46,21€. Thanh Thiện 46,21€. Tịnh Âm 18,48€. Karteen Trần 184,84€. Diệu Liên Vui 46,21€. Ẩn danh 110,90€. Quang Diệu 92,42€. Như Thông 46,21€. Hiền Hà & Hiếu Ngọc 92,42€. Diệu Nguyên 92,42€. Diệu Nhiên 92,42€. Vũ Kiều Diễm 18,48€. Viên Ngân 92,42€. Ẩn danh 92,42€. Ẩn danh 46,21€. Diệu Hồng 92,42€. Viên Giác 46,21€. Tâm Hạnh 92,42€. Minh Nguyện 92,42€. Ẩn danh 27,72€. Kevin & Julie 92,42€. Tôn Nữ Ái Huỳnh 92,42€. Genvieve Michele Jimenez 92,42€. Nick Van 55,45€. Mỹ Tứ 46,21€. Hồ Thị Phu 46,21€. Hòa Ngô 115,52€. Tommy Phung, Kiều T. Chen 92,42€. Tom Luu 92,42€. Kiều Luu 9,24€. Stefanie Bui & Ryan Alonzo 9,24€. Derrick Bùi 1,84€. Khanh Luu 18,48€. Mark Bui 4,62€. Tony Vương 46,21€. Trang 369,68€. Linh Lưu 16,63€. Nguyễn Hồng 92,42€. Nhuận Hòa 92,42€. Nguyễn Nghĩa 46,21€. Nhã Nghiêm 92,42€. Thị Diệu & Nhật Chấn 92,42€. Nguyên Huyền 18,48€. Tâm Giác 92,42€. Phổ An Diệu 18,48€. Quảng Ngọc 184,84€. Ẩn danh 9242,14€. Celine Le 184,84€. Thị Niệm 46,21€. Ẩn danh 27,72€. Diệu Cần & Diệu Giác 231,05€. Sophia Như Tâm Phạm 184,84€. Quảng Minh Bảo 92,42€. Kim Yến 369,68€. Quầy phát hành thủ công tại Nam California 1.487,98€. Ẩn danh 46,21€. Khánh Như 92,42€. Ẩn danh 46,21€. Jaden, Gaia Savill 18,48€. Tường Vy 92,42€. Quyên 92,42€. Ẩn danh 93,34€. Ẩn danh 18,48€. Ẩn danh 924,21€. Phương Đông 92,42€. Ẩn danh 1.848,42€. Nghiêm Tịnh 924,21€. Khánh Phụng 92,42€. Ái Phương 27,72€. Bruce Clare Phạm 46,21€. Ẩn danh 184,84€. Nhất Chơn 207,94€. Thiện Phương & Ngọc Khiết 184,84€. Ẩn danh 18,48€. Nhóm tiếng nói từ trái tim 279,11€. Ẩn danh 4.621,07€. Bé Bùi 92,42€. Thúy Nguyễn 92,42€. Oanh Lê 46,21€. Gđ. Tâm Lộc 184,84€. Gđ. Diệu Quyên 92,42€. Khánh Nhiên 55,45€. Ẩn danh 184,84€. Ẩn danh 277,26€. Ẩn danh 92,42€. Trang Nguyên 46,21€. Ẩn danh 18,48€. Laura Thúy Loan 277,26€. Ẩn danh 27,72€. Ẩn danh 92,42€. Ẩn danh 27,72€. Vạn Thanh 92,42€. Ẩn danh 46,21€. Ẩn danh 277,26€. Phạm Phương Thảo Pd Nguyên Thịnh Hồng Hoa 924,21€. Phạm Thị Mỹ Xuân Pd Nguyên Tâm Hồng Liên 924,21€. Phạm Ái Quốc Pd Nguyên Thuận 924,21€. Hồ Văn Sơn 277,26€. Karteen Trần Bửu Châu 462,10€. Charteen Trần 184,84€. Thụy Vân, Vân Châu, Anh Tuấn, Jessica, Elain, Rand, Tuyển, Trinh, Quỳnh, Đào, Phú và Brian 295,74€. Minh Đức 92,42€. Cô Diệu Huệ 92,42€. Lý Thu Hiền Pd Diệu Tâm An & Nguyễn Thị Thanh Loan Pd Diệu Đàm 277,26€. Tâm Thanh Quảng Tịnh, Quảng Hiếu & Quảng Minh 508,31€. Tâm Pháp Hải 277,26€. Chị Kim Liên 92,42€. Chị Diệu Minh (Chùa Liên Liên) 92,42€. HT Thích Chân Thành (chùa Liên Hoa) 4.621,07€. Gđ. PT Thanh Hiển & PT Thiện Đạt 924,21€. VM Medocal Group 924,21€. Bui Family 4.621,07€. Nguyen Family 4.621,07€. Green Lotus Group Dương Thị Vân 277,26€. Green Lotus Group Dương Thị Vân 462,11€. Bui Nguyen 1.848,42€. Thu Trang T Dương 554,52€. Mộng Lan Hồ 277,26€. Mỹ Hạnh Nguyễn 184,84€. Ngọc Diệp Thi Dương 184,84€. Tina Thu Do 462,10€. Đuốc Tuệ 462,10€. Văn Trần 45€. Bác Đường Thế Minh 900,90€. Pt. Hồng Vân 90,10€. Chị Diệu Đức 18€. Ẩn danh 462,10€. Chị em Gđ. Anh Minh 323,47€. Cô Tâm Xả (Chùa Bát Nhã) 184,84€. Cô Loan Liên Hoa 92,42€. Nhóm Phật Tử Đuốc Tuệ (Chùa Đại Bi) 3.512€. Pt. Hạnh Lê (Lớp Thiền thực nghiệm) 462,10€. Pt. Khánh Nguyễn 462,10€. Bác Quảng Minh Hậu 92,10€. Nguyễn Thị Hoa & Trần Tấn Phát 90,10€. Melissa Phương Nguyên Pd Diệu Thảo (San Jose) 180,18€. Nhung T. Dam 90,10€. Hong T. Dam, Pt Từ Bi Ngọc & Tâm Đức Hạnh 90,10€. Hong Van D Nguyên Pd Nhật Đồng Bảo 180,18€. Ẩn danh 1.848,42€. Gđ. Quảng Anh & Quảng Thanh 1.386,32€. Pt. Diệu Âm Tâm Ngọc 92,42€. Tám Phạm 92,42€. Trang & Hoa Công 369,68€. Hồ Thị Bé 184,84€. Trang Nguyễn 92,42€. Nguyễn Đức Trí 92,42€. Loan Nguyên 92,42€. Mai Thị Dung 462,10€. Quảng Tú & Quảng Tiến 138,63€. Ngô Mỹ Linh, Diệu Tâm 184,84€. Loan Nguyễn, Nhuận Bảo Châu 92,42€. Ẩn danh 462,10€. Đặng Thị Thanh Bình 92,42€. Cô Liễu (Dallas) 184,84€. Quầy Phát Hành (Dallas) 378€. Mathew Tâm An & Joana Minh Thảo 462,10€. Pt Đồng Từ & Đoàn Mai Liên Pd Diệu Hoa 646,95€. Pt Hiển Tâm 462,10€ HHHL Cha Trần Văn Thắng. Pt Huệ Thanh (San Jose) (USA/San Jose) 90,10€. Hy. Q. Phan & Anh B. Phan (USA/Little Sàigòn) 924,21€. (USA/Little Sàigòn): Pt. Phổ Nguyện (Chùa Liên Hoa) 92,42€. Pt. Chúc Hạnh 92,42€. Cháu Bác Sáu 92,42€. Chúc Triêm (Australia) 270,41€. Thiện Hạnh Võ Thị Mỹ (Nürnberg) 900€. Hồ Vĩnh Giang (Laatzen) 5.000€. Mỹ Tuyết Trương Ngọc Huệ & Nguyễn Phúc Thịnh (München) 1.000€. Gđ. Anh Chính Pd Quảng Nghiêm (Bà Rịa / Việt Nam) 100€.

* **Bão Lụt Việt Nam**

Trương Thị Diệu Phương 100€. Chi Hội Phật Tử Karlsruhe & VPC 3.500€. Lưu Thế Dung 100€. Phan Văn Hoa 50€. Lưu Hạnh Dung & Trương Mỹ Châu 50€. Phạm-Nguyễn Tố Uyên 100€. Chùa Viên Âm 1.530€. Viên Âm Tự 130€. Trương An Lý 20€. Nguyễn Thị Diệp Thanh 50€. Tính Trúc & Tính Nghiêu Gia Nghi Hồng 100€. Gđ. Diệu Khanh 100€. Diệu Hảo 100€. Hoàng Dung Nguyên 30€. Nguyễn Văn Tân 250€. Bùi Văn Quang 100€. Thanh Hương Roukens 200€. Trần Thị Thu Trang 50€. Diệu Ngọc & Quảng Tâm 50€. Phương Kim Stempfle 20€. Khai-Quan Vo 80€. Li, Trần Thúy Phượng 100€. Thuc Van Mo-Tran 100€. Trần Thị Mỹ Châu 100€. Phan Văn Hiệp & Trịnh Phương Kim 20€. Nguyễn Thị Thu 250€. Nguyen Viet 50€. Hương Thị Thu Nguyễn 100€. Lương Bá Truyền 100€. SC Thích Nữ Hạnh Bình & Thiện Đức 100€. Gđ.Pt Minh Đạt Phạm Văn Đại & Đồng Hạnh Đinh Thị Thùy Dung 100€. Gđ.Pt Nguyễn Văn Thắng & Nguyễn Thị Kim Anh 50€. Gđ.Pt Ngô Thị Thủy 50€. Gđ.Pt Thiện Hỷ Lê Thị Ngọc Hân & Tiên Dân Quyền 200€. Gđ.Pt Đồng Phước Phạm Thị Lanh 100€. Gđ.Pt Minh Đức Huỳnh Văn Thương & HL Diệu Liên Hoàng Thị Hóa 200€. Gđ.Pt Huỳnh Ngọc Phượng & Gđ.Pt Khúc Anh Duy 100€. Gđ.Pt Diệu Phượng Huỳnh Ngọc Châu & Thiện An Diệp Hoài Xương

100€. Gđ.Pt Minh Hậu Huỳnh Ngọc Hải & Phạm Huệ Linh 50€. Pt. Diệu Trí Huỳnh Ngọc Hà 50€. Gđ.Pt Liên Hạnh Hồ Thị Lam 100€. Gđ.Pt Đồng Ngọc Phạm Thị Thúy Trinh 50€. Tu Viện Viên Lạc 500€. Chi Hội Phật Tử Wilhelmshaven 270€. Huyền Tạ 50€. Trần Thị Hằng 50€. Nguyễn Lan Anh 50€. Nguyễn Thị Minh 20€. Andreas Larws 20€. Diệu Sơn 20€. Mùi 20€. Lan Anh 50€. Đồng Nhã 20€. Ẩn danh 50€. Gđ. Đồng Thành 50€. Ẩn danh 30€. Tâm Nghĩa & Diệu Hương 50€. Minh Đức & Diệu Hoa 50€. Minh Hiền & Ẩn Đức 100€. Ngọc Lượng 100€. Thông Giác 50€. Quảng Tân 50€. Diệu Nghĩa 50€. Thầy Quán An & Gđ. Lê 600€. Thiện Dương (Sarah) 50€. Nasa 50€. Nguyễn Kim Hoa 50€. Linda 5€. Thái Thị Ngọc, Gđ. Ralf Dinter, Nguyễn Trung Thảo, Gđ. Nguyễn Thái Bạch Đào, Gđ. Nguyễn Thái Trung Tâm, Gđ. Nguyễn Thái Bạch Mai 200€. Fukuk Kwuz 20€. Thiện Hà Đặng Thị Hằng & Teickner Dietrich (Langenhagen) 50€. Fam. Trung Thu (Jaderberg) 50€. Dr. Đào Trọng Hợp (Karlsruhe) 500€. (Nürnberg): Trần Thị Phúc & Trần Văn Danh 100€. Chi Hội Phật Tử VNTN tại Nürnberg 1.000€. Phương Tang (Erlangen) 1.000€. (Hannover): Fam. Lương Tô Tử & Trần Thị Minh Tâm 100€. Diệu Cẩn 50€. Thiện Hữu Đỗ Thái Bằng 100€. Đồng Tâm 60€. Kim Chi 50€. Đồng Quang & Đồng Chiếu 40€. Vũ Quang Tú 300€. Phương Kanh, Lotus & Quang Minh 200€. Thúy Nga - Đồng Vân 100€. Tuyết Đồng Vân 50€. Đồng Kim Nguy Minh Thúy 20€. Võ Hồng Tiến 20€. Hằng 30€. Thiện Đạo 20€. Trương Bích Hậu 20€. Lê Phương Lan 20€. Phạm Thị Nhung 20€. Trà My & Hà My 120€. Thảo My 200€. Diệu Phúc Lữ Thị Mỹ Hạnh 100€. Sơn-Phúc Cao & Uyên 50€. Vũ Chloe - Đồng Khang 50€. Doko 6,50€. Đồng Bạch Nguyễn Thị Liên 50€. Fam. A + M. Bunkus 100€. Ngọc Diệp 50€. Hồng & Chi 20€. Đồng Liên - Minh Đức 40€. Nguyễn Văn Quang 50€. Ngọc Cẩn Trần Thị Lan 100€. Ngọc Hiền Đặng Hải Lâm 30€. Thiện Phước Đặng Trần Nhật Minh 20€. Trần Thị Ngọc Thúy & Pavel 20€. Lý Trường An 10€. Gđ. Lam Phương - Đồng Thành 30€. Bành Tâm Sơn (Wiesbaden) 10€. Phi Tạ (Stadthagen) 100€. GĐPT Tâm Minh: Nguyên Hoằng & Thiện Liên 50€. Maik & Thiện Bảo (Nho) 20€. Đồng Bảo & Thanh Tùng 10€. Thiện Tuệ Ngô Kewin Minh 20€. Đồng Hòa Đỗ Thái An 15€. Thiện Nhật 30€. Diệu Lý, Đồng Hiếu & Đồng Hòa 50€. Đồng Anh 10€. Thiện Hà & Nguyễn Thảo 50€. Tâm Thảo 25€. Tâm Hữu 73€. Phan Tanja Trang 50€. Timo 1€. (Hildesheim): Thiện Đạt & Thiện Huê 100€. Đặng Văn Hiền 50€. Phạm Thị Thúy 30€. Phạm Thị Thủy 50€. Wolfsburg: Vũ Thị Sáo 50€. Henry & Nanessa 50€. Laatzen: Tăng Quốc Lương 50€. Tăng Quốc Cơ 10€. Trương Minh Anh 20€. Ibbenbüren: Thiện Như Nguyễn Thanh Kiều 60€. Nguyễn Ngọc Châu & Đồng Lạc Nguyễn Hùng Anh 50€. Việt Nam: Lê Thị Xuân 20€. Lê Thị Thơm 20€. Nguyễn Trọng Nghĩa 20€. Chùa Viên Giác: Thầy Hạnh Lý 100€. Sư Cô Thông Chánh 200€. Thầy Hạnh Bổn 300€. Thầy Hạnh Định 344,50€. Hương & Hòa (Bad Lautenberg) 50€. Đồng Hoa Nguyễn Thị Thu Hương (Lehrte) 50€. Lê Thị Kim Hoa (Braunschweig) 50€. Đồng Bảo (Bremen) 50€.

* TỪ THIỆN & XÃ HỘI

-<u>Cô nhi, Cùi, Mù & Dưỡng lão</u>: Lê Thị Hoe 40€. Hoàng Thị Bích Ngọc (Dillingen) 100€. Đào Thị Hồng Nguyên (Edewecht) 50€. Dr. Nguyễn Hoàng Cường & Dr. Nguyễn Thị Minh Ngọc (Hamburg) 50€. Trần Thị Phúc & Trần Văn Danh (Nürnberg) 40€.

-<u>Nồi cháo tình thương</u>: Phạm-Nguyễn Thị Thu Thủy (Belgique) 100€.

-<u>Xe lăn</u>: Bà Phạm Văn Thắng (France) 20€ HHHL Anh Phạm Văn Thuật và Phu quân Phạm Văn Thắng.

-<u>Mổ mắt tìm lại ánh sáng</u>: Bà Phạm Văn Thắng 30€ HHHL Anh Phạm Văn Thuật và Phu quân Phạm Văn Thắng. Trần Thị Phúc & Trần Văn Danh (Nürnberg) 40€.

-<u>Phóng sanh</u>: Đào Thị Hồng Nguyên (Edewecht) 50€.

* Học bổng Tăng Ni Việt Nam

Bành Tâm Sơn (Niddatal-Assenheim) 20€. Trần Thị Phúc & Trần Văn Danh (Nürnberg) 80€.

*KÝ TỰ

Gđ. Nguyễn Thúy Ngà 100€ HHHL Phùng Thị Thùy Hiên. ĐH. Huỳnh Thị Chấn (Braunschweig) 10€.

ĐỊNH KỲ (Tháng 9 & 10/2024)

Chöling 600€. Christian Leupold 60€. Đặng Quốc Minh 20€. Đào Thị Hiền 40€. Diệu Khai, Diệu Ngọc & Quảng Tâm 100€. Đỗ Thái Bằng 60€. Đỗ Thị Hồng Hạnh 10€. Đoàn Thanh Vũ Phước 20€ HHHL Đồng Phước Võ Thị Hai. Đồng Giới Nguyễn Thị Thu 20€. Đồng Hoa & Thiện Mỹ 10€. Dương Anh Tuấn & Đinh Thị Hồng Đoàn 20€. Gđ. Nguyên Huệ & Diệu Mãn 100€. Gđ. Thị Thiện Phạm Công Hoàng 50€. Gđ. Thiện Nam & Thiện Hồng 50€. Gđ. Viên Tú Nguyễn Thị Anh 10€. Hà Ngọc Kim 50€ HHHL Diệu Hạnh Đinh Thị Hợi. Hà-Đoàn Thục Như 1.000€. Hồ Thị Nguyệt 50€. Hoàng Thị Nhung 20€. Hoàng Thị Phúc 20€. Hoàng Thị Tân 120€. Hồng Nghiệp Phan Quỳnh Trâm 10€. Hứa Thiện Cao 10€. Hue Wollenberg 20€. Kim Loan Lâm Thị Maier 40€. Lâm Đức Toàn 10€. Lâm Thị San 20€. Lê Minh Sang 60€. Lê Ngọc Phương 50€. Lê Thị Ngọc Hân 100€. Lê Thị Tiến 50€. Lê Thùy Dương 20€. Lê Văn Đức 20€. Lý Kiến Cường 30€. Lý Lăng Mai 20€. Manuela Horn 20€. Ngô Thị Thắng 20,46€. Nguyễn Đình Chương & Nguyễn Thị Dung 20€. Nguyễn Hoàng Vũ & Nguyễn Thị Thanh Phương 20€. Nguyễn Liên Hương 40€. Nguyễn Ngọc Đương 10€. Nguyễn Quang Hùng 30€. Nguyễn Quốc Định 30€. Nguyễn Thị Diệu Hạnh 40€. Nguyễn Thị Hiền 20€. Nguyễn Thị Hồng Anh 500€. Nguyễn Thị Hồng Quyên 20€. Nguyễn Thị Kim Lê 20€. Nguyễn Thị Minh Sáu 40€. Nguyễn Thị Ngọc Lan 25€ HHHL Mẹ Đồng Phước Nguyễn Thị Phụng. Nguyễn Thị Ngọc Thảo 50€. Nguyễn Thị Thắm 20€. Nguyễn Thị Thu Nguyệt 20€. Nguyễn Thiện Đức 80€. Phạm Thị Mai & Minh Trương 40€. Phạm Văn Dũng & Đỗ Thị Cúc 12€. Phan Đình Du 100€. Phan Thị Lan 20€. Phan-Thị Dương 25,56€. Phùng Văn Thanh 10€. Pt. An Duyên Nguyễn Thị Nhựt 20€. Quách-Lê Thị Kim Thu 50€. Quảng Thiện Nguyễn Trọng Bình 20€. Rafael Adam Spyra 20€. Sabine & Phan Trương Trần Vũ 100€. Spyra Tu Bình 20€. Tạ Thị Ngọc Dung 60€. Thái Kim Sơn 80€. Thái Quang Minh 200€. Thị Bích Lan Nguyễn-Erhart 30€. Thiện Chơn Ngô Quang Vinh 40€. Thiện Độ Ngô Quang Đức 80€. Thiện Thủy Vũ Thị Xuyến 30€. Tôn Thúy 40€. Trần Mạnh Thắng 100€. Trần Tân Tiếng 22€. Trần Thị Kim Lệ 10€. Trần Thị Ngọc Anh (Trần Lăng Hía) 20€. Trần Thị Thanh 30€. Trần Thị Thu Thủy 10,22€. Trần văn Dân 15€. Trương Ngọc 100€. Uông Minh Trung 20€. Viên Tú Nguyễn Thị Anh 10€. Võ Thị My 20,46€. Võ Thị Mỹ 20€. Võ Văn Hùng 30€. Vũ Đình Đức 30€. Vũ Quang Tú 100€. Vũ Thị Tường Nhân 20,46€. Young Thị Thanh 30€.

Tu Viện VIÊN ĐỨC

Tam Bảo

ĐH. Hồ Thị Thanh Bình 60€. Phạm Thái Hùng 15€. Bành Hên 110€. Lê Thúy Hà 30€. Trần Hoàng Minh 30€. Nguyễn Thị Kim Dung 150€ HHHL Trần Hữu Phú Pd Thanh Tran. Lai Trung Việt & Lo Thị Phương 60€. Vũ Đình Đức 45€. Trần Mạnh Thắng 150€. Quách Thị Phương & Văn Khanh 30€. Liêu Thái Hòa 2.500€. Lê Thị Kim Loan 70€. Nguyễn Thị

Thúy Hà 130€. Diệu Ngọc & Quảng Tâm 60€. Đỗ Văn Vinh 30€. Trần Thị Nga 30€. Trần Thị Nở 60€. Nguyễn Tuyết Xinh 60€. Dương Thị Ngọc Liên 70€. Thanh Hương Bauer 40€. Pt. Đồng Châu, Đồng Trí & Ứng Xuân 200€. HHHL Dư Kiều Diễm Pd Thiện Lộ 200€. Đồng Huệ Huỳnh Thị Đại 100€. Ẩn danh 100€. Anh Vũ chùa VG 100€. Trần Thị Hồng (Huệ Đạo) & Đỗ Trung 60€. Diệu Hòa Phạm Thị Tuyết Hồng 50,69€. Đồng Ngọc Đào Thúy Uyên 150€. Gđ. Minh Thanh 50€. Dương Kim - Thiện Sắc 50€. Thiện Bảo Đỗ Lina & Phùng Kiên Siu 50€. Nguyễn Đức Dũng 50€. Đinh Thị Thơm 50€. Gđ. Pt Đồng Phước Nguyễn Văn Thắng 100€. Đồng Ngọc 50€. Quảng Phương 50€. Gđ. Hùng, Mỹ, Vinh & Hảo 50€. ASIA Phúc Thịnh 50€. Ngọc An Trịnh Thị Hằng 50€. Gđ. Phạm Vũ Thanh Hải 40€. Cao Văn Lâm 30€. Diệu Hạnh 30€. Lâm Gia Linh & Lâm Sư Bảo 20€. Bạch Ngọc & Minh Giáo 20€. Tâm Huệ 20€. Fam. Giang 20€. Pef 20€. Fam. Euzenmüller 20€. Pt. Phổ Thị 10€. Pt. Diệu Chân 20€ + 53 đèn Dược Sư. Trần Hoàng Minh 60€. Kim Loan Lâm Thị Maier 30€. Lê Thị Kim Loan 340€. Nguyễn Tuyết Xinh 30€. Nguyễn Thị Lan Anh (Neu-Ulm) 30€. (Erbach): Nguyễn Thị Minh Phương 90€. Phạm Thái Dũng 50€. Chi Hội PT VNTN Karlsruhe (Karlsruhe) 300€. (Ulm): Gđ. Quảng Minh Lê Minh Hoàng Lucky 200€. Vũ Thanh Hương 20€. (Konstanz): Pt Quách Thị Hằng 200€. Trần Yên 20€. Fam. Trương Phương (Albstadt/Ebingen)) 100€. Phạm Thái Nhật Long & Phạm Thái Phi Long và cháu Leah (Günzburg) 100€. (Lindau): Tiến 100€. Cường 20€. Trần Thị Sương 10€. (Friedrichshafen): Hồ & Lê 100€. Lưu Phước Lai 50€. Lê Thị Oanh 30€. Lê Thị Oanh, Lê Tiến Giảng, Lê Thị Phượng & Lê Thị Đào 20€. Gđ. Hùng & Thủy (Nonnenhorn) 100€. (Schweiz): Fam. Trương Du Hung 100€. Tống Mỹ Hạnh 100€. Fam. Tô Nhân Ích 106€. Trương Liên Thị Nga 106€. Fam Đỗ 106€. Phạm Thanh Duyên & Đinh Thị Thu Thủy và Phạm Hưng (Überling) 60€. (Lindenberg): Diệu Hòa 50€ HHHL Huỳnh Minh Xuân. Gđ. Lâm Nguyễn 50€. Vũ Văn Hưng 20€. Diệu Hòa 10€. Tịnh Tuấn (Rodelfzell) 50€. (Ravensburg): Gđ. Hải Lý 50€. Lê Thị Kim Hoa 50€. Thiện Mỹ & Diệu Vân (Pforzheim) 50€. (Österreich): Gđ. Pt Vy-Bản Nhuận Thanh Đinh Thúy Hằng 50€. Nguyễn Thị Nhiêu 50€. Ngô Văn Chia & Hồ Thị Thu Hồng 30€. Lê Thị Ngọc Mai 30€. Lý Ngọc Mai 20€. Trịnh Thị Thanh & Nguyễn Kim Sanh (Nürnberg) 20€. (Sigmaringen): Gđ. Nguyễn Sơn Tùng 50€. Gđ. Phượng 20€. Diệu Ngộ Bùi Thị Minh Thy (Senden Bayern) 50€. Dương Vinh (Schramberg-Sulgen) 40€. Vũ Viết Hưng & Phương Thị Thủy (Kaufbeuren) 40€. (Bad Waldsee): Nguyễn Thị Định 30€. Đỗ Thị Nhàn 30€. Dương Nhật Lệ 30€. Nguyễn Thị Hồng Nhung 20€. Nguyễn Thanh Hương (Biberach) 30€. (Kempten): Trịnh Thị Bay 20€. Đỗ Thu Hằng & Nguyễn Đức Dũng 20€. Giới Phụng (München) 20€. Lê Thị Duyên & Nguyễn Thu Trang (Heimmenkirch) 20€. Lê Thị Liệu (Dresden) 20€. Gđ. Việt Tuyển (Neukirch) 20€. Lưu Trường Giang (Lüdenberg) 20€. Lilly To (Schweiz) 20€. Huỳnh Anh Kiệt (Tettnang) 5,60€. Ngô Thị Hồng Yến (Augsburg) 100€.

* Trai Tăng

Trịnh Thị Thanh & Nguyễn Kim Sanh (Nürnberg) 50€. Tuấn Vân (Tâm Mẫn & Nguyên Thiện) 70€.

* Vu Lan

Gđ. Đồng Phước & Nguyễn Văn Thắng 40€. Gđ. Vương Hằng Nga 20€. Trần Hữu Lượng 50€.

* Bão lụt Việt Nam

Ẩn danh 50€. Kevin Lam, Jimmy Lam, Cansu Soyhan Lam & Evellna Potrubeiho 20€. Quách Kim Trinh 20€. Yamakmetin 10€. Lê Thị Oanh, Lê Tiến Giảng, Lê Thị Phượng & Lê Thị Đào (Friedrichshafen) 20€. Mai Thị Ngọc (Konstanz) 20€.

* * *

Khi chuyển tịnh tài cúng Chùa, xin quý vị vui lòng ghi vào nơi (Verwendungszweck = mục đích cho việc gì) để văn phòng dễ làm việc. Quý vị ở xa ngoài nước Đức cũng có thể gửi tiền mặt hoặc Check trong thư, có thể gửi thường hoặc bảo đảm về chùa. Xin thành thật cám ơn quý vị.

Tất cả mọi sự Cúng Dường định kỳ hoặc những lễ lạc khác cho Chùa, quý vị đều có thể lấy Giấy Khai Thuế lại (bằng tiếng Đức) để cuối năm quý vị có thể khai khấu trừ thuế với Chính Phủ. Quý vị nào cần, xin liên lạc về Chùa qua Email: pagodevg2020@gmail.de bằng thư hoặc điện thoại, cho đến cuối tháng 4 mỗi năm; chúng tôi sẽ gửi giấy đến quý vị.

Chuyển tịnh tài cúng dường xin chuyển vào các Konto mới như sau:

*Cúng dường **Tổ Đình Viên Giác Hannover**:
Congr.d.Verein Vietn.Buddh.Kirche Abteilung i.d
Sparkasse Hannover
Konto Nr. 910 403 066
BIC: SPKHDE2HXXX
IBAN: DE40 2505 0180 0910 4030 66

*Cúng dường Quỹ Xây dựng **Học Viện Phật Giáo Viên Giác**:
Vien Giac Institut
Konto-Nr.: 910 570 655
BIC: (Swift-Code): SPKHDEHXXX
IBAN: DE 90 2505 0180 0910 5706 55
Sparkasse Hannover

*Cúng dường **Tu Viện Viên Đức ở Ravensburg**:
Kloster Vien Duc
BIC: SOLADES1RVB
IBAN: DE53 6505 0110 0111 3020 68
Kreissparkasse Ravensburg

www.ingramcontent.com/pod-product-compliance
Lightning Source LLC
LaVergne TN
LVHW081605060526
838201LV00054B/2090